ഡോ. ടി. ശശിധരൻ

കേരളത്തിലെ വിവിധ ഗവ. കോളേജുകളിൽ ഹിന്ദി അദ്ധ്യാപകനായും കോളേജ് വിദ്യാഭ്യാസവകുപ്പിൽ അഡീഷണൽ ഡയറക്ടറായും കണ്ണൂർ സർവ്വകലാശാല ഹിന്ദി വിഭാഗം കോഴ്സ് ഡയറക്ടറായും സേവനമനുഷ്ഠിച്ചു. തലശ്ശേരി ഗവ. ബ്രണ്ണൻ കോളേജ്, കാലിക്കറ്റ് സർവ്വകലാശാല എന്നിവിടങ്ങളിൽ ബിരുദ-ബിരുദാനന്തര പഠനം. കണ്ണൂർ സർവ്വകലാശാലയിൽനിന്ന് 'Origin and Growth of Hindi Films & Film Songs: An Analytical Study Based on its contents' എന്ന വിഷയത്തിൽ ഡോക്ടറേറ്റ്.

പ്രസിദ്ധീകരിച്ച കൃതികൾ: യാദോം കീ ബാരാത്ത് (മലയാളം), ഫാൽകെ ഇന്ത്യൻ സിനിമയുടെ പിതാവ് അല്ല (മലയാളം), നായിക @ 50 (മലയാളം), ഗാതാ രഹേ മേരാ ദിൽ (ഹിന്ദി), സിനിമാ കേ ചാർ അദ്ധ്യായ് (ഹിന്ദി), ഗീത് ഗാതാ ചൽ (ഹിന്ദി), മുകേശ്: ദർദീലേ ഗീതോം കേ ശഹൻശാ (ഹിന്ദി), ഹിന്ദി സിനിമാ കോ ദക്ഷിൺ കീ ദേൻ (ഹിന്ദി)

ഭാര്യ : ശ്രീലത
മക്കൾ : സുമിത്ത്, സായന്ത്
വിലാസം : അമൃത, ഓണപ്പറമ്പ്, ചിറക്കൽ പി.ഒ., കണ്ണൂർ - 11
മൊബൈൽ : 9447684449

Malayalam Language
Choudahveem ka Chand
(Reference)
by
Dr. T. Sasidharan

♦

Published in March 2023
by Kairali Books Private Limited
Thalikkavu Road, Kannur.
Ph : 0497-2761200
Email : kairalibooksknr@gmail.com

♦

Cover Design
Prasanth Mangad

♦

Printed at
Printing Park, Tly.

Price ₹: 270.00
113/22-23/Sl.No.1421/300/NS 18.6
ISBN 978-93-93397-55-3

ചൗദഹ്‌വീം
കാ ചാന്ദ്

ഡോ. ടി. ശശിധരൻ

കൈരളി ബുക്സ്

ആമുഖം

ഹിന്ദി സിനിമയുടെ സംഗീതചരിത്രത്തിൽ വ്യക്തിമുദ്ര പതിപ്പിച്ച 30 പ്രതിഭകളുടെ രേഖാചിത്രങ്ങളാണ് ഈ പുസ്തകത്തിലുള്ളത്.

ഹിന്ദി സിനിമയിലെ ആദ്യഗാനമേതാണ്? ശൈശവ കാലഘട്ടത്തിലെ കലാകാരന്മാർ ആരൊക്കെയാണ്?

അല്പം ഫ്ളാഷ്ബാക്ക്.

മൂകയുഗത്തിന് (Silent Films) തിരശ്ശീല വീഴ്ത്തി ശബ്ദയുഗം (talky) പിറന്നതോടെ ഗാനങ്ങൾ സിനിമയുടെ അവിഭാജ്യഘടകങ്ങളായി. ഇന്ത്യയിലെ ആദ്യത്തെ ശബ്ദചിത്രമായ 'ആം ആര' (1931)യിൽ പന്ത്രണ്ട് ഗാനങ്ങൾ ഉണ്ടായിരുന്നു. ഹിന്ദി-ഉർദു സമ്മിശ്രഭാഷയായിരുന്നു ഈ ചിത്രത്തിന്റേത്. ഈ ചിത്രത്തിനുവേണ്ടി ഇതിലെ നടനായ ഡബ്ല്യു.എം. ഖാൻ പാടിയ 'ദേ ദേ ഖുദാ കേ നാം പേ പ്യാരേ/താകത് ഹേ ഗർ ദേനേ കീ/കുഛ് ചാഹേ അഗർ തോ മാംഗ് ലേ മുഝ്സേ/ഹിമ്മത് ഹേ ഗർ ലേനേ കീ.." ആണ് ഇന്ത്യൻ സിനിമയിലെ ആദ്യഗാനം. പിന്നീട് വന്ന "ശീരീ ഫർഹാദ്' (1931) എന്ന ചിത്രത്തിൽ 42 ഗാനങ്ങൾ ഉണ്ടായിരുന്നു. ഈ ചിത്രത്തിലെ ശ്രദ്ധേയമായ ഗാനമാണ് 'ബചാവോ ബചാവോ സഖീ കോ ബചാവോ...' ഇതേ ചിത്രത്തിൽ മാസ്റ്റർ നിസാർ പാടിയ 'വോ മുകദ്ദർ നാ രഹാ വോ സമാനാ ന രഹാ...' തെരുവുകളിൽപ്പോലും മുഴങ്ങി. ചിത്രം 14 ആഴ്ച ഓടി. ചിത്രത്തിൽ ഗാനങ്ങളുടെ എണ്ണം കൂടിക്കൂടി വന്നപ്പോൾ 1932ലെ 'ഇന്ദ്രസഭ' എന്ന ചിത്രം ഒരിക്കലും മറികടക്കാൻ പറ്റാത്ത റിക്കാർഡ് സൃഷ്ടിച്ചു. ഈ ചിത്രത്തിൽ 71 ഗാനങ്ങളുണ്ടായിരുന്നു.

അഭിനേതാക്കൾ തന്നെ പാടി അഭിനയിക്കുക എന്നതായിരുന്നു അക്കാലത്തെ രീതി. 1935ൽ 'ധൂപ് ഛാംവ്' എന്ന ചിത്രത്തോടുകൂടിയാണ് ഇന്ത്യയിൽ പിന്നണിഗാന(playback)സമ്പ്രദായം തുടങ്ങിയത്. വസീർഖാൻ, നാഗർദാസ് നായിക് എന്നിവരാണ് ഈ ചിത്രത്തിലെ ഗാനങ്ങൾക്ക് സംഗീതം നൽകിയത്. അക്കാലത്ത് ഏറെ പ്രചാരം നേടിയ ഈ ചിത്രത്തിലെ ഒരു ഗാനമാണ് 'മൈ ഖുശ് ഹോ നാ ചാഹും ഖുശ് ഹോ നാ സകും ജബ്തക് ഹേ തേരാ..' പാടിയത് പാരോൽഘോഷ്, സുപ്രവാ സർക്കാർ, ഹരിമതി എന്നിവരാണ്.

പാടാൻ കഴിവുള്ള അഭിനേതാക്കൾ ശബ്ദയുഗത്തിലും പിടിച്ചുനിന്നു. കഴിവില്ലാത്തവർ രംഗത്തോട് വിടപറഞ്ഞു. ശബ്ദചിത്രങ്ങളുടെ ഗ്ലാമറിൽ ഭ്രമിച്ച് പല സംഗീതജ്ഞരും സംഗീതസംവിധായകരുടെ കുപ്പായമണിഞ്ഞു. പ്രശസ്തിയിലും പണത്തിലുമായിരുന്നു അവരുടെ നോട്ടം. വലിയ ബാനറുകളുടെ കെയറോഫിൽ മേൽവിലാസമുണ്ടാക്കാൻ അവർ തമ്മിൽ മത്സരിച്ചു. ഇതിൽ ചിലർ വിജയിച്ചു. മറ്റുള്ളവർക്ക്, നല്ല ഗാനങ്ങൾ ഒരുക്കിയിട്ടും, രണ്ടോ മൂന്നോ ചിത്രങ്ങൾക്കുശേഷം മുന്നോട്ട് പോകാൻ കഴിഞ്ഞില്ല. നിരാശിതരായ അവർ രാജ്യത്തിന്റെ ഏതോ മൂലയിൽ അജ്ഞാതരായി മരണം വരിച്ചിരിക്കും. സിനിമയുടെ വാണിജ്യസ്വഭാവം തുടക്കം മുതലേ പ്രകടമായിരുന്നു. നിർഭാഗ്യരായ അവരുടെ പേരുകൾ ഒഴിവാക്കി ആദ്യകാലത്ത് അല്പമെങ്കിലും പിടിച്ചുനിന്നവരുടെ നീണ്ട നിര ഇതാ - ജദ്ദൻബായ്, ലല്ലുഭായ് നായിക്, പ്രാൺസുഖ് നായിക്, സുന്ദർദാസ് ഭാട്ടിയ, ഗോവിന്ദറാവു തേമ്പേ, കേശവറാവു ഭോലേ, മാസ്റ്റർ മൊഹമ്മദ്, ബദ്രീപ്രസാദ് ഝണ്ടേഖാൻ, ബത്തേഖാൻ, ഗംഗാപ്രസാദ് പാഠക്, രേവാശങ്കർ, ബി.എസ്. ഹൂഗൻ, ബുനിയാദ് ഹുസൈൻ, ഹബീബ് ഖാൻ, മീർ സാഹബ്, ജി.പി. കപൂർ, ദാമോദർശർമ്മ, രാംഗോപാൽ പാണ്ഡെ, എസ്.പി. റാണെ, വിട്ടൽദാസ് പാംചോഡിയ, മാസ്റ്റർ മോഹൻ, പ്രൊഫ. ബി.ആർ. ദേവ്ധർ, ബാപൂരാവ് കേത്കർ, അന്നാ സാഹബ് മായിൻകർ, ദാദാ ചന്ദേകർ, മുശ്താക് ഹുസൈൻ, വസന്ത്കുമാർ നായിഡു, ബശീർ ദെഹൽവി.

സംഗീതസംവിധായകരോടൊപ്പം ചേർത്തുവെക്കേണ്ട പേരാണ് ഗാനരചയിതാക്കളുടേത്. 1930കളിൽ ഗാനരചയിതാവ് എന്ന 'പ്രത്യേക വർഗ'മുണ്ടായിരുന്നില്ല. തിരക്കഥാകൃത്തോ സംഭാഷണരചയിതാവോ ആണ് ആ കൃത്യം നിർവ്വഹിച്ചിരുന്നത്. അക്കാലത്തെ ഗാനരചയിതാക്കളാണ് ആഗാ ഹശ്രകാശ്മീരി (പാർസി തിയേറ്ററിലെ നാടകകൃത്ത്), നാരായൺ പ്രസാദ് ബേതാബ് (നാടകകൃത്ത്), രാധേശ്യാം ബരേലി, ഓ.പി. കപൂർ, മാസ്റ്റർ ബസന്ത്, ഡോ. ധനീരാം പ്രേം, ജി.ആർ. സേഠീശാദ്, മുൻശി ദിൽ, ഡേവിഡ് ജോസഫ് മുതലായവർ.

നാല്പതുകളിൽ കവികളായ പണ്ഡിറ്റ് ഇന്ദ്ര്, എഹ്സാൻ റിസ്വി, തൻവീർ നക്വി, ജെ. നക്ശാബ്, ബ്രിജേന്ദ്രഗൗഡ്, വലീ സാഹബ്, അംജും പീലിദീത്, പണ്ഡിറ്റ് സുദർശൻ, മധുർ എന്നിവർ പാട്ടെഴുത്തുകാരായി.

ആദ്യകാല ഗായകരാണ് മാസ്റ്റർ നിസാർ, മാസ്റ്റർ മൊഹമ്മദ്, ദുർറാനി, സർദാർ അഖ്തർ, ഖാൻ മസ്താനാ, വിനായക്, കെ.എൽ. സൈഗൾ, മോതീലാൽ, ജാൽ മർച്ചന്റ്, പ്രൊഫ. സുരേശ്ബാബു, അരുൺകുമാർ, ചിതൽകർ (സംഗീത സംവിധായകൻ സി. രാമചന്ദ്ര) എന്നിവർ,

ഗായികമാരായി രാജകുമാരി, ജുബൈദ, കജ്ജൻ, ശാന്താ ആപ്തേ, മാലതി പാണ്ഡെ, അമീർബായ് കർണ്ണാടകി, നൂർജഹാൻ, രാം ദുലാരി ബിബ്ബോ, നസീംബാനോ, ശീല, രോശൻ ആര, ദുർഗാഖോട്ടെ, മീനാക്ഷി, രതൻബായി, റമോളദേവി, മേനക, രാംദുലാരി, ജദ്ദൻബായി, രത്നപ്രഭ, ഇന്ദുബാല, ഇന്ദിരാവാഡ്കർ, ഖുർശീദ്, ജൊഹരാബായി അംബാലാവാലി എന്നിവർ ശോഭിച്ചു. മുകളിൽപ്പറഞ്ഞവരിൽ ചിലർ താരപരിവേഷത്തോടെ പിൽക്കാലത്തും സംഗീതസദസ്സിൽ ജ്വലിച്ചുനിന്നു.

മുപ്പതുകളിലേയും നാൽപ്പതുകളിലേയും ഹിന്ദിസിനിമാഗാന-സംഗീത ചരിത്രത്തിലൂടെ ഒരോട്ടപ്രദക്ഷിണം മാത്രമാണ് ഇവിടെ നടത്തിയത്. തുടക്കത്തിൽ സൂചിപ്പിച്ചതുപോലെ, മുപ്പത് പ്രതിഭകളെ മൂളിപ്പാട്ടോടെ വായനക്കാരുടെ ഓർമ്മകളിലെ ഗാനങ്ങൾ അയവിറക്കാൻ അവതരിപ്പിക്കുന്നു. തെരഞ്ഞെടുപ്പ് തികച്ചും വ്യക്തിപരം. ഓരോ വ്യക്തിയുടേയും ടോപ്-ടെൻ ഗാനങ്ങളുടെ സൂചികയും ഒപ്പമുണ്ട്. പുസ്തകത്തിന്റെ പ്രസാധനം ഏറ്റെടുത്ത കൈരളിബുക്സിന് നന്ദി.

ഡോ. ടി. ശശിധരൻ

ഉള്ളടക്കം

ശീർഷകഗാനം ...11

ഗാനരചന

- രാമചന്ദ്ര ദ്വിവേദി പ്രദീപ് ...15
- മജ്റൂഹ് സുൽത്താൻപുരി ...20
- ആനന്ദ്ബക്ഷി ...24
- അൻജാൻ ...27
- റാണി മല്ലിക് ...31

സംഗീതസംവിധാനം

- പങ്കജ് മല്ലിക് ...36
- ബുലോ സി. റാണി ...41
- ഏ.ആർ. കുറൈശി ...44
- ചിത്രഗുപ്ത് ...51
- സലീൽ ചൗധരി ...56
- ലക്ഷ്മികാന്ത്-പ്യാരേലാൽ ...61
- ആർ.ഡി.ബർമ്മൻ ...65
- ജദ്ദൻബായി ...69
- സരസ്വതിദേവി ...72
- ഉഷാഖന്ന ...77

ആലാപനം

- കെ.എൽ. സൈഗൾ ...85
- മന്നാഡെ ...91
- മുഹമ്മദ് റഫി ...96
- മുകേശ് ...102
- കിശോർകുമാർ ...107
- തലത് മുഹമ്മദ് ...112
- ജഹാം ആര കജ്ജൻ ...118
- നൂർജഹാൻ ...122
- ബേഗം അഖ്തർ ...128
- ശംശാദ് ബേഗം ...132

- ജൊഹറാബായി അംബാലാവാലി ...141
- ലത മങ്കേഷ്കർ ...148
- ആശാ ഭോസ്‌ലെ ...152
- ഗീതാദത്ത് ...157
- മുബാറക് ബേഗം ...165

ശീർഷകഗാനം

ചൗദഹ്‌വീം കാ ചാന്ദ് ഹോ

തലമുറകളുടെ വിടവിനെ 'ഡിസ്സോൾവ്' ചെയ്ത് ഏകാന്തതയിലും ആൾക്കൂട്ടത്തിലും ആസ്വാദകന്റെ മനസ്സിനെ മഥിക്കുന്ന ഗാനം. അതാണ് 'ചൗദഹ്‌വീം കാ ചാന്ദ്' എന്ന ചിത്രത്തിലെ ശീർഷകഗാനം. ഗുരുദത്ത് ഫിലിംസിന്റെ ബാനറിൽ നിർമ്മിച്ച് എം. സാദിഖ് സംവിധാനം ചെയ്ത് 1960ൽ റിലീസായ ഈ ചിത്രത്തിൽ ഗുരുദത്തും വഹീദാ റഹ്മാനുമാണ് നായകനും നായികയും. പ്രണയഗാനങ്ങൾ അവിഭാജ്യഘടകമായി കരുതുന്ന സിനിമയിൽ വിവാഹത്തിനുമുമ്പ് നായകൻ നായികയെ വർണ്ണിച്ച് പാടുന്നതാണ് പതിവുരീതി. എന്നാൽ ഇവിടെ തിരിച്ചാണ് സംഭവിച്ചിരിക്കുന്നത്. വിവാഹിതയായ നായികയെ ഉപമകൾകൊണ്ട് സമൃദ്ധമായ വരികളിലൂടെ നായകൻ വർണ്ണിക്കുന്നു. ആ ദൃഷ്ടിയിൽ ഒരു 'ഓഫ്ബീറ്റ് ഗാന'മായി ഇതിനെ വിശേഷിപ്പിക്കാം.

നായികയായ വഹീദയുടെ സൗന്ദര്യമാണോ, ശക്കീൽ ബദായൂനിയുടെ രചനയാണോ, പഹാഡി രാഗത്തിൽ ചിട്ടപ്പെടുത്തിയ രവിയുടെ സംഗീതമാണോ ഏറ്റവും മുന്നിലെന്നത് വിവാദങ്ങൾക്ക് വഴിവെച്ചു. എന്നാൽ എല്ലാവരും ഏകസ്വരത്തിൽ അംഗീകരിച്ച ഒരു കാര്യമുണ്ട് - വെള്ളിത്തിരയിൽ പ്രേമത്തിന്റെ ഭാവാത്മകമായ അവതരണം നിർവ്വഹിച്ച ഏറ്റവും ശ്രേഷ്ഠമായ ഗാനങ്ങളിലൊന്നായി ഇത് ഇന്നും നിലനിൽക്കുന്നു.

'ചൗദഹ്‌വീം കാ ചാന്ദ്' പ്രദർശനത്തിനെത്തിയ കാലത്ത് പ്രായ-ലിംഗ ഭേദമെന്യേ സംഗീതപ്രേമികൾ നെഞ്ചോട് ചേർത്ത ഗാനമാണിത്. ഗാനത്തിന്റെ പൂർണ്ണരൂപമിതാ..

ചൗദഹ്‌വീം കാ ചാന്ദ് ഹോ, യാ ആഫ്താബ് ഹോ
ജോ ഭീ ഹോ തും ഖുദാ കീ കസം, ലാജവാബ് ഹോ
ചൗദഹ്‌വീം കാ ചാന്ദ് ഹോ...
ജുൽഫേം ഹെ, ജൈസേ കാം ന്ധെ പെ, ബാദൽ ഝുകേ ഹുയേ
ആംഖേം ഹെ ജൈസേ, മയ് കേ പ്യാലേ ഭരേ ഹുയേ
മസ്തീ ഹേ ജിസ്മേം പ്യാർ കീ, തും വോ ശരാബ് ഹോ
ചൗദഹ്‌വീം കാ ചാന്ദ് ഹോ...

ചെഹ്‌രാ ഹേ ജൈസേ ഝീൽ മേം ഹസ്താ ഹുആ കമൽ
യാ സിന്ദഗീ കേ സാജ് പെ, ഛേഡീ ഹുയീ ഗസൽ
ജാനേ ബഹാർ തും കിസീ ശായർ കാ ഖാബ് ഹോ
ഹോഠോം പേ ഖേൽതീ ഹേ, തബസ്സും കീ ബിജലിയാം
സജ് ദേ തുമാരീ രാഹ് മേം കർതീ ഹേ കഹ്കശാം
ദുനിയാ ഏ - ഹുസ്നോ - ഇശ്ക് കാതും ഹീ ശബാബ് ഹോ
ചൗദഹ്‌വീം കാ ചാന്ദ് ഹോ...

ഗാനരചന

1. രാമചന്ദ്ര ദ്വിവേദി പ്രദീപ്
2. മജ്‌രൂഹ് സുൽത്താൻപുരി
3. ആനന്ദ് ബക്ഷി
4. അൻജാൻ
5. റാണി മല്ലിക്

രാമചന്ദ്ര ദ്വിവേദി പ്രദീപ്

വിദ്യാർത്ഥിയായിരിക്കുമ്പോൾത്തന്നെ കവി എന്ന പേരിലറിയപ്പെട്ടിരുന്ന രാമചന്ദ്ര ദ്വിവേദി പ്രദീപ് യാദൃച്ഛികമായാണ് ചലച്ചിത്രരംഗത്ത് എത്തിപ്പെട്ടത്. ഇന്ത്യൻ സിനിമയിലെ പ്രശസ്ത ബാനറായ ബോംബെ ടാക്കീസിന്റെ 'കംഗൻ' (1939) എന്ന ചിത്രത്തിലൂടെയാണ് പ്രദീപ് ഗാന രചയിതാവായി അരങ്ങേറ്റം കുറിച്ചത്. നാല് ഗാനങ്ങളാണ് അദ്ദേഹം എഴുതിയത്. നിർമ്മാതാവിന്റെയും സംഗീതസംവിധായക സരസ്വതി ദേവിയുടേയും നിർബന്ധത്താൽ അവയിൽ മൂന്ന് ഗാനങ്ങളും പ്രദീപ് തന്നെ പാടി. ആ ഗാനങ്ങൾ പോപ്പുലറായി. ചിത്രം ഹിറ്റായതോടെ രംഗത്ത് ഉറച്ചുനിൽക്കാനുള്ള ആത്മവിശ്വാസം അദ്ദേഹത്തിനുണ്ടായി. ബോംബേ ടാക്കീസിന്റെ അടുത്ത ചിത്രമായ 'ബന്ധനി'ൽ പ്രദീപ് എഴുതിയ 'ചൽചൽരേ നൗജവാൻ...' എന്ന യൂത്ത് മാർച്ചിംഗ് സോങ്ങ് അദ്ദേഹത്തെ ഗാനരചയിതാക്കളിൽ ഒന്നാമതാക്കി. സ്വാതന്ത്ര്യസമരം മൂർദ്ധന്യത്തിലെത്തിയ അവസരത്തിലായിരുന്നു ഈ ചിത്രം റിലീസ് ചെയ്തിരുന്നത്. യുവാക്കൾക്ക് മുന്നോട്ട് പോകുവാനുള്ള ആഹ്വാനം നൽകുന്ന ആ ഗാനം രാജ്യം മുഴുവൻ 'ഇൻസ്റ്റന്റ് പോപ്പുലാരിറ്റി' നേടി. കോൺഗ്രസ് വളണ്ടിയർമാരുടെ പ്രഭാതഭേരികളിൽ നിർബന്ധമായും ഉൾപ്പെടുത്തിയ ഗാനമായിരുന്നു അത്.

ബോംബെ ടാക്കീസിന്റെ 'പുനർമിലൻ', 'ഝൂലാ', 'നയാ സൻസാർ', 'അൻജാൻ', 'കിസ്മത്' എന്നീ ചിത്രങ്ങൾക്കും പ്രദീപ് പാട്ടുകളെഴുതി. 'കിസ്മത്' പൂർത്തിയായി എഡിറ്റിംങ്ങ് ടേബിളിൽ എത്തിയ കാലത്താണ് ഗാന്ധിജിയുടെ ചരിത്രപ്രധാനമായ ക്വിറ്റ് ഇന്ത്യാ പ്രഖ്യാപനം ഉണ്ടായത്. പ്രധാനപ്പെട്ട നേതാക്കളെയെല്ലാം അറസ്റ്റ് ചെയ്ത് ജയിലിലാക്കി. 'കിസ്മത്തി'ൽ പ്രദീപ് എഴുതിയ 'ദൂർ ഹടോ എ ദുനായാവാലെ ഹിന്ദുസ്ഥാൻ ഹമാരാ ഹേ...' എന്ന ഗാനമുണ്ട്. ക്വിറ്റ് ഇന്ത്യാ പ്രഖ്യാപനത്തിന്റെ പശ്ചാത്തലത്തിൽ ഈ ഗാനം പ്രേക്ഷകരിൽ ദേശഭക്തിയുടെ അലകൾ സൃഷ്ടിച്ചു.

ബോംബെ ടാക്കീസിൽ നിന്ന് വേർപിരിഞ്ഞ പ്രദീപ് ഫിലിമിസ്ഥാൻ കമ്പനിയുമായി സഹകരിച്ചു. ഈ ബാനറിന്റെ ആദ്യചിത്രമാണ് "ചൽ ചൽ രേ നൗ ജവാൻ', 'ബന്ധനി'ൽ പ്രദീപ് എഴുതിയ ഗാനത്തിന്റെ ആദ്യവരിയാണ് ചിത്രത്തിന്റെ പേരായി കൊടുത്തത്. ഈ ചിത്രത്തിനുവേണ്ടി പ്രദീപ് എഴുതിയ സന്ദേശമുൾക്കൊള്ളുന്ന ഒരു ഗാനം പ്രത്യേകം ശ്രദ്ധയാകർഷിച്ചു. ഇന്ത്യയിൽ ഹിന്ദുക്കളും മുസ്ലീങ്ങളും തമ്മിൽ സംഘർഷം വ്യാപിച്ച കാലമായിരുന്നു അത്. രാജ്യത്തിന്റെ വിഭജനം ഒഴിവാക്കാൻ നേതാക്കൾ ആവുംവിധം ശ്രമിച്ചു; അവർ പരാജയപ്പെട്ടു. എന്നാൽ ഈ ചിത്രവും ഗാനരചയിതാവായ പ്രദീപും രാജ്യത്തിനുവേണ്ടി ഇക്കാര്യത്തിൽ കഴിയുന്നതൊക്കെ ചെയ്തു. ഇരുമതക്കാരുടേയും ഐക്യത്തിനും സൗഹാർദ്ദത്തിനുംവേണ്ടി പ്രദീപ് എഴുതി – 'മൻജിൽസബി കീ ഏക് ഹെ രാഹേം അലഗ് അലഗ്, വോ ഏക് ഹേ പർ അപ്നീ നിഗാ ഹേം അലഗ് അലഗ് മന്ദിർ മേം ഹേ ഭഗവാൻ വോ മസ്ജിദ് മേം ഖുദാ ഹേ കിസ്നേ കഹാ ബോലോ ഹർബർ മഹാദേവ് അല്ലാ ഹോ അക്ബർ'.

ഫിലിമിസ്ഥാനുമായി അഞ്ചുവർഷത്തെ കോൺട്രാക്ടിൽ ഏർപ്പെട്ടിരുന്ന പ്രദീപ് അഭിപ്രായഭിന്നതകളെ തുടർന്ന് പാതിവഴിക്ക് വെച്ച് വേർപിരിഞ്ഞു. കോൺട്രാക്ടിന്റെ കാലാവധി തീരാൻ രണ്ടര വർഷം ബാക്കിയിരിക്കേ അദ്ദേഹം അലസനായി ഇരുന്നില്ല. ലക്ഷ്മീ പിക്ചേഴസിനുവേണ്ടി 'കാദംബരി', 'അമർപാലി', 'വീരാംഗന' എന്നീ ചിത്രങ്ങൾക്കുവണ്ടി മിസ്കമൽ, ബി.എ. എന്ന തൂലികാനാമത്തിൽ ഗാനങ്ങളെഴുതി.

അശോക്കുമാർ ബോംബെ ടാക്കീസിന്റെ ചുമതല ഏറ്റെടുത്തപ്പോൾ പ്രദീപ് അവരുടെ 'മശാൽ' (1950) എന്ന ചിത്രത്തിനുവേണ്ടി ഗാനങ്ങളെഴുതി ഈ ചിത്രത്തിൽ മന്നാഡേ പാടിയ 'ഊപർ ഗഗൻ വിശാൽ...' എന്ന ഗാനം ഏറെ പ്രശംസ പിടിച്ചുപറ്റി.

ഫിലിമിസ്ഥാൻ പ്രദീപിനെ തിരിച്ചുവിളിച്ചു. അവരുടെ 'നാസ്തിക്' (1954), 'ജാഗൃതി' എന്നീ ചിത്രങ്ങൾക്ക് ഗാനങ്ങളെഴുതി. രണ്ടു ചിത്ര ങ്ങളും ഹിറ്റായി. 'നാസ്തതി'നു പുറമെ അനുപംചിത്രയുടെ 'തലാക്' (1958), ജമിനിയുടെ 'പൈഗാം' (1959) എന്നിവയാണ് സംഗീതസംവി ധായകൻ സി. രാമചന്ദ്രയോടൊപ്പം പ്രദീപ് സഹകരിച്ച വലിയ ഹിറ്റ് ചിത്രങ്ങൾ.

മുപ്പതുകളിലെ സംഗീതസംവിധായകരായ സരസ്വതീദേവി, രാമ ചന്ദ്രപാൽ, പന്നാലാൽ ഘോഷ്, അനിൽ ബിശ്വാസ് എന്നിവരിൽ തുടങ്ങി വ്യത്യസ്ത ശൈലിയുടെ വക്താക്കളായ അവിനാശ് വ്യാസ് (ചിത്രം-വാമൻ അവ്താർ), എസ്.എൻ. ത്രിപാഠി (ഹർഹർഗംഗേ), ചിത്ര ഗുപ്ത് (വസന്ത് പഞ്ചമി), ഒ.പി. നയ്യാർ (സംബന്ധ്), വസന്ത് ദേശായി (സ്കൂൾ മാസ്റ്റർ), സലിൽ ചൗധരി (നേതാജി സുഭാഷ് ചന്ദ്രബോസ്), രോശൻ (ബാപ്ബേട്ടി), ഉഷാഖന്ന (നാഗിൻ ഔർ സുഹാഗൻ), കല്യാൺജി-ആനന്ദ്ജി (അഗ്നിപരീക്ഷ), ലക്ഷ്മികാന്ത്-പ്യാരേലാൽ (ഹരിചന്ദ്ര താരാമതി), എൻ. ദത്ത (ദസറ), ഭൂപേൻ ഹസാരിക (ഛട്ട് മായാ കീ മൈയ്യാ), സി. അർജ്ജുൻ (ജയ് സന്തോഷീ മാ), നദീം-ശ്രാവൺ (അൻമോൽ സിതാരേ) എന്നിവർക്കുവേണ്ടിയും പ്രദീപ് ഗാന ങ്ങളെഴുതി.

ചലച്ചിത്രരംഗത്തിന് പുത്തനുണർവ് നൽകിയ പ്രദീപിന് 1961ൽ സംഗീത നാടക അക്കാദമിയുടെ അവാർഡ് ലഭിച്ചിരുന്നു.

ചലച്ചിത്രരംഗത്തുനിന്ന് അകന്നു നിന്ന പ്രദീപ് അന്നത്തെ ചലച്ചി ത്രഗാനങ്ങളുടെയും സംഗീതത്തിന്റെയും നിലവാരത്തിൽ തൃപ്തന ല്ലായിരുന്നു. കലാപരമായ മൂല്യം അവയ്ക്ക് നഷ്ടപ്പെട്ടിരിക്കുന്നു. അവ സരം ലഭിക്കാത്ത നിരാശയിൽ നിന്നുള്ള ജല്പനമായി തന്റെ അഭി പ്രായത്തെ കരുതരുതെന്ന് അദ്ദേഹം പറഞ്ഞു. തന്നോടൊപ്പം ഉണ്ടാ യിരുന്ന പല ഗാനരചയിതാക്കളും നിലനിൽപ്പിനായി വൾഗറായ ഗാന ങ്ങൾ രചിക്കുന്നതിലും അദ്ദേഹത്തിന് എതിർപ്പുണ്ടായിരുന്നു. 'ചോളീ കേ പീച്ചേ ക്യാ ഹേ'യും 'ഗുടർ ഗുടറും', 'കബൂതർജാജാ'യും 'സാത് സഹേലിയാ'യും പോലുള്ള ഗാനങ്ങളെഴുതി പണം ഉണ്ടാക്കുന്നതിലും ഭേദം ഈ തൊഴിലിനോട് വിടപറയുന്നതാണ് മാന്യത എന്ന് അദ്ദേഹം കരുതി.

പ്രദീപ് എഴുതി മറ്റ് ഗായകർ പാടിയ ഹിറ്റ് ഗാനങ്ങൾ ഇവയാണ് - 'സുനി പഢീരേസിതാർ മീരാ കേ ജീവൻ കീ..' (കംഗൻ-ലീലാ ചിറ്റ്നിസ്), 'പപീഹാ രേമേരേപിയാ സേകഹിയോ ആജ്..' (കിസ്മത് - പാരുൽഘോഷ്) 'ധീരേ ധീരേ ആ രേ ബാദൽ...' (കിസ്മത്-അ

മീർബായി കർണ്ണാടക), 'ചനാ ജോർ ഗരം ബാബൂ മൈ ലായാ ജോർദാൻ...' (ബന്ധൻ-അരുൺകുമാർ), 'ആജ് ഹിമാലയ് കീ ചോട്ടി സേഫിർഹം നേലൽകാരാ...' (മുംതാസ് ശാന്തിയും കൂട്ടരും - കിസ്മത്), 'ആ ദുനിയാ ബതാ ഹംനേ ബിഗാഡാ തേരാ..' (അമീർഭായി കർണാടകി- കിസ്മത്).

'ന ജാനേ കിധർ ആജ് മേരീ നാവ് ചലീരേ..' (ഝൂലാ- അശോക്കുമാർ), 'പാസേ സഭീ ഉൽട്ട് ഗയേ ദുശ്മൻ കീ ചാൽ കേ...' (മുഹമ്മദ് റാഫി - ജാഗൃതി), 'ദേദീ ഹമേം ആസാദീബിനാ ഖഡഗ്ബിനാ ഢാൽ...' (ലതാ മങ്കേഷ്കർ - ജാഗ്രതി), 'മൈതോ ആരതീ ഉതാരൂം രേ സന്തോഷി മാതാ കീ...' (ഉഷാ മങ്കേഷ്കർ - ജയ് സന്തോഷി മാം), 'യഹാം വഹാം ജഹാം തഹാം മത് പൂഛോ കഹാം...' (മഹേന്ദ്ര കപൂർ - ജയ് സന്തോഷിമാം), 'ആജാരേ ആജാരേ മേരേ രാം..' (നവമി), 'ആജ്കേ ഇൻസാൻ കോ ക്യാ ഹോ ഗയാ...' (അമർ രഹേ യേ പ്യാർ), കഹ്തീ ഹേ ഝുകീ ഝുകീ നസർ..', 'നജാനേ കഹാം തും ഥേ...' (സിന്ദഗി ഔർ ഖാബ്), 'ചൽ അകേലാ...' (മുകേശ്-സംബന്ധ്), പ്രദീപ് സ്വയം പാടിയ ഹിറ്റുഗാനങ്ങളാണ് 'ദൂസരോം കാ ദുഖ ദൂർ കർനേ വാലേ തേരേ ദുഖ് കോ...' (ദശഹര), 'ദേഖ് തേരേ സൻസാർ കീ ഹാലത് ക്യാ ഹോ ഗയീ ഭഗവാൻ...' (നാസ്തിക്), 'ആവോം ബച്ചോം തുമേം ദിഖായേം ഝാം കീ ഹിന്ദുസ്ഥാൻ കീ...' (ജാഗ്രതി) എന്നിവ. എന്നാൽ പ്രദീപിന്റെ മേജർ ഹിറ്റ് ചലച്ചിത്രേതര ദേശഭക്തിഗാനം 'ഏ മേരേ വതൻ കേ ലോഗോം...' ആണ്. ചൈനീസ് ആക്രമണത്തിനുശേഷം 1963-ൽ ദില്ലിയിൽ ചലച്ചിത്ര വ്യവസായത്തിന്റെ ആഭിമുഖ്യത്തിൽ സംഘടിപ്പിച്ച പരിപാടിയിൽ ലതാ മങ്കേഷ്കർ ഈ ഗാനം ആലപിച്ചപ്പോൾ പ്രധാനമന്ത്രി ജവഹർലാൽ നെഹ്റു അടക്കമുള്ള ശ്രോതാക്കളുടെ കണ്ണുകൾ അശ്രുപൂരിതങ്ങളായി.

പ്രധാനപ്പെട്ട പത്ത് ഗാനങ്ങൾ

1. ഏ മേരേ വതൻ കേ ലോഗോം... (ചലച്ചിത്രേതര ഗാനം)
2. ഹവാ തും ധീരേ ബഹോ, മേരേ ആതേ ഹോംഗേ ചിത്ചോർ
   (കംഗൻ - 1939)
3. ചൽ ചൽ രേ നൗജവാൻ ദൂർ തേരാ ഗാവ്.. (ബന്ധൻ - 1940)
4. ആജ് ഹിമാലയ് കീ ചോട്ടീ സേ ഫിർ ഹംനേ ലൽകാരാ
   (കിസ്മത് - 1943)
5. ആവോ ബച്ചോ തുമേം ദിഖായേ ഝംകീ ഹിന്ദുസ്ഥാൻ കീ
   (ജാഗൃതി - 1944)

6. പിംജരേ കേ പംഛീ രേ തേരാ ദർദ് നാ ജാനേ കോയി
(നാഗമണി - 1957)
7. ആ ലൗട്ട് കേ ആജാ മേരേ മീത് (റാണി രൂപ്മതി - 1959)
8. കഭീ കഭീ കീ ഖുശിയാം കോയി ലൂട്ടേ നാ...
(സിന്ദഗി ഔർ ഖാബ് - 1962)
9. ചൽ അകേലാ ചൽ അകേലാ... (സംബന്ധ് - 1969)
10. മൈ തോ ആരതീ ഉതാരും രീ സന്തോഷി മാം കീ
(ജയ് സന്തോഷി മാം - 1975)

മജ്രൂഹ് സുൽത്താൻപുരി

കാലത്തിനൊപ്പം സഞ്ചരിച്ച ഗാനരചയിതാവായിരുന്നു അന്തരിച്ച മജ്രൂഹ് സുൽത്താൻപുരി. ഗാനരചന ആരംഭിച്ച നാല്പതുകളിലെ പ്രശസ്തി രണ്ടായിരത്തിലും അദ്ദേഹം നിലനിർത്തി. (ചിത്രം ക്യാകഹ്നാ)

പുരോഗമന ചിന്തകനും കമ്മ്യൂണിസ്റ്റ് സഹയാത്രികനുമായിരുന്നു അസരാർ ഉൽഹസൻ എന്ന മജ്രൂഹ് സുൽത്താൻപുരി. ഭാവനാസമ്പന്നമായ, പുരോഗമനവാദിയായ കവിയെന്ന് അറിയപ്പെട്ട ശേഷമാണ് മജ്രൂഹ് സിനിമാരംഗത്ത് പ്രവേശിച്ചത്. അദ്ദേഹമെഴുതിയത് ഹൃദയസ്പർശിയായ ഗാനങ്ങൾ. ദാരിദ്ര്യവും കഷ്ടപ്പാടുകളും അനുഭവിക്കാൻ വിധിക്കപ്പെട്ടവനാണ് കവി എന്ന ധാരണ തിരുത്താൻ മജ്രൂഹ് ആഗ്രഹിച്ചു. മറ്റുള്ളവരെപ്പോലെ സമ്പാദിക്കാൻ കവിക്കും ഗാനരചയിതാവിനും കഴിയുമെന്ന് തെളിയിക്കാനാണ് അദ്ദേഹം ശ്രമിച്ചത്. അതുകൊണ്ട് പല ഒത്തുതീർപ്പുകൾക്കും അദ്ദേഹം തയ്യാറായി സിനിമ എന്നാൽ കവിയുടെ കടലാസ് കഷണമോ പുസ്തകമോ അല്ലെന്നും ഒരു മായികലോകമാണെന്നും മനസ്സിലാക്കിയ മജ്രൂഹ് എല്ലാത്തരത്തിലുമുള്ള ഗാനങ്ങളുമെഴുതി. സഹഗാമികളായ, പുരോഗമനവാദികളായ കവികൾ അദ്ദേഹത്തെ കളിയാക്കി. മജ്രൂഹ് അവരെ കുറ്റപ്പെടു

ത്തിയില്ല. ഹൃദയാവർജ്ജകങ്ങളായ ധാരാളം ഗാനങ്ങളെഴുതിയ അദ്ദേഹം 'ഓ, മേരേ സോനാരേ... സോനാരേ...' പോലുള്ള നിലവാരമില്ലാത്ത ഗാനങ്ങളും എഴുതിയിട്ടുണ്ട്. എന്നാൽ അശ്ലീലമോ ദ്വയാർത്ഥദ്യോതകമോ ആയ ഗാനങ്ങൾ എഴുതിയില്ല.

നാനൂറിലേറെ ചിത്രങ്ങൾക്ക് ഗാനങ്ങളെഴുതിയ മജ്രൂഹിന്റെ ഭൂരിഭാഗം ഗാനങ്ങളും പ്രേമഗാനങ്ങളാണ്. 'ബോയി മീറ്റ് ദി ഗേൾ' ഫോർമുലയിലുള്ള ഹിന്ദി സിനിമയ്ക്ക് അത്തരം ഗാനങ്ങൾ അനിവാര്യമായിരുന്നു. 'അബ്തോ ഹേ തുംസേ ഹർ ഖശീ അപ്നീ...' (ചിത്രം - അഭിമാൻ) എന്ന വരികളിലൂടെ നിസ്വാർത്ഥപ്രേമം വെളിപ്പെടുത്തിയ മജ്രൂഹ് പ്രേമത്തിലെ വിരഹത്തിനും വാക്കുകൾ നൽകി. 'പിയാ ബിനാ പിയാ ബിനാ ബാംസിയേ ബാജാ നാ...' (അഭിമാൻ), 'ജിസ് ധർതീ കേ അംഗ്പർരംഗ് ശഹീദോം നേ ഡാലാ...' (ചിത്രം - വതൻ കേ രഖ്വാലേ)യിലൂടെ ദേശഭക്തി പ്രകടിപ്പിച്ച അദ്ദേഹം സമയമാകുന്ന പക്ഷിക്ക് കറുപ്പും വെളുപ്പും ചിറകുകൾ നൽകി ഗാനത്തെ കവിതയുടെ ശ്രേണിയിലേക്കുയർത്തി - 'സമയ് കാ പംഛീ ഉഡ്താ ജായേ, ഇക് ഉജാലാ ഇക് കാലാ പർ ഫൈലായേ...' (ചിത്രം - ആഗ്)

'കോയീ ഹംദം ന രഹാ കോയീ സഹാരാ ന രഹാ, ഹം കിസീകേ ന രഹേ കോയീ ഹമാരാ ന രഹാ...' (ഝുമുരു) എന്നീ വരികളിലൂടെ വ്യഥിത ഹൃദയത്തിന്റെ തേങ്ങലുകൾ രേഖപ്പെടുത്തിയ മജ്രൂഹ് ദുഃഖത്തിൽ വിധിയെ പഴിക്കുന്നു. 'യേ ഗമേ യാർബതാ കൈസേ ജിയാ കർതേ ഹേ, ജിൻഢഗീ തക് ദീർ ബിഗഡ് ജാതീ ഹേ, ക്യാ കർതേ ഹേ..' (ഏക് നസർ)

തത്ത്വചിന്തയ്ക്ക് വാക്കുകൾ നൽകി 'ഓഹ് രേ താൽ മിലേ നദീ കേ ജൽ മേം, നദീ മിലേ സാഗർ മേ, സാഗർ മിലേ കോൻസേ ജൽമേം കോയീ ജാനേ നാ...' (അനോഖീ രാത്) എഴുതിയ കവിഭാവന തന്നെയാണ് വിട്ടുവീഴ്ചയ്ക്ക് തയ്യാറായി 'രാത് അകേലീ ഹേ, ബുഝ് ഗയേ ദിയേ...' (ജ്വൽ തീഫ്) പോലുള്ള കാബറേ നൃത്തഗാനവും 'ജോഡീ ഹമാരീ ജമേഗീ കൈസീ ജാനീ, ഹം തോ അംഗ്രേസീ തും ലഡ്കീ ഹിന്ദുസ്ഥാനീ..' (ഔലാദ്) പോലുള്ള ഹാസ്യഗാനങ്ങളും എഴുതിയത്.

മജ്രൂഹ് ഗാനരചന നിർവഹിച്ച ആദ്യചിത്രമാണ് 'ഷാജഹാൻ' (1946). ഈ ചിത്രത്തിലെ 'കർ ലീജിയേ ചൽക്കർ മേരേ ജന്നത് കീ നസാരേ..', 'ജബ് ദിൽ ഹീ ടൂട്ട് ഗയാ ഹം ജീ കേ ക്യാകരേംഗേ...', 'ഗം ദിയേ മുസ്തകിൽ കിതനാ നാജുക് ഹേ ദിൽ..' എന്നീ ഗാനങ്ങൾ

ഗായകനായ സൈഗാളിനും സംഗീതസംവിധായകൻ നൗശാദിനും രചയിതാവായ മജ്രൂഹിനും അനശ്വരത നൽകുന്നു.

സിറ്റ്വേഷൻ പെട്ടെന്ന് മനസ്സിലാക്കി ദ്രുതഗതിയിൽ ഗാനങ്ങളെഴുതാനുള്ള മജ്രൂഹിന്റെ കഴിവ് വ്യത്യസ്ത സംഗീതസംവിധായകരോടൊപ്പം പ്രവർത്തിക്കാനുള്ള അവസരം നൽകി. നൗശാദിൽ തുടങ്ങി എസ്.ഡി. ബർമനിലൂടെ, മകനായ ആർ.ഡി. ബർമനിലൂടെ, പുതിയ തലമുറയിലെ ഏ.ആർ. റഹ്മാൻ വരെ ഈ കൂട്ടുകെട്ട് നിലനിന്നു.

വിവിധ സംഗീതസംവിധായകർ ഈണം നൽകിയ മജ്രൂഹിന്റെ ചില ഹിറ്റുഗാനങ്ങളാണ് 'കാലീ ഘടാ ഛായേ മേരാ ജിയാ തർസായേ..' (ചിത്രം - സുജാത, സംഗീതം - എസ്.ഡി.ബർമൻ, പാടിയത് - ആശ), 'ഹേ അപ്നാ ദിൽ തോ ആവാരാ...' (സോലഹ് വാം സാൽ - എസ്.ഡി.ബി. - ഹേമന്ത്കുമാർ), 'ചാന്ദ് ഫിർ നികലാമഗർ തും ന ആയേ..' (പേയിംഗ് ഗസ്റ്റ് - എസ്.ഡി.ബി. - ലത), 'കഭീ തോ മിലേഗീ കഹീ തോ മിലേഗീ ബഹാരോം കീ മംജിൽ..' (ആരതി - രോശൻ - ലത), 'ആജ് ഹം അപ്നീ ദുആഓം കാ അസർ ദേഖേം ഗേ..' (പാക്കീസാ - ഗുലാം മുഹമ്മദ് - ലത), 'ആജ് ഹം അപ്നീ ദിൽ ഖോ ബൈഠേ...' (അന്ദാസ് - നൗശാദ് - മുകേശ്), 'ഇക് ദിൻ ബിക് ജായേഗാ മാടീ കേ മോൽ...' (ധരം കരം - ആർ.ഡി.ബി. മുകേശ്), 'രഹേ നാ രഹേ ഹം മഹകാ കരേംഗേ ബൻ കീ കലീ...' (മമത - രോശൻ - ലത), 'മേരാ നാം ചിൻ ചിൻ ചൂബാബാ...' (ഹൌറാ ബ്രിഡ്ജ് - ഒ.പി. നയ്യാർ - ഗീതാ ദത്ത്), 'ദുഃഖീ മൻ മേരേ സുൻ മേരാ കഹ്നാ... ജഹാം നഹീ ചൈൻ നാ...' (ഫൻടൂശ് - എസ്.ഡി.ബി. - കിശോർ), 'ബാർ ബാർ ദേഖോ ഹസാർ ബാർ ദേഖോ..' (ചൈനാ ടൗൺ - രവി - റഫി), 'പപ്പാ കഹ്തേ ഹേ ബഡാ നാം കരേഗാ...' (ഖയാമത് സേ ഖയാമത് തക് - ഉദിത് നാരായൺ - ആനന്ദ് മിലിന്ദ്), 'രുക് ജാനാ നഹീ തൂ കഹീ ഹാർ കേ...' (ഇംതിഹാൻ - ലക്ഷ്മീ - പ്യാരേ - കിശോർ) എന്നിവ.

ഫാൽക്കേ അവാർഡ്, ചലച്ചിത്ര രചയിതാവിനുള്ള മില്ലെനിയം അവാർഡ് തുടങ്ങിയ നിരവധി പുരസ്കാരങ്ങൾ മജ്രൂഹിന് ലഭിച്ചിട്ടുണ്ട്.

പ്രധാനപ്പെട്ട പത്ത് ഗാനങ്ങൾ

1. ജബ് ദിൽ ഹീ ടൂട്ട് ഗയാ ഹം ജീ കേ ക്യാ കരേംഗേ
(ഷാജഹാൻ - 1946)
2. ദുഃഖീ മൻ മേരേ സുൻ മേരാ കഹ്നാ ജഹാം നഹീ ചൈൻനാ...
(ഫൺടൂശ് - 1956)
3. മേരാ നാം ചിൻ ചിൻ ചിൻ, ചിൻ ചിൻ ബാബാ
(ഹൗറ ബ്രിഡ്ജ് - 1958)
4. കോയീ ഹംദം ന രഹാ കോയീ സഹാരാ നാ രഹാ
(ഝൂമ്രൂ - 1961)
5. ഓഹ് രേ താൽ മിലേ നദീ കേ ജൽ മേം നദീമിലേ സാഗർ മേം
(അനോഖി രാത് - 1968)
6. ഇനീം ലോ ഗോം നേ ലേ ലീനാ ദുപ്പട്ടാ മേരാ
(പക്കീസ - 1971)
7. അബ്തോ ഹേ തുംസേ ഹർ ഖുശീ അപ്നീ..
(അഭിമാൻ - 1973)
8. രുക് ജാനാ നഹീ തൂ കഹീ ഹാർ കേ
(ഇംതിഹാൻ - 1974)
9. രഹേ ന രഹേ ഹം മഹ്കാ കരേംഗേ ബൻകീ കലി
(മമ്ത- 1977)
10. ഹേ അപ്നാ ദിൽ തോ ആവാരാ
(സോൽവാ സാൽ - 1979)

ആനന്ദ് ബക്ഷി

നാല്പത് വർഷങ്ങൾക്കുള്ളിൽ നാലായിരത്തിലേറെ ചലച്ചിത്രഗാനങ്ങളെഴുതിയ ആനന്ദ് ബക്ഷി ലോക റിക്കോർഡിന് ഉടമയായി. 1958ൽ 'ഭലാ ആദ്മി'യിലൂടെ ആദ്യമായി തൂലിക ചലിപ്പിച്ച ബക്ഷി അയഥാർത്ഥ കഥാപാത്രങ്ങളുടെ വിചാരങ്ങൾ ലളിതമായും സൂക്ഷ്മമായും കടലാസിൽ പകർത്തി. ബക്ഷിയുടെ ചില ഗാനങ്ങൾ കേട്ടാൽ ചിത്രത്തിലെ രംഗങ്ങൾ ശ്രോതാക്കളുടെ മനസ്സിൽ ഓടിയെത്തും. ബക്ഷിയുടെ രചനയും ചിത്രത്തിലെ രംഗങ്ങളും അത്രമാത്രം ബന്ധപ്പെട്ടു കിടക്കുന്നു. കഞ്ചാവിന്റെ വിഷപ്പുകയിൽ ലഹരിയുടെ ആനന്ദം കണ്ടെത്തുന്ന ഹിപ്പികളുടെ ക്യാമ്പ് "ദം മർദം മിട ജായേ ഗം...' (ചിത്രം - ഹരേ രാമ ഹരേ കൃഷ്ണ) എന്ന ഗാനത്തിലൂടെയും ശുശ്രൂഷിക്കാൻ വന്നവളിൽ കാമുകിയെ കണ്ടെത്തി ഒടുവിൽ വിരഹത്തിന്റെ അവസ്ഥയിൽ നിരാശിതനായി പാടുന്ന കാമുകന്റെ രൂപം 'ഖിലോന ജാൻകർ തും തോ മേരാ ദിൽ...' (ചിത്രം - ഖിലോന) എന്ന ഗാനത്തിലൂടെയും ഓർമ്മയിലെത്തും.

ബക്ഷിയുടെ ചില ഗാനങ്ങൾ പ്രഥമശ്രവണ മാത്രയിൽ നമ്മെ പിടിച്ചുനിർത്തിയില്ലെങ്കിലും പിന്നീട് അവയുടെ പൂർണ്ണമായ അർത്ഥം ഗ്രഹിച്ച ശേഷം ഒരു തണ്ടർബോൾ പോലെ നമ്മിലേക്ക് തന്നെ തിരിച്ചു

വരുന്ന അനുഭവങ്ങളുണ്ട്. മുകേഷ് പാടിയ 'ചാന്ദ് ആഹേം ഭരേഗാ ഫൂൽ ദിൽ ഥാം ലേംഗേ...' (ചിത്രം - മര്യാദ), ലത പാടിയ 'പർദേ ഉഠ്നേ വാലാ ഹേ തമാസാ ഹോനേ വാലാ ഹേ..' (ചിത്രം - ബച്പൻ), റാഫി പാടിയ 'ഗമേ ഹസ്തീ സേ ബസ് ബേശാനാ ഹോതാ ഹേ...' (വല്ലാഹ് ക്യാ ബാത് ഹേ) എന്നിവ ഉദാഹരണം. സാഹിത്യത്തോടുള്ള ബക്ഷിയുടെ അഭിരുചി അദ്ദേഹത്തിന്റെ ചില ഗാനങ്ങളിൽ പ്രതിഫലിക്കുന്നുണ്ട്. താനൊരു കവിയല്ല, ഗാനരചയിതാവ് മാത്രമാണ് എന്ന് പറയുന്ന ബക്ഷിയുടെ ഗാനങ്ങളിൽ പലതും കവിത തുളുമ്പുന്നവയാണ്. നായികയുടെ ജീവിതനൈരാശ്യം പ്രകടിപ്പിക്കന്ന 'ന കോയീ ഉമംഗ് ഹേ ന കോയീ തരംഗ് ഹേ മേരീ സിന്ദഗി ഹേ ക്യാ ഇക് കടീ പതംഗ് ഹേ...' (ചിത്രം - കടീ പതംഗ്). കാമുകിയുടെ സൗന്ദര്യം വർണിക്കുന്ന 'ഹേ രേശ് മീ ജൂൽ ഫേം യേ ശർബതീ ആഖേം...' (ദോ രാസ്തേ). വിരഹവേദന അനുഭവിക്കുന്ന കാമുകന്റെ അവസ്ഥ വെളിപ്പെടുത്തുന്ന 'ജിസ് ഗലീ മേം തേരാ ഘർ ന ഹോ ബൽമാ...' (ചിത്രം - കടീ പതംഗ്) തുടങ്ങിയ ചലച്ചിത്രഗാനങ്ങളെ കവിതയുടെ ഗ്യാലറിയിലേക്ക് പിടിച്ചുയർത്താവുന്നതാണ്.

ഇന്നത്തെ ഹിന്ദി ചലച്ചിത്രഗാനങ്ങളിൽ കവിതയില്ല. അശ്ലീലം മാത്രമാണുള്ളതെന്ന് ആക്ഷേപിച്ചാൽ ബക്ഷിയുടെ അഭിപ്രായത്തിൽ അതിനുത്തരവാദി ഗാനരചയിതാവല്ല, സമയമാണ്. സമയത്തിനൊപ്പം ചലിക്കാനേ ഗാനരചയിതാവിന് കഴിയുകയുള്ളൂ. കവിയും ഗാനരചയിതാവും തമ്മിലുള്ള അന്തരത്തെ ബക്ഷി ഇപ്രകാരം വിലയിരുത്തുന്നു. ഗാനരചയിതാവിന് അടിസ്ഥാനപരമായി കവിതയോട് ചായ്വ് ഉണ്ടായിരിക്കണം. ആത്മാവിഷ്കാരത്തെ തൃപ്തിപ്പെടുത്താൻ കവിയ്ക്ക് സത്യസന്ധമായി വാക്ക് ഉപയോഗിക്കാം. എന്നാൽ ഗാനരചയിതാവിന് ചില പരിമിതികളുണ്ട്. ട്യൂണിന്റെ ചട്ടക്കൂട്ടിൽ നിന്നുകൊണ്ട് ലളിതമായ വാക്കുകൾ ഉപയോഗിക്കാൻ അയാൾക്ക് കഴിയും. ഒരു ഗാനരചയിതാവിന് സംഭവിക്കാവുന്ന അപ്രതീക്ഷിതവും അവിശ്വസനയവുമായ അവാർഡ് ബക്ഷിക്കു ലഭിച്ചു. ഒരാനയെ പ്രധാന കഥാപാത്രമാക്കിക്കൊണ്ട് തേവർ ഫിലിംസ് നിർമ്മിച്ച 'ഹാഥി മേരാ സാഥി' എന്ന ചിത്രത്തിനുവേണ്ടി ബക്ഷി എഴുതിയ 'നഫരത് കീ ദുനിയാ കോ ഛോഡ് കർ പ്യാർ കീ ദുനിയാ മേം ഖുഷ് രഹേ മേരേ യാർ...' എന്ന ഗാനത്തിനാണ് അവാർഡ് നൽകിയത്. 'സൊസൈറ്റി ഫോർ പ്രിവന്റ് ഓഫ് ക്രുവൽറ്റി ടു ആനിമൽസ്' എന്ന സംഘടനയുടേതാണ് അവാർഡ്.

പ്രധാനപ്പെട്ട പത്ത് ഗാനങ്ങൾ

1. ചാന്ദ് ആഹേം ഭരേഗാ ഫൂൽ ദിൽ ഥാം ലേംഗേ
(ഫൂൽ ബനേ അംഗാരേ - 1963)
2. ബഹാരോം നേ മേരാ ചമൻ ലൂട്കർ
(ദേവർ - 1966)
3. മേരേ സപ്നോം കേ റാണി കബ് ആയേഗീ തൂ
(ആരാധന - 1969)
4. ജിസ് ഗലീ മേം തേരാ ഘർ നാ ഹോ ബാൽമാ
(കടീ പതംഗ് - 1970)
5. ജൂബാം പേ ദർദ്ഭരീ ദാസ്താം ചലീ ആയീ
(മര്യാദ - 1971)
6. യേ ദോസ്തീ ഹം നഹീ തോഡേംഗേ
(ശോലെ - 1971)
7. ഹശ് ദം മർദം മിട് ജായേഗം (ഹരേ രാം ഹരേ കൃഷ്ണ് - 1970)
8. യേ രാതേം നയീ പുരാനീ (ജൂലീ - 1975)
9. ചിട്ടീ ആയീ ഹേ (നാം - 1986)
10. ഇശ്ക് ബിനാ ക്യാ ജീനാ യാരോ (താൽ - 1999)

അൻജാൻ

ഒരു ഗാനരചയിതാവെന്ന നിലയിൽ തന്റെ അസ്തിത്വം തെളിയിക്കുക എന്നത് ലാൽജി പാണ്ഡെ എന്ന് അൻജാന്റെ ജീവിതലക്ഷ്യമായിരുന്നു. കഠിനപ്രയത്നത്തിലൂടെ അദ്ദേഹം ലക്ഷ്യം കൈവരിക്കുകതന്നെ ചെയ്തു.

ഉത്തർപ്രദേശിലെ എല്ലാ കവിസമ്മേളനങ്ങളിലും അൻജാന്റെ സാന്നിധ്യം അനിവാര്യമായിരുന്നു. പ്രശസ്ത ഹിന്ദി കവി ഡോ. ഹരിവംശറായി ബച്ചന്റെ കാവ്യകൃതിയായ 'മധുശാല'യ്ക്ക് 'മധുബാല എന്നപേരിൽ പാരഡി എഴുതിയതോടെയാണ് അൻജാൻ പ്രശസ്തനായത്. എന്നാൽ വിശപ്പടക്കാനും കുടുംബം പോറ്റാനും പ്രശസ്തി മാത്രം പോരല്ലോ.

അങ്ങനെ അദ്ദേഹം ബോംബെയിലെത്തി. ഗാനരചയിതാവാകാൻ കഠിനശ്രമം നടത്തി. ബോംബെ എന്ന ചലച്ചിത്ര നഗരത്തിൽ ഗാനരചയിതാവുക എളുപ്പമായിരുന്നില്ല. അവസരത്തിനുവേണ്ടി കേണപേക്ഷിക്കാൻ അൻജാന്റെ അഭിമാനം സമ്മതിച്ചില്ല. വിശപ്പകറ്റാൻ വേണ്ടി അദ്ദേഹം സ്കൂൾ കുട്ടികൾക്ക് ഹിന്ദി ട്യൂഷൻ നൽകി. മുൻഷി പ്രേംചന്ദിന്റെ 'ഗോദാൻ' എന്ന നോവലിനെ ആധാരമാക്കി അതേ പേരിൽ 1963ൽ നിർമ്മിച്ച ചിത്രത്തിൽ ആദ്യമായി പാട്ടെഴുതാൻ അദ്ദേഹത്തിന്

അവസരം ലഭിച്ചു. പാട്ടുകൾ ശ്രദ്ധിക്കപ്പെട്ടുവെങ്കിലും പ്രതിഫലം തുച്ഛമായിരുന്നു. പിന്നീട് അവസരങ്ങൾ ലഭിച്ചില്ല. പഴയ ട്യൂഷൻ വീണ്ടും തുടങ്ങി. ഭോജ്പുരി ചിത്രങ്ങൾക്ക് ഗാനങ്ങൾ എഴുതിക്കൊണ്ട് അൻജാൻ തിരിച്ചുവരവ് നടത്തി. 'ഗംഗാ മയിയാ തോരേ പിയാരി ചഢയീ ബോ' എന്ന ചിത്രത്തിന്റെ വൻവിജയത്തോടെ അദ്ദേഹം ഭോജ്പുരിയിലെ ഏറ്റവും വലിയ ഗാനരചയിതാവായി.

1966ൽ 'രസ്തം കോൻ', 'പ്രൊഫസർ ഔർ ജാദുഗർ' എന്നീ സ്റ്റണ്ട് ചിത്രങ്ങളിലൂടെ ഹിന്ദിയിലേക്ക് രണ്ടാംവരവ് നടത്തിയ അൻജാൻ പ്രകാശ് മെഹ്റയുമായി പരിചയപ്പെട്ടു. അതോടെ അദ്ദേഹത്തിന്റെ ഭാഗ്യനക്ഷത്രം ഉദിച്ചു. പ്രകാശ് മെഹ്റ ബച്ചനെ നായകനാക്കി നിർമിച്ച എല്ലാ ഹിറ്റ് ചിത്രങ്ങൾക്കും ഗാനരചന നടത്തിയത് അൻജാനാണ്. ഒരിക്കൽ അൻജാൻ പറഞ്ഞു, "എന്റെ ഭാഗ്യം പ്രകാശ് മെഹ്റയും ബച്ചനുമായി ബന്ധപ്പെട്ടു കിടക്കുന്നു." പിന്നീട് അൻജാന് തിരിഞ്ഞുനോക്കേണ്ടിവന്നിട്ടില്ല. ഒരേ ദിവസം മൂന്നു ഗാനങ്ങളുടെ റിക്കോർഡിംഗ്, രണ്ട് ഗാനങ്ങളുടെ 'സിറ്റിംഗ്' എന്നിവ നടത്തിയിട്ടുണ്ട്. വൈകിയാണെങ്കിലും അദ്ദേഹം പ്രശസ്തരുടെ നിലയിലേക്കുയർന്നു.

എല്ലാ സംഗീത സംവിധായകരുടെയും ഇഷ്ട ഗാനരചയിതാവാകാൻ അൻജാന് കഴിഞ്ഞു. സംഗീതസംവിധായകരായ രവിശങ്കർ (ഗോദാൻ), റോബിൻ ബാനർജി (രസ്തം കോൻ), സുൽത്താൻ (പ്രൊഫസർ ഔർ ജാദൂഗർ), ഒ.പി. നയ്യാർ (ബഹാരേം ഫിർ ഭീ ആയേഗി), ഹേമന്ത് ഭോസ്ലെ (ധർമ്മശത്രു), ഉഷാഖന്ന (ബംബയീ കാ മഹാരാജാ), രോശൻ (നമസ്തേജി), അനുമല്ലിക് (മംഗൾപാണ്ഡെ), കിശോർ കുമാർ (ചൽതീകാ നാം സിന്ദഗി), ആർ.ഡി. ബർമ്മൻ (സ്വാമി ദാദാ), രാജേഷ് രോശൻ (യാരാനാ) എന്നിവർക്ക് പുറമെ അൻജാൻ കൂടുതൽ സഹകരിച്ചത് ലക്ഷ്മീകാന്ത് - പ്യാരേലാൽ, ബപ്പിലാഹരി, കല്യാൺജി-ആനന്ദ്ജി എന്നിവരോടൊപ്പമാണ്. ഗാനരചനയ്ക്കുവേണ്ടി യാന്ത്രിക പ്രതിഭാ വ്യാപാരം നടത്തുമ്പോഴും മൗലികമായ കവിതയുടെ അംശം അവയിൽ സന്നിവേശിപ്പിക്കാൻ കിട്ടുന്ന സന്ദർഭങ്ങൾ അൻജാൻ പരമാവധി ഉപയോഗിച്ചിരുന്നു എന്നതാണ് അദ്ദേഹത്തിന്റെ പ്രത്യേകത. ഈശ്വരന്റെ വിചിത്രമായ മായാവിലാസത്തെപ്പറ്റി ചിന്തിക്കുമ്പോഴും ('ഹോ ഊപ്പർവാലേ അജബ് തേരീ മായാ...' ചിത്രം - ഹിമാലയ് സേ ഉംചാ) ഭാരതത്തിന്റെ ഗതകാല സ്മരണകളുണർത്തുന്ന ദേശഭക്തിഗാനത്തിലും ('മാനോ കോ മൈ ഗംഗാ മാ ഹും മാനോ തോ ബഹ്താ പാനീ...' ചിത്രം - ഗംഗാ കീ സൗഗന്ധ്) പ്രേമത്തിന്റെ

സംയോഗ–വിയോഗ ഭാവങ്ങളും ('ബർസോം സേ പ്യാർ കാ ദീവാനാ മേരാ ദിൽ..' ചിത്രം – ധർമ്മശത്രു). ('ദിൽ ഹേ തോ ദിൽ ദിൽ കാ ഏത് ബാർ കീ ജേ...' ചിത്രം മുക്കന്ദർ കാ സിക്കന്ദർ) തത്വചിന്തയ്ക്ക് വാക്കുകൾ നൽകിയ (രോതേ ഹുയേ ആതേ ഹേ സബ് ഹസ്താ ഹുവാതോ..' ചിത്രം – മുക്കന്ദർ കാ സിക്കന്ദർ) ഗാനങ്ങളും ഉദാഹരണങ്ങളാണ്.

'അയാം എ സ്ട്രീറ്റ് ഡാൻസർ' (ചിത്രം – ഇൽസാം), 'ആർ യു റെഡി നാകാബന്തീ...' (ചിത്രം – നാകാ ബന്തീ), 'ഓയോ.. ഓയേ...' (ചിത്രം – ത്രിദേവ്) തുടങ്ങിയ നിലവാരമില്ലാത്ത ഗാനങ്ങളും അൻജാൻ രചിച്ചിട്ടുണ്ട്. ഒരു ഗാനരചയിതാവിന്റെ നിലനില്പിന്റെ ഭാഗമായി അവയെ കണക്കാക്കാം.

വ്യത്യസ്ത ഗായകർ പാടിയ അൻജാന്റെ ഹിറ്റ് ഗാനങ്ങൾ ഇവയാണ്. 'ആപ്കേനി ഗാഹോം നേ കഹാ തോ കുഛ്...' (മുഹമ്മദ് റാഫി – ചിത്രം – ബഹാരേം ഫിർഭീ ആയേഗി – സംഗീതം – ഒ.പി. നയ്യാർ), 'കച്ചീ കലീ കച്നാർ കീ ഹായ് ഹായ്...' (മന്നാഡേ – ചിത്രം – ഹംഗാമാ – സംഗീതം – ആർ.ഡി. ബർമ്മൻ), 'ദിൽ തോ ഹേ ദിൽ ദിൽ കാ ഏത് ബാർ കീ ജേ...' (ലതാ മങ്കേഷ്കർ – മുക്കന്ദർ കാ സിക്കന്ദർ – കല്യാൺജി–ആനന്ദ്ജി), 'കബ് തക് രബ് കോ ഭൂലാ ഥാ...' (മഹേന്ദ്രകപൂർ – ഹേരാഫേരി – കല്യാൺജി–ആനന്ദ്ജി), 'ഓ ബേദർദീ ക്യൂം തഡ് പായേ ജിയാ മേരാ രിഝായ് കേ...' (മഹന്ദ്രകപൂർ – ഗോദാൻ – രവിശങ്കർ), 'ഉയീ മാം ഉയീ മാം ഛോയീ തോ ബചാ യേ...' (ആശാ ഭോസ്ലെ – ബഹുരൂപിയാ – ഉഷാഖന്ന), 'ഓസഥീ രേ തേരേ ബിനാ ഭീ ക്യാജീനാ..' (ആശ – 'മുക്കന്ദർ കാ സിക്കന്ദർ – കല്യാൺജി –ആനന്ദ്ജി), 'യേ പഗ് ഘൂം ഘുരു...' (കിശോർകുമാർ– നമക് ഹലാൽ, ബപ്പിലാഹിരി), 'പ്യാർ ബിനാ ചൈൻ കഹാം രേ...' (എസ് ജാനകി, ബപ്പിലാഹിരി – സാഹേബ് – ബപ്പി), 'ഐ ആം ഏസ് ട്രീറ്റ് ഡാൻസർ...' (അമിത് കുമാർ – ഇൽസാം – ബപ്പി).

'ആർ യു റെഡി നാകാബന്തി...' (ഉഷാ ഉതുപ്പ് – 'നാകാബന്തി' – ബപ്പി), 'ബഹാരോം ഥാം ലോ അബ് ദിൽ മേരാ മെഹ്ബൂബ് ആതാ ഹേ...' (മുകേശ്, ലത – നമസ്തേജി – രോശൻ) 'ജഹാം മിൽ ജായേ ചാർ യാർ...' (അമിതാബ് ബച്ചൻ, കിശോർ – മുക്കന്ദർ കാ സിക്കന്ദർ') 'അരേ ദീവാനോ മുഝെ പഹ്ചാനോ..' (കിശോർ – ഡോൺ – കല്യാൺജി–ആനന്ദ്ജി) എന്നിവ.

അൻജാൻ എഴുതി അമിതാബ് ബച്ചൻ പാടിയ 'മേരേ അംഗ്നേ മേം

തൂമാരാ ക്യാ കാം ഹേ...' (ചിത്രം - ലാവാരീസ്' - കല്യാൺജി-ആനന്ദ്ജി) എന്ന ഗാനം ഏറെ വിവാദം സൃഷ്ടിച്ചു. രചനയിലും അവതരണത്തിലും അശ്ലീലമുണ്ടെന്നായിരുന്നു ആരോപണം.

അൻജാൻ പാട്ടുകളെഴുതിയ മറ്റു ചില ശ്രദ്ധേയ ചിത്രങ്ങളാണ് 'ഹാഥ് കീ സഫായി' (സംഗീതം - കല്യാൺജി-ആനന്ദ്ജി), 'ഗംഗാ ഔർ സൂരജ്' (ലക്ഷ്മികാന്ത്-പ്യാരേലാൽ), 'ആഗ് ഹീ ആഗ്' (ബപ്പി), 'ഖൂൻ പസീനാ' (കല്യാൺജി-ആനന്ദ്ജി), പ്രിയതമ' (രാജേഷ്രോശൻ), 'ബംബയീ കാ മഹാരാജാ' (ഉഷാഖന്ന), 'നൗക്കർ ബീവി കാ' (ബപ്പി), 'സൽതനത്' (കല്യാൺജി ആനന്ദ്ജീ), 'ഠികാനാ' (കല്യാൺജി ആനന്ദ്ജി) എന്നിവ.

അൻജാൻ ഹിന്ദി ചലച്ചിത്ര ഗാനമേഖലയ്ക്ക് നൽകിയ ഏറ്റവും വലിയ സംഭാവനയാണ് സമീർ. അച്ഛനേക്കാൾ പ്രശസ്തനായ ഗാനരചയിതാവ്.

പ്രധാനപ്പെട്ട പത്ത് ഗാനങ്ങൾ

1. ദിൽ ലൂട്നേവാലേ ജാദൂഗർ അബ് മൈനേ
   തുഝേ പഹ്ചാനാ ഹേ (മദാരി - 1959)
2. ഓ രാധാ ഓ... (ഫൂൽ ബനേ അംഗാരേ - 1963)
3. ചാന്ദ് ആഹേം ഭരേഗാ ഫൂൽ ദിൽ ഥാമ് ലേംഗേ...
   (ഫൂൽ ബനേ അംഗാരേ)
4. ബഹാരോം ഥാം ലോ അബ് ദിൽ
   മേരാ മെഹബൂബ് ആതാ ഹേ
   (നമസ്തേ ജീ - 1965)
5. ആപ് കേ ഹസീൻ രുഖ് പേ ആജ് നയാ നൂർ ഹേ
   (ബഹാരേം ഫിർ ഭീ ആയേംഗി - 1966)
6. കച്ചീ കലീ കചനാർ കീ
   (ഹംഗാമാ - 1971)
7. ഗംഗാ മേം ഡൂബാ ന ജമുനാ മേം
   (അപ്നേ രംഗ് ഹസാർ - 1975)
8. വോ വോ ന രഹേ ജിൻകേലിയേ ഹം ഥേ ബേകരാർ
   (ബദൽതേ രിശ്തേ - 1978)
9. ഓ സാഥീ രേ തേരേ ബിനാ ഭി ക്യാ ജീനാ
   (മുക്കദ്ദർ കാ സികന്ദർ - 1978)
10. ഛുകർ മേരേ മൻ കോ കിയാ തൂ നേ ജോ ഇശാരാ...
    (യാരാനാ - 1981)

റാണി മല്ലിക്

ഗാനരചന ഒരു പ്രൊഫഷൻ ആയി സ്വീകരിച്ച ഹിന്ദി സിനിമയിലെ ഏക വനിതയാണ് റാണി മല്ലിക്.

ഭാവിയിൽ ഒരു ചലച്ചിത്രഗാനരചയിതാവ് ആകുമെന്ന് റാണി ഒരിക്കലും വിചാരിച്ചിരുന്നില്ല. ഒരു ജേർണലിസ്റ്റ് ആവുക എന്നതായിരുന്നു മോഹം. എത്തിപ്പെട്ടത് കോളേജ് അധ്യാപികയുടെ റോളിലും.

1979 മുതൽ 1982 വരെ മുംബൈയിലായിരുന്നു ജോലി ചെയ്തിരുന്നത്. അന്നത്തെ പ്രശസ്ത സംഗീതസംവിധായക ജോഡിയായിരുന്ന നദിം – ശ്രാവൺമാരുമായി പരിചയപ്പെടാൻ ഇടയായത് റാണിയുടെ ജീവിതത്തിൽ വഴിത്തിരിവുണ്ടാക്കി. മുംബൈയിൽനിന്ന് ഡെൽഹിയിലെത്തിയ റാണി തന്റെ ഇരുപതോളം ഗാനങ്ങൾ അവർക്ക് നൽകി. ഇവയിൽ ചില ഗാനങ്ങൾ ഈ സംഗീതസംവിധായിക ജോഡി തങ്ങളുടെ 'ആശികി', 'സഡക്', 'ഫൂൽ ഔർ കാംടെ', 'ദിൽ ഹേ കീ മാൻതാ നഹി', 'ജുനൂൻ' എന്നീ ചിത്രങ്ങളിൽ ഉപയോഗിച്ചു. സംഗീതത്തിന്റെ ബലത്തിലാണ് ഈ ചിത്രങ്ങളെല്ലാം വാണിജ്യപരമായി വിജയിച്ചത്. സ്വാഭാവികമായും ഈ വിജയത്തിൽ റാണിക്കും പങ്കുണ്ട്. ഇതിനിടയിൽ ഗാനരചയിതാവായ സമീർ–നദീം–ശ്രാവൺ കൂട്ടുകെട്ട് ശക്തമാവുകയും റാണി അരികുവൽക്കരിക്കപ്പെടുകയും ചെയ്തു. പിന്നീട്

ലക്ഷ്മികാന്ത്-പ്യാരേലാൽ, ദിലീപ്സെൻ-സമീർസെൻ, അനുമല്ലിക്, ശ്യാംസുന്ദർ എന്നീ സംഗീതസംവിധായകരുടെ ചിത്രങ്ങൾക്കുവേണ്ടി റാണി ഗാനങ്ങളെഴുതി.

റാണിയുടെ അഭിപ്രായത്തിൽ, നിരർത്ഥകവും നിലവാരമില്ലാത്ത വയുമായ ഗാനങ്ങൾക്ക് ഉത്തരവാദി ഗാനരചയിതാവല്ല. പലപ്പോഴും സംഗീതസംവിധായകരുടെ നിർദ്ദേശാനുസരണം എഴുതാൻ അവർ നിർബന്ധിതരാവുകയാണ്. രചനയിൽ ഗാനരചയിതാവ് സ്വതന്ത്രന ല്ല. നിർമ്മാതാവിന്റെ താൽപ്പര്യംകൂടി സംരക്ഷിക്കേണ്ടതുണ്ട്.

ഗാനരചയിതാവിനുപുറമെ ഗായികയും 'നക്ഷത്ര' (2004) എന്ന ചിത്ര ത്തിന്റെ തിരക്കഥാകൃത്തും 'ദിൽ ക്യാ കരേ' എന്ന ചിത്രത്തിന്റെ എഡി റ്ററുമാണ് റാണി. റാണി ഗാനരചന നിർവഹിച്ച ചിത്രങ്ങൾ ഇവയാണ് - ജിഗർവാല (1990), ഫൂൽ ഔർ കാംടെ (1991), മാം (1991), സഡക് (1991), ദിൽ ഹേ കി മാൻതാ നഹി (1991. ഈ ചിത്രത്തിൽ സമീറും പാട്ടെഴുതി യിട്ടുണ്ട്), ആജാ സനം (1992), ജാൻ തേരേ നാം (1992), ഗംഗാ കാ വചൻ (1992), കസിൻ (1992), യുദ്ധപഥ് (1992), ഐ ലവ് യു (1992), ഏക് ഹീ രാസ്താ(1993), ആഗസ്ത് 15 (1993), ആദ്മി (1993), മെഹർബാൻ (1993), ഫൂർ ഔർ അംഗാരേ (1993), ആജാ മേരി ജാൻ (1993), ദിൽ ഹേ ബേതാബ് (1993), ബാസീഗർ (1993), ഹം ഹേ കമാൽ കേ (1993), അൻമോൽ (1993), ഔലാദ് കേ ദുശ്മൻ (1993) ബോയ്ഫ്രണ്ട് (1993), ഹസ്തേ ഖേൽതേ (1994), ലക്ഷ്യ (1994), അജീബ് ദാസ്താൻ ഹേ (1994), ദുലാരാ (1994), ഏലാൻ (1994), മൈ ഖിലാഡി തു അനാരി (1994), ശബ്നം (1994), ഗോപാലാ (1994), പ്യാർ കാ രോഗ് (1994), കാനൂൻ (1994), ആ ഗലേ ലഗ് ജാ (1994), മൊഹബത് കീ ആർസൂ (1994), പഥരീ ലാ രാസ്താ (1994), ഫൗജ് (1994), യാരാനാ (1995), ജഖ്മി സിഫായി (1995), ടക്കർ (1995), വർത്തമാൻ (1995), പോലീസ് വാലാ ഗുണ്ട (1995), ശൊഹരത്ത് (1996), ഇംഗ്ലീഷ് ബാബു ദേശി മേം (1996), ഛോട്ടാ സാ ഘർ (1996), ആതംക് (1996), വിശ്വാസഘാത് (1996), ഹം ഹേ പ്രേമി (1996), ഹം ഹേ ഖൽനായക് (1996), പരം കർത്തവ്യ (1996), ആശിക് മസ്താനേ (1996), ദരാർ (1996), ഗുണ്ടാഗിരി (1997), ഉഫ് യേ മൊഹബത് (1997), ദാവാ (1997), മെഹന്ദി (1998), മിലിട്ടറി രാജ് (1998), മൊഹബത് ഔർ ജംഗ് (1998), ആഗ് ഔർ തേസാബ് (1998), ഇസ്കി ടോപി ഉസ്കേ സർ (1998), സഫാരി (1999), ഹോതേ ഹോതേ പ്യാർ ഹോ ഗയാ (1999), ഫൂൽ ഔർ ആഗ് (1999), ഓ മേരി ജാൻ (2000), ഖൗഫ് (2000), കാലി ടോപി ലാൽ റുമാൽ (2000), വോ ബേവഫാ (2000), തുഝ്കോ പുകാരേ മേരാ പ്യാർ

(2001), ഇന്തകാം (2001), ഹം ദീവാനേ പ്യാർ കേ (2001), മേരീ അദാലത് (2001), താഡ (2003), പൂഛോ മേരേ ദിൽ സേ (2004), വോ തേരാ നാം ഥാ (2004), യേ ലംഹേ ജുദായീ കേ (2004), ഹൗസ്ഫുൾ - 3 (2016), ഉഡൻചു (2018)

പ്രധാനപ്പെട്ട പത്ത് ഗാനങ്ങൾ

1. തുംസെ മിൽനേ കോ ദിൽ കർതാ ഹേ
(ഫൂൽ ഓർ കാംടെ -1991)
2. ധീരേ ധീരേ പ്യാർ കോ ബഢാനാ ഹേ..
(ഫൂൽ ഓർ കാംടെ)
3. തുഝെ അപ്നാബനാനേ കീ കസം ഖായീ ഹേ
(സഡക് - 1991)
4. മൈനേ യേ ദിൽ തുഝ്കോ ദിയാ ഹേ
(ജാൻ തേരേ നാം - 1992)
5. ഹം തേരേ ബിൻ കഹിം രഹ് ന സക്തേ
(സഡക്-1991)
6. ഛുപാനാ ഭീ നഹീ ആതാ (ബാസീഗർ - 1993)
7. ചുരാ കേ ദിൽ മേരാ.. ഗോരിയാ ചലീ
(മേം ഖിലാഡി തു അനാഡി - 1994)
8. ഇന്തസാർ ഹേ തേരാ ഇന്തസാർ ഹേ...
(വിശ്വാസഘാത് - 1996)
9. യേ ദീവാനഗീ.. യേ തോ ഹേ പ്യാർ കീ
(വിശ്വാസഘാത് - 1996)
10. ദിൽമേം ഹേ തു ധഡ്കൻ മേം ഹേ തൂ
(ദാവാ - 1997)

സംഗീതസംവിധാനം

1. പങ്കജ് മല്ലിക്
2. ബുലോ സി. റാണി
3. ഉസ്താദ് അല്ലാ രഖാ
   അഥവാ എ.ആർ.കുറൈശി
4. ചിത്രഗുപ്ത്
5. സലിൽ ചൗധരി
6. ലക്ഷ്മികാന്ത്–പ്യാരേലാൽ
7. ആർ.ഡി. ബർമ്മൻ
8. ജദ്ദൻബായി
9. സരസ്വതീദേവി
10. ഉഷാഖന്ന

പങ്കജ് മല്ലിക്

"എന്തേ മനസ്സിലൊരു നാണം.. ഓ...

എന്തേ മനസ്സിലൊരു നാണം..." 1994ൽ ഏറ്റവും നല്ല സംഗീതസംവിധായകനുള്ള കേരള സംസ്ഥാന അവാർഡ് നേടിയ ഗാനങ്ങളിലൊന്നാണിത്. ചിത്രം 'തേന്മാവിൻകൊമ്പത്ത്'. സംഗീതസംവിധായകന്റെ പേരിന് നേരെ കാണുന്നത് ബേണി-ഇഗ്നേഷ്യസ് ടീമിന്റേതാണ്.

അല്പം ഫ്ളാഷ്ബാക്ക്. 55 വർഷങ്ങൾക്ക് മുമ്പ്, 1939ൽ പുറത്തിങ്ങിയ ഹിന്ദിചിത്രമാണ് 'കപാൽകുണ്ഡല'. ഈ ചിത്രത്തിന് വേണ്ടി ബംഗാളി-ഹിന്ദി സംഗീതസംവിധായകനായ പങ്കജ് മല്ലിക് സംഗീതം നൽകി. അനശ്വരഗായകനായ കെ.എൽ. സൈഗൾ പാടി, തലമുറ വിടവുകളെ അപ്രസക്തമാക്കി ഇന്നും സംഗീതപ്രേമികൾ മനസ്സിൽ താലോലിക്കുന്ന ഗാനമാണ് 'പിയാ മിലൻ കോ ജാനാ ഓ... പിയാ മിലൻ...' ഈ ഹിന്ദിഗാനത്തിന്റെ ട്യൂൺ ആണ് മുകളിൽപ്പറഞ്ഞ മലയാളഗാനത്തിനാധാരം.

ഹിന്ദി സിനിമയിൽ ആധുനികതയുടെയും പാശ്ചാത്യമെലഡിയുടെയും സമന്വയത്തിന്റെ സൂത്രധാരനാണ് പങ്കജ് മല്ലിക്. 1904 ഏപ്രിൽ 20ന് കല്കത്തയിൽ ജനിച്ച പങ്കജിന് കുട്ടിക്കാലം മുതലേ സംഗീതത്തിൽ താല്പര്യമുണ്ടായിരുന്നു. പിന്നീട് ദുർഗാദാസ് ബന്ദോപാധ്യായ്, ലക്ഷ്മീബായ് മിത്തർ, ദീനേന്ദ്രനാഥ് ടാഗോർ എന്നിവരിൽ നിന്ന്

സംഗീതം അഭ്യസിച്ചു. ഇന്റർനാഷണൽ ഫിലിം ക്രാഫ്റ്റിന്റെ മൂകചിത്ര ങ്ങളായ 'പേശർമേയ്', 'ചോർകാന്താ' എന്നീ ചിത്രങ്ങൾക്കുവേണ്ടി 1931ൽ മറ്റൊരു സംഗീതജ്ഞനായ ആർ.സി.ബോറാലിനോടൊപ്പം അദ്ദേഹം ഓർക്കസ്ട്ര ചെയ്തു. 1931ൽ തന്നെ അദ്ദേഹം ബംഗാളി ചിത്രമായ 'ദേനാ പാഓനെ'യ്ക്കുവേണ്ടി ആദ്യമായി സംഗീതം നൽകി. ഒപ്പം ബോറാലുമുണ്ടായിരുന്നു.

സ്വതന്ത്രസംഗീത സംവിധായകൻ എന്ന നിലയിൽ പങ്കജ്മല്ലികിന്റെ ആദ്യചിത്രമാണ് 'യഹൂദീ കീ ലഡ്കി' (1933). ആധുനികവും പാശ്ചാ ത്യഹാർമണിയുടെ ഓർക്കസ്ട്രേഷനും സൈഗളിന്റെ അനശ്വരഗാന ങ്ങളുംകൊണ്ട് ഹിന്ദിസിനിമയുടെ ചരിത്രത്തിൽ ഇടംനേടിയ ചിത്ര മാണിത്. നൗടംഗി ശൈലിയിൽ ചിട്ടപ്പെടുത്തിയത്, ഗാലിബിന്റെ പ്രശസ്ത ഗസൽ 'നുക്താചീ ഹേ ഗമേ ദിൽ...', പാരമ്പര്യ ശൈലിയി ലുള്ള 'ലഗ് ഗയീ കരേജവാ മേം ചോട്...', അറബി ശൈലിയിലുള്ള 'യേ തസരൂർഫ് അല്ലാ... അല്ലാ...' എന്നിവ പങ്കജ് മല്ലിക് - സൈഗൾ ജുഗൽബന്ദിയ്ക്ക് തുടക്കം കുറിച്ചു. രതൻബായി പാടിയ 'അപ്നേ മൗലാ കീ ജോഗൻ ബനൂംഗി...', 'നിബാഹ് ഉൽഫത് കാ ഇൻ ദോ നാജ് കോം മേം സഖ്ത് മുശ്കിൽ ഹേ...' എന്നീ ഗാനങ്ങൾ അക്കാ ലത്ത് സംഗീതപ്രേമികൾ ഹൃദയത്തിൽ ഏറ്റെടുത്തവയാണ്. പി.സി. ബറുവ സംവിധാനം ചെയ്ത 'മായാ'(1936)യിൽ പങ്കജിനോടൊപ്പം ബോറാലും സംഗീതം നൽകിയിരുന്നു. ഈ ചിത്രത്തിൽ പങ്കജ് പാടിയ 'സുന്ദർ നാരീ പ്രീതം പ്യാരി...' എന്ന സൂപ്പർഹിറ്റ് ഗാനം ഇന്നും അദ്ദേ ഹത്തിന്റെ ഏറ്റവും നല്ല പാട്ടുകളിലൊന്നായി കണക്കാക്കപ്പെടുന്നു. 'കരോഡ്പതി' (1936)യുടെ സംഗീതത്തിലും ബോറാലിനൊപ്പം പങ്കജും ഉണ്ടായിരുന്നു.

ഹിന്ദി സിനിമാസംഗീതരംഗത്ത് പങ്കജിന്റെ ഏറ്റവും ശ്രേഷ്ഠമായ ചിത്രം ബറുവയും കാനൻദേവിയും അഭിനയിച്ച 'മുക്തി' (1937)യാ ണ്. ബംഗാളിയിലും ഈ ചിത്രത്തിന്റെ പതിപ്പുണ്ട്. ബംഗാളി പതി പ്പിൽ കൂടുതൽ ഗാനങ്ങൾക്കും സംഗീതം നൽകിയത് രവീന്ദ്രനാഥ ടാഗോറാണ്. എന്നാൽ ഈ ചിത്രത്തിലെ ഏറ്റവും ഹിറ്റായ 'ദിനേർശേശേ ഘൂമേർഢ ശേശേ...'യുടെ സംഗീതം പങ്കജ്മല്ലികിന്റേ താണ്. ടാഗോർ തന്റെ രചനകൾക്ക് സംഗീതം നൽകാൻ മറ്റൊരാളെ ഏൽപ്പിക്കുന്ന ആദ്യസംഭവമാണിത്. സൈഗളിന്റെ അനശ്വരസൃഷ്ടി യായ ന്യൂ തിയേറ്റേർസിന്റെ 'പ്രസിഡണ്ടി' (1937)ലും ബോറാലിനൊപ്പം പങ്കജും ഉണ്ടായിരുന്നു.

സാമൂഹ്യകൃഷി എന്ന വിഷയത്തെ ആധാരമാക്കി നിർമ്മിച്ച 'ധർതീ മാത' (1938)യിലെ നായകൻ സൈഗൾ ആയിരുന്നു. ഈ ചിത്രത്തിലെ

'ദുനീയാ' രംഗ്‌രംഗീലീ ബാബാ..' (പങ്കജ്, സൈഗൾ, ഉമാശശി), 'കിസ്നേ യഹ് സബ് ഖേൽ രചാ...' (സൈഗൽ), 'ജാഗ് സജനിയാ നവയുഗ് ആയാ...' (ഉമാശശി), 'അബ് മൈ കാഹ്കരൂം കിത് ജാ ഊം..' (സൈഗൾ) തുടങ്ങിയ ഗാനങ്ങളുടെ പ്രശസ്തിക്കു പിന്നിൽ പങ്കജിന്റെ അപൂർവ്വ സംഗീതശൈലിയുടെ സ്പർശമുണ്ട്. ശരത്ചന്ദ്രന്റെ രചനയെ ആധാരമാക്കി 1939ൽ നിർമ്മിച്ച 'ബഡീദീദി' അക്കാലത്ത് ഏറെ ചർച്ച ചെയ്യപ്പെട്ട ചിത്രമാണ്. പങ്കജ് സംഗീതം നൽകിയ ഈ ചിത്രത്തിലെ 'ജീവൻ ഏക് പഹേലി പംഛീ..', 'യേ ക്യാ തരീകേ ഹേ സയ്യാദ്', 'ജുൽമ് ഢാനേ കേ..', 'ബോലോ ബോലോ രേ ബന്ധു...' എന്നിവ ചിത്രത്തിന്റെ പ്രമേയവുമായി ബന്ധപ്പെട്ടവയാണെങ്കിലും പോപ്പുലാരിറ്റിയിൽ പിന്നോട്ടുപോയി. എന്നാൽ ഈ പരാജയം അടുത്ത ചിത്രമായ 'ദുശ്മ'(1939)നിലെ ഗാനങ്ങളിലൂടെ പങ്കജ് മറികടന്നു. പങ്കജിന്റെ സംഗീതത്തിൽ സൈഗൾ പാടിയ 'കഹൂം ക്യാ ആസ് നിരാസ് ഭയീ...' എന്ന ഒറ്റ ഗാനത്തിലൂടെ സൈഗളും പങ്കജ് മല്ലികും ഹിന്ദി സിനിമയുടെ ചരിത്രത്തിൽ അനശ്വരത നേടി. 'കപാൽ കുണ്ഡലാ' (1939) എന്ന അടുത്ത ചിത്രത്തിൽ പങ്കജ് മറ്റൊരത്ഭുതം കാട്ടി. ഇതിലെ 'പിയാ മിലൻ കോ ജാനാ..' എന്ന ഗാനം നിത്യഹരിതമാക്കി. ഡിജിറ്റൽ സംഗീതത്തിന്റെ ഈ കാലഘട്ടത്തിലും ഒരിക്കൽ കേട്ടാൽ കൂടെ മൂളിപ്പാടാൻ പ്രേരിപ്പിക്കുന്ന ഈ ഗാനത്തിന്റെ മാസ്മരികത തലമുറകളുടെ വിടവിനെ ഇല്ലാതാക്കുന്നു. ഈ ഗാനത്തിന്റെ സംഗീതം അപഹരിച്ച് സൃഷ്ടിച്ചതാണ് 'തേന്മാവിൻ കൊമ്പത്ത്' (1994) എന്ന ചിത്രത്തിലെ 'എന്തേ മനസ്സിലൊരു നാണം..' എന്ന ഗാനം. ഓർക്കസ്ട്രേഷനിലും ആലാപനത്തിലും പങ്കജിന്റെ തനത് മുദ്ര പതിഞ്ഞ ഗാനങ്ങളാണ് 'നർത്തകി' (1940) എന്ന ചിത്രത്തിലെ 'യേ കോൻ ആജ് ആയാ സവേരേ സവേരേ..', 'മദ്ഭരീ രുത് ജവാൻ ഹേ...', 'പ്രേം കാ നാതാ ഛൂട്ടാ...', 'കോൻ തുഝെ സമഝായേ..' എന്നിവ.

സൈഗൾ അഭിനയിച്ച് പ്രദർശനവിജയം നേടിയ 'സിന്ദഗി' (1940) യിലെ ഗാനങ്ങളുടെ അപാരവിജയത്തിന് പിന്നിൽ സൈഗളിന്റെ ആലാപനത്തോടൊപ്പം പങ്കജിന്റെ സംഗീതത്തിനും വലിയ കൈയുണ്ട്. "മൈ ക്യാ ജാനും ക്യാ ജാദൂ ഹേ..' പുതിയ ശൈലിയിലുള്ള ഗാനമാണ്. സ്വരങ്ങളുടെ ദ്രുതഗതിയിലുള്ള കയറ്റവും ഇറക്കവുമുള്ള ഈ സൈഗൾ ഗാനം ലതാമങ്കേഷ്കറുടെ ഇഷ്ടഗാനങ്ങളിലൊന്നാണ്. ഈ ചിത്രത്തിലെ മറ്റൊരു സൂപ്പർഹിറ്റ് ഗാനമാണ്. 'സോജാ സോജാ സോജാ രാജകുമാരീ.. സോജാ..' (സൈഗൾ) 1941ലെ 'ഡോക്ടർ' എന്ന ചിത്രത്തോടെ പങ്കജ്മല്ലിക് സംഗീതസംവിധായകൻ, ഗായകൻ എന്നീ നിലകളിൽ ഒന്നാം നിരയിലെത്തി. കുതിര കുളമ്പടി ശബ്ദം ആദ്യ

മായി ഒരു ഗാനത്തിൽ ഉപയോഗിച്ചത് ഈ ചിത്രത്തിലെ ദ്രുതതാളത്തിലുള്ള 'ചലേ പവൻ കീ ചൽ...' എന്ന ഗാനത്തിലാണ്.

വാസ്തവത്തിൽ പങ്കജ്മല്ലിക് തന്റെ കാലഘട്ടത്തിലെ ആധുനിക സംഗീതസംവിധായകനായിരുന്നു. പാശ്ചാത്യ ഹാർമണി ആദ്യമായി ഉപയോഗിച്ച സംഗീതജ്ഞനാണ് അദ്ദേഹം. 'കാശീനാഥ്' (1943) എന്ന ചിത്രത്തിൽ 'മൈ ജാൻ ഗയാ പഹചാൻ ഗാ..' എന്ന ഗാനത്തിലെ പാശ്ചാത്യ ഓർക്കസ്ട്രേഷൻ അന്ന് ഏറെ പ്രശംസിക്കപ്പെട്ടതാണ്. കെ. സി.ഡേ സംഗീതം നൽകിയ 'ആന്ധി' (1940)യിൽ പങ്കജ് പാടി അഭിനയിച്ചു. ശ്രോതാക്കൾ ഇന്നും മനസ്സിലേറ്റി നടക്കുന്ന സൈഗൾ ഗാനമാണ് 'ദോ നൈനാ മത്വാരേ തിഹാരേ ഹംപേ ജുൽമ് കരേം..' കല്യാണ് രാഗത്തിലുള്ള ഈ ഗാനം 'മേരി ബഹൻ' (1944) എന്ന ചിത്രത്തിനുവേണ്ടി പങ്കജ് ഒരുക്കിയതാണ്. 'മീനാക്ഷി (1942) 'ഊംച് നീച്' (1948) 'അൻജാൻ ഗഢ്' (1948), 'മംജൂർ' (1949), 'രൂപ് കഹാനി' (1950), 'ഛോട്ടാ ഭായ്' (1948), 'നയാ സഫർ' (1953), 'ചിത്രാംഗദാ' (1954) എന്നിവയാണ്. പങ്കജിന്റെ പിൽക്കാല ചിത്രങ്ങൾ. ഹിന്ദിയിൽ അവസാനമായി സംഗീതം നൽകിയ ചിത്രമാണ് 'കസ്തൂരി' (1954).

ആധുനിക ഓർക്കസ്ട്രേഷൻ, പാശ്ചാത്യസംഗീതത്തിന്റെ സ്വാധീനം, പിന്നണി സംഗീതത്തിന്റെ സ്വച്ഛത. പങ്കജിന്റെ മാത്രം സവിശേഷതകളാണിവ.

'ധർതീമാത', 'കപാൽകുണ്ഡലാ', 'നർത്തകി' എന്നീ ചിത്രങ്ങളിൽ നടനായ പങ്കജിനെ കാണാം. 1970ൽ പദ്മശ്രീയും 1973ൽ ഫാൽകെ പുരസ്കാരവും അദ്ദേഹത്തിന് ലഭിച്ചു. ബോളിവുഡിന്റെ സുവർണ കാലത്തെ ഈ പ്രതിഭ 1978 ഫെബ്രുവരി 19ന് അന്തരിച്ചു.

പ്രധാനപ്പെട്ട പത്ത് ഗാനങ്ങൾ

1. അപ്നേ മൗലാ കീ ജോഗൻ ബനൂംഗീ...

   (യഹൂദീ കീ ലഡ്കീ - 1933)

2. സുന്ദർ നാരീ പ്രീതം പ്യാരീ..

   (മായാ - 1936)

3. കോൻ ദേശ് ഹേ ജാനാ ബാബൂ

   (മുക്തി - 1937)

4. ദുനിയാ രംഗ് രംഗീലീ ബാബ..

   (ധർതീമാതാ - 1938)

5. കഹൂം ക്യാ ആസ് നിരാസ് ഭയീ..

   (ദുശ്മൻ - 1939)

6. പിയാ മിലൻ കോ ജാനാ

(കപാൽ കുണ്ഡല - 1939)

7. സോ ജാ രാജകുമാരീ സോജാ...

(സിന്ദഗി - 1940)

8. ചലേ പവൻ കീ ചാൽ...

(ഡോക്ടർ - 1941)

9. ദോ നൈനാ മത്‌വാരേ തിഹാരേ..

(മേരീ ബഹൻ - 1944)

10. മൈ ജാൻ ഗയാ പഹചാൻ ഗയാ..

(കാശീനാഥ് - 1943)

ബുലോ സി. റാണി

പേരുകൊണ്ട് പെണ്ണാണെന്ന് തോന്നിപ്പിക്കുന്ന സംഗീതസംവിധായകനാണ് ബുലോ സി. റാണി. 1921 മേയ് 2നാണ് ജനനം. പിതാവ് ചണ്ടീരമാണി അക്കാലത്തെ പ്രശസ്ത സംഗീതജ്ഞനായിരുന്നു. സ്വതന്ത്ര സംഗീതസംവിധായകനാകുന്നതിനുമുമ്പ് ബുലോ, ജ്ഞാൻദത്ത്, ഖേംചന്ദ്പ്രകാശ് എന്നിവരുടെ സഹായിയായിരുന്നു.

1944ൽ 'പഗലീ ദുനിയാ' എന്ന ചിത്രത്തിലൂടെയാണ് ബുലോ ആദ്യമായി സ്വതന്ത്രസംഗീതസംവിധായകനായത് ഈ ചിത്രത്തിൽ അദ്ദേഹവും അമൃതലാലും പാടിയ 'പഗലേ ഉദാസ് ക്യോം രഹ്താവേ..', അമീർബായി പാടിയ 'ശ്യാം ഭയീ ഘർ ആജാ..' എന്നീ ഗാനങ്ങൾ ശ്രോതാക്കൾക്ക് ഇഷ്ടപ്പെട്ടു.

ബുലോയുടെ പ്രാരംഭകാലത്തെ ചിത്രങ്ങളിൽ പ്രകൃതിയുടെ മനോഹരദൃശ്യങ്ങൾ സംഗീതത്തിലൂടെ വരച്ചുവെച്ച ഗാനങ്ങളുണ്ട്. 'ചാന്ദ് ചകോരി' (1945)യിൽ അമീർബായി പാടിയ സൈംയാ ഓ സൈംയാ തോ യേ ബുൽബുൽ കഹൂം..', 'ഹവാ തും കാസിദ് ബൻകർ ആ ജാനാ..', 'മൂർത്തി' (1945)യിൽ ഖുർശിദ് പാടിയ 'അംബുവാ പേ കോയൽ ബോലേ' എന്നിവ ഉദാഹരണം. 'ധർതീ (1946 - രുറ് ഗയേ മോസേ മൻമോഹൻ അബ് സാവൻ കോ ക്യാ കരൂം' ബേലാ (1947 - 'ഭീഗി ഭീഗി പൽകേ ഹെ), 'അൻജുമൻ' (1948 - കൈസേ ബതാഉം

ഉൻസേ ഇസ് ദിൽകോ പ്യാർ ക്യൂം ഹേ), 'നസാരേ' (1949 - ഉൻകീ ഗലീ മേം ആയേ ഹം കഹ് ദേ കോയി ഹുസൂർ സേ) എന്നിവയാണ നാല്പതുകളിലെ ബുലോ സി.റാണിയുടെ പ്രാതിനിധ്യ ചിത്രങ്ങളും ഗാനങ്ങളും.

ബുലോയെ പ്രശസ്തിയുടെ കൊടുമുടിയിലെത്തിച്ച ചിത്രമാണ് നർഗീസും ദിലീപ്കുമാറും അഭിനയിച്ച 'ജോഗൻ' (1950) ഭക്തമീര യുടെ ഭജനകൾ പലരും പലരേക്കൊണ്ടും പാടിച്ചിട്ടുണ്ടെങ്കിലും ഈ ചിത്രത്തിൽ ഗീതാദത്തിനെക്കൊണ്ട് ബുലോ പാടിച്ച 'ഘൂംഘട്ട് കേ പട് ഖോൽ രേ തോഹേ പിയാ മിലേംഗെ', 'ജോഗീ മത് ജാ ജാ മത് ജാ..' എന്നിവയെ മറികടക്കാൻ ആർക്കും കഴിഞ്ഞിട്ടില്ല. 'വഫ' (1950 - അപ്നീ അപ്നീ കിസ്മത് ഹേ ബർബാദ് കോയീ') 'ഗുൽസനോബർ' (1953 - ഇസേ ന ഔർ ലൂടിയേ), 'പ്യാർ കീ ബാതേം' (1951 - ആംസൂ ബഹാവോ തും ഇധർ ഹം ഇസ് തരഫ് ആഹേം ഭരേം), 'ഔരത് തേരി കഹാനി' (1954 - തും ചാന്ദ് സേ ഹസീൻ ഹോ താരോം സേ പൂഛ് ലോ), 'ശികാർ' (1955 - ബഹാർ ദേവ് കേ ദിൽ ഔർ ബേകരാർ ഹുവാ) എന്നിവയാണ് അമ്പതുകളിലെ ബുലോയുടെ ശ്രദ്ധേയ സംഭാവനകൾ. 'നൂറേ ചമൻ', 'ജഹാസീ ലുടേരാ', 'രാം നവമി', 'ജീവൻസാഥി' - അമ്പ തുകളിലെ ഈ ചിത്രങ്ങൾ ബുലോയ്ക്ക് സമ്മാനിച്ചത് നിരാശയാണ്. എന്നാൽ ഹിന്ദിസിനിമയുടെ ചരിത്രത്തിൽ ബുലോ സി. റാണിക്ക് അന ശ്വരസ്ഥാനം നേടിക്കൊടുത്ത ചിത്രമാണ് 'അൽഹിലാൽ' (1958) ഈ ചിത്രത്തിലെ 'ഹമേം തോ ലൂട്ട് ലിയാ മിൽകേ ഹുസ്ന്വാലോം നേ' എന്ന കവ്വാലിയിലൂടെ ബുലോയും അത് പാടിയ ഇസ്മായിൽ ആസാദും ഇന്നും സംഗീതപ്രേമികളുടെ മനസ്സിൽ ജീവിക്കുന്നു. പ്രശസ്തമായ ഒരു ഗാനം ഒരുക്കിയിട്ടും വലിയ ബാനറുകളോ അവസരങ്ങളോ അദ്ദേഹത്തെ തേടിയെത്തിയില്ല. സ്റ്റണ്ട് ചിത്രങ്ങളുംലോ ബഡ്ജറ്റ് ചിത്രങ്ങളുമാണ് ലഭിച്ചത്.

ഹിന്ദി സിനിമയോട് വിടപറഞ്ഞശേഷം ബുലോ ചലച്ചിത്രേതരഗ സലുകൾക്കും സിന്ധി ചിത്രങ്ങൾക്കും സംഗീതം നൽകി. പിന്നീട് സ്റ്റേജ്ഷോകളിലും വിദ്യാർത്ഥികൾക്ക് ട്യൂഷനിലുമായി ജീവിതം മുന്നോട്ടുനീക്കി. നിരാശയും രോഗവും പിടിമുറുക്കിയപ്പോൾ ഈ സംഗീതപ്രതിഭ 1993 മേയ് 24ന് 73ാം വയസ്സിൽ ആത്മഹത്യ ചെയ്തു. 'ജോഗൻ' എന്ന ചിത്രത്തിൽ ഭക്തമീരയ്ക്കുവേണ്ടി സ്വരം നൽകിയ ഗീതാദത്തും അവയ്ക്ക് സംഗീതം നൽകിയ ബുലോ സി. റാണിയും

നിരാശയിൽ നിന്നും ട്രാജഡിയിൽനിന്നും മോചനം നേടാൻ ആത്മഹത്യയെ ആശ്രയിച്ചു എന്നത് തികച്ചും യാദൃച്ഛികം.

ബുലോ സി. റാണി സ്വയം പാടിയ ഗാനങ്ങൾ ഇവയാണ്.. 'ഗർ ഹം കോ ജലാവോ...' (ചിത്രം - ശങ്കർ പാർവതി - 1943), 'മേരി ദോ ദോ അഖിയാം ലാൽ ഹുയീ..' (കാരവാം - 1944), 'സജാ കർ മേരീ ഉമ്മീദോം കോ തേരേ ആസ്മാം രഖ് ദോ..' (പ്രീത് - 1945), 'യേ ജഗ് ഹേ ദോ ദിൽ കാ മേൽ (നാരദമുനി - 1949).

പ്രധാനപ്പെട്ട പത്ത് ഗാനങ്ങൾ

1. സുനീ പഡീ ഹേ പ്യാർ കി ദുനിയാ
(കാരവാം - 1944)
2. ബദരിയാ ബരസ് ഗയാ ഉസ് പാർ
(മൂർത്തി - 1945)
3. ജാ പർവാനേ ജ കഹീം ശമാ ജൽ രഹീ ഹെ
(രാജപുതാനി - 1946)
4. ഉൻകീ ഗലീ മേം ആയേംഗം കഹ് ദേ
കോയീ ഹുസൂർ സേ (നസാരേ - 1949)
5. ഘൂംഘട്ട് ആ പട് ഖോൽ രേ തോഹേ
ജിയാ മിലേംഗെ (ജോഗൻ - 1950)
6. ആംസൂ ബഹാവോ തും ഇധർ ഹം ഇസ്
തരഫ് ആഹേം ഭരേം (പ്യാർ കീ ബാതേം - 1951)
7. ചുദ്ഗയേ ദോ നൈനാ മത്വാരേ
(വിലമംഗൽ - 1954)
8. കഭീ ആംസൂ ബഹാതേ ഹേ കഭീ ഫരി യാദ് കർതേഹേ
(മധുർ മിലൻ - 1955)
9. ഹമേം തോ ലൂട് ലിയാ മിൽകേ ഹുസ്ത് വാലോം നേ
(അൽഹിലാൽ - 1958)
10. മാംഗ്നേ സേ ജോ മൗത് മിൽ ജാ തീ ഹേ
(സുൻഹരേ കദം - 1966)

ഉസ്താദ് അല്ലാരഖ
അഥവാ
എ.ആർ. കുറൈശി

വിരലുകളുടെ മാസ്മര സ്പർശത്താൽ തബലയിൽ കവിതയെഴുതിയ അല്ലാരഖയും ആദ്യകാല ഹിന്ദി സിനിമാ സംഗീത സംവിധായകനായ എ.ആർ. കുറൈശിയും ഒരാളാണെന്ന സംഗീതസത്യം ആരാധർക്ക്പോലും അജ്ഞാതമാണ്.

ജമ്മുവിലെ ഫഗ്വാൻ ഗ്രാമത്തിൽ ജനിച്ച അല്ലാരഖ കുട്ടിക്കാലം മുതലേ സംഗീതത്തിന്റെ, പ്രത്യേകിച്ച് തബലയുടെ ആരാധകനായിരുന്നു. എന്നാൽ വീട്ടുകാർ അവനെ പാട്ടുകാരനാക്കാൻ ആഗ്രഹിച്ചു. പണ്ഡിറ്റ് വീർചന്ദ്രനിൽ നിന്ന് ധ്രുപദും ഗാനാലാപനവും പഠിപ്പിച്ചു. രാമലീലയിലേയും രാസലീലയിലേയും തബലവാദകരുടെ വിരലുകൾ അല്ലാരഖയുടെ ഹൃദയതന്ത്രികളെ സ്പർശിച്ചു. പതിമൂന്നാം വയസ്സിൽ വീടുപേക്ഷിച്ച് അലഞ്ഞുതിരിഞ്ഞു. ഗുരുദാസ്പൂരിലെ ഒരു സത്രത്തിൽ രണ്ട് രൂപ മാസവാടകയിൽ ഒരു മുറിയിൽ താമസം ആരംഭിച്ച് തന്റെ തബല വായന ആരംഭിച്ചു. രണ്ടുമൂന്ന് ശിഷ്യന്മാരെയും കിട്ടി. ഒരു ബാലന്റെ കീഴിൽ സംഗീതം പഠിക്കാൻ ഏത് രക്ഷിതാവാണ് കുട്ടികളെ അയക്കുക? ഏകാന്തമായ മുറിയിൽ തബലയിൽ ചലിക്കുന്ന വിര

ലുകളും ഏറെ പ്രതീക്ഷകളുമായി കഴിഞ്ഞ അല്ലാരഖയ്ക്ക് മുന്നിൽ അവസരത്തിന്റെ വാതിൽ തുറന്നത് ഗുരുദാസ്പൂരിൽ നടന്ന സംഗീതസമ്മേളനമാണ്. ഈ സമ്മേളനത്തിൽ ധ്രുപദ് വാദകനോടൊപ്പം സഹകരിച്ച് തന്റെ ആധിപത്യം സ്ഥാപിച്ചു. ഈ സമ്മേളനത്തിലെ മൂന്ന് ദിവസങ്ങളിലും അല്ലാരഖയുടെ വാദനമുണ്ടായി. ക്രമേണ അദ്ദേഹം ഉസ്താദ് അല്ലാരഖാ എന്നറിയപ്പെട്ടു. ആൾക്കൂട്ടത്തിന്റെ ആരാധ്യനായി, ലാഹോർ സംഗീതത്തിൽ ആകൃഷ്ടനായ അദ്ദേഹം അമ്മാവന്റെ അടുത്തെത്തി. ലാഹോറിലെ 'തേജാസ് അഹാത'യിലെ ഒരു സംഗീതമെഹലിൽ പ്രസിദ്ധ തബലവാദകനായ മിയാം കാദിർ ബക്ശ് പഖാവജിയെ പരിചയപ്പെട്ടു; തന്റെ വാദനത്താൽ അദ്ദേഹത്തെ കോരിത്തരിപ്പിച്ചു. കാദിൽ ബക്ഷിൽ നിന്നും ലാൽ മെഹഫദിൽ നിന്നും അദ്ദേഹം പലതും പഠിച്ചു. കുറച്ചു പ്രശസ്തി നേടിയതോടെ റേഡിയോ റെക്കോഡിംഗ് കമ്പനിയിൽ സംഗീതം നൽകാൻ അവസരം ലഭിച്ചു. ലാഹോർ റേഡിയോ സംഗീത വിഭാഗത്തിൽ സ്ഥിരജോലിക്കാരനായി. റേഡിയോ ഡയറക്ടർ ജനറൽ ബുഖാരിയുടെ നിർബന്ധത്താൽ ദില്ലിയിലെത്തിയ അല്ലാരഖ അവിടെയും പ്രിയപ്പെട്ടവനായി. 1937ൽ ട്രാൻസ്ഫറായി ബോംബെയിലെത്തിയ അദ്ദേഹം ആസിഫ് അലിയിൽനിന്ന് ആലാപനം പഠിച്ചു. ഗസലുകൾ കംപോസു ചെയ്യാനും പാടാനും തുടങ്ങി. ഇതിനിടയിൽ സിനിമയിലേക്ക് തിരിഞ്ഞു. എ.ആർ. കുറൈശി എന്ന പേരിൽ നാൽപതുകളിലും അമ്പതുകളിലും സിനിമാ സംഗീതസംവിധായകനായി. പക്ഷേ അദ്ദേഹത്തിന് ലഭിച്ചിരുന്നത് സ്റ്റണ്ട്, കാല്പനിക, മുസ്ലീം, ഭക്തി ചിത്രങ്ങളായിരുന്നു. അതുകൊണ്ടുതന്നെ പ്രമുഖനിരയിൽ ആ പേര് വന്നില്ല. മോഹൻ പിക്ചേഴ്സിന്റെ ദവേ സഹോദരന്മാരുടെ അധികം ചിത്രങ്ങളിലും എ.ആർ.കുറൈശിയുടെ സംഗീതമുണ്ടായിരുന്നു. അദ്ദേഹത്തിന്റെ ആരംഭകാലചിത്രങ്ങളായ സൺറൈസിന്റെ മഹാസതി അനുസൂയ (1943 - അവിനാശ് വ്യാസിനോടൊപ്പം) മാഗ്നറ്റ് പിക്ചേഴ്സിന്റെ 'ഘർ കീ ശോഭ' (1944), സൺറൈസിന്റെ 'മാം ബാപ്പ്' (1944), 'കുൽ കളങ്ക്' (1944), 'ഘർ' (1945), ഹിന്ദ് പിക്ചേഴ്സിന്റെ 'മാം ബാപ് കി ലാജ്' (1946), 'ആസാദ് ഹിന്ദുസ്ഥാൻ', 'ദേശ്സേവാ', 'ധന്യവാദ്' (1948) എന്നിവയിൽ അധികവും സാമൂഹ്യചിത്രങ്ങളാണ്. 'ഘർ' എന്ന ചിത്രത്തിൽ ജൊഹരാബായി പാടിയ 'ഫരിയാദ് ന കർ ആംസു ന ബഹാ...', 'ആസാദ് ഹിന്ദുസ്ഥാൻ' എന്ന ചിത്രത്തിലെ 'രഘുപതി രാഘവ രാജാറാം', 'വൈഷ്ണവ് ജൻ' തുടങ്ങിയ ഭജനകളും ഒഴിച്ച് മറ്റുചിത്രങ്ങളിലെ ഗാനങ്ങളൊന്നും ശ്രദ്ധി

ക്കപ്പെട്ടില്ല. സംഗീതസംവിധായകൻ എന്ന നിലയിൽ കുറൈശിയുടെ കയ്യൊപ്പ് പതിഞ്ഞ ആദ്യചിത്രംമാം ബാപ്പ്' ആണ്. കൽക്കത്തിയിൽ നൂറ് ആഴ്ച പ്രദർശിപ്പിച്ച ഈ ചിത്രത്തിലെ 'ജാതേ ഥേ തോ ജാവോ മുസാഫിർ..' (രാജകുമാരി പാടിയത്), 'ആജ് കർ പേ ജീഭർ കേ ശ്യാംഗാർ' (അമീർബായി), 'ശാം ഹുയീ ഓപംഛരീ..' രാജകുമാരിയോടൊപ്പം അല്ലാരഖ പാടിയ 'മധുർ സുരോം മേ ഗായേ ചാന്ദ്നീ...' എന്നീ ഗാനങ്ങൾ പോപ്പുലറായി. മോഹൻ പിക്ചേഴ്സും കുറൈശിയും തമ്മിലുള്ള കൂട്ടുകെട്ട് തുടങ്ങുന്നത് നാദിയ അഭിനയിച്ച 'ഹിമ്മത് വാലി' (1947) എന്ന സ്റ്റണ്ട് ചിത്രത്തിലൂടെയാണ്. 'സർ മസ്ത് ഹൈ ഹം ദീവാനേ ഹേ', 'വോ ചാന്ദ് നികലാ..' തുടങ്ങിയ ഗാനങ്ങളുള്ള 'കിസ്മത് കാസിതാരാ' (1947), 'ജാദൂയി അംഗുഠീ' (1948), 'അലാവുദ്ദീൻ കി ബേട്ടി' (1949), 'ജാദൂയീ സിന്ദൂർ (1949), 'രൂപ് ബസന്ത്' (1949) എന്നീ ചിത്രങ്ങളിലൂടെ ഈ കൂട്ടുകെട്ട് തുടർന്ന്. എന്നാൽ സംഗീത സംവിധായകൻ എന്ന നിലയിൽ ഈ ചിത്രങ്ങളിൽ തന്റെ മുദ്ര പതിക്കുവാൻ കുറൈശിക്ക് കഴിഞ്ഞില്ല.

പരാജയങ്ങളുടെ ദിക്ഭ്രമങ്ങൾക്കിടയിൽ കുറൈശിക്ക് വിജയത്തിന്റെ ട്രാക്ക് സമ്മാനിച്ച ചിത്രമാണ് എം. സാദിഖ് സംവിധാനം ചെയ്ത 'സബക്' (1950) ആശാ ഭോസ്‌ലെ പാടിയ 'ദിൽ മേം ശമാം ജലാ കേ തേരെ ഇന്ത സാർ..' എന്ന ഗാനം ഇന്നും 'ആവശ്യപ്പെട്ട ഗാനങ്ങളുടെ ചാർട്ടിൽ സ്ഥാനം പിടിച്ചിട്ടുണ്ട്. മുഹമ്മദ് റാഫിയും സുരീന്ദർ കൗറും പാടിയ 'തൂയും ആസ്മാം പർ ഖഡാ മുസ്കുരായേ..', 'കുഛ് കഹ് ദോ ഹമേം ന ബേകരാർ കരേ വോ ജിസേ മേരാ ദിൽ പ്യാർ കരേ...' എന്നീ ഗാനങ്ങളുടെ ഈണവും സംഗീതോപകരണങ്ങളുടെ സംയോജനവും അത്ഭുതകരമാണ്. ഈ ചിത്രത്തിൽ ജി. എം. ദുരാനി പാടിയ 'നീ മഗമപ ഹായ് രാംജി..' പ്രത്യേക പരാമർശമർഹിക്കുന്നു. എച്ച്.എം.വി. പുറത്തിറക്കിയ 'മൂഡ്സ് ആന്റ് മൊമെന്റ്സ് ഓഫ് ജി.എം. ദുരാനി' എന്ന കാസറ്റിൽ ഈ ഗാനവുമുണ്ട്. സാമൂഹ്യചിത്രങ്ങളും സംഗീതപ്രധാനചിത്രങ്ങളും കൂടുതൽ ലഭിച്ചിരുന്നെങ്കിൽ തന്റെ കഴിവുകൾ പ്രശംസാർഹമായി പ്രകടിപ്പിക്കാൻ കഴിയുമെന്ന് 'സബ്കി'ലൂടെ കുറൈശി തെളിയിച്ചു. രാജ്കപൂറും നർഗീസും അഭിനയിച്ച 'ബേവഫാ' (1952) എന്ന ചിത്രത്തിലെ സംഗീതവും ഇത് അടിവരയിട്ടു പറയുന്നു. വലിയ താരങ്ങൾ അഭിനയിച്ച ചിത്രത്തിന് സംഗീതം നൽകാൻ ആദ്യമായി ലഭിച്ചഅവസരം. കുറൈശിയുടെ ഏറ്റവും ശ്രദ്ധേയമായ ചിത്രവും 'ബേവഫ' തന്നെ. 'തും കോ

ഫുർസത് ഹോ തോ മേരീ ജാൻ ഇധർ ദേഖ് തതോ ലോ..', 'ദിൽ മത്‌വാലാ ലാഖ് സംഭാലാ ഫിർഭീ കിസീ പർ ആ ഗയാ..' ഗാനങ്ങൾക്ക് നൽകിയ റൊമാന്റിക് ഈണങ്ങളും ഓർക്കസ്ട്രേഷനും അവയെ തലത് മഹമൂദിന്റെ ടോപ്ഗാനങ്ങളുടെ ലിസ്റ്റിൽ ഇടം നൽകി. ലത യെക്കൊണ്ട് പാടിച്ച 'ദിൽ മത്‌വാലാ..' എന്ന ഗാനവും എച്ച്.എം.വി. പുറത്തിറക്കിയ ലതയുടെ റെയർ മെലഡീസ് കാസറ്റിൽ സ്ഥാനംപി ടിച്ചു. ലത തന്നെ പാടിയ 'ബദ്നസീബി കാ ഗിലാ ഏ ദിലേ നാശാദ് ന കർ..' ഹൃദയാവർജകമായ മധുരഗാനമാണ്. ഇത് മാത്രമല്ല 'ഇസീ കാ നാം ദുനിയാ ഹേ..' (ലത), 'തൂ ആയേ ന ആയേ തേരീ ഖുശീ' (ത ലത്) എന്നീ ശോകഗാനങ്ങളും ഇന്ന് സംഗീതപ്രേമികളുടെ ഓർമ്മയിൽ നിന്ന് അപ്രത്യക്ഷമായി; നല്ല ഗാനങ്ങളായിട്ടുകൂടി.

'സബക്, ബേവഫാ' എന്നീ ചിത്രങ്ങൾ ക്രെഡിറ്റിലുണ്ടായിട്ടും കുറൈശിക്ക് ലഭിച്ച ചിത്രങ്ങളുടെ എണ്ണം കുറഞ്ഞു.

കിട്ടിയവയിലധികവും കോസ്റ്റ്യൂം, സ്റ്റണ്ട്. മുസ്ലീം കഥാചിത്രങ്ങൾ. 'ലൈല' (1954), 'നൂർ മഹൽ' (1954), 'ഹാതിം തായ് കീ ബേട്ടി' (1955), 'സതീ ഹാതിം' (1955) തുടങ്ങിയ ചിത്രങ്ങളിലെ കുറൈശിയുടെ ഗാന ങ്ങൾ ശ്രോതാക്കൾ ഏറ്റുപാടി. 'കാലീ കാമലീവാലേ തുഝ്കോ ലാഖോം സലാം..' (ആശ, റഫി – 'ഹാതിംതായ് കീ ബേട്ടി'), 'ആസ്മാം സേ മുഝ്പേ ഭീ ബർസാ ദേ ആജ്..' (ആശ–ഹാതിംതായ് കി ബേട്ടി), 'രുകേ ന രാഹ് മേം കദം ഖുദാ തുമാരെ സാഥ് ഹേ..' (റഫിയും സംഘവും – സഖീ ഹാതിം), മാർച്ചിംഗ് സോംഗ് ടൈപ്പിലുള്ള 'ഹർ ഫകീർ കീ ദുആ..' (റഫിയും സംഘവും – സഖീ ഹാതിം') എന്നിവ ഉദാഹരണം.

മുഹമ്മദ് റഫി–കുറൈശി കൂട്ടുകെട്ടിലെ ഏറ്റവും മികച്ച ഗാനം ഏതെന്നെ ചോദ്യത്തിന് ഒറ്റ ഉത്തരമേയുള്ളൂ. 'ആലം ആര' (1956) യിലെ 'കർതാ ഹേ ഇക്.. ദിൽ സോജ് യേ ബയാം..'. ഭക്തിഗാനമായ 'ദുവാ ഹേ യഹീ താജ്ദാർ മദീനാ..(റഫി, ആശ – 'ശാൻ, ഹാതിം' – 1958) ശ്രോതാക്കളുടെ ഹൃദയത്തെ സ്പർശിച്ചു.

പ്രേക്ഷകർ ഏറ്റുപാടിയ, അല്ലാരഖ സംഗീതം നൽകിയ മറ്റുഗാന ങ്ങളാണ് സുധ മൽഹോത്ര പാടിയ 'ഘബരാ ന പ്യാർ കർ ലേ..' (ചിത്രം – 'ഹാതിം തായ് കീ ബേട്ടി' – 1958), 'ലാഖോം കേ ബോൽ സഹേ തേരേ ലിയേ..' (ഖാൻദാൻ – 1955), തലത് മഹമൂദിന്റെ സുന്ദര ഗസൽ 'ജേരേ ദീവാർ ഖഡേ ഹേ തേരാ ക്യാ ലേതേ ഹെ..' (സഖീ ഹാതിം) തബലയുടെയും സിതാറിന്റെയും അത്ഭുതമിശ്രിതമായ 'ലൗട്ട്

ആയി ബസന്ത് ബഹാർ..' (ആശ), 'ബസ് മേം തക്ദീർ നഹിആസ് മേം താസീർ നഹീ..' (ഇന്ദ്രസഭ – 1956, റഫിയും ആശയും), കവ്വാലി ടൈപ്പിലുള്ള 'യേ ചാന്ദ് മേം സിതാരേ യേ രാത് യാദ് രഖ്നാ.' (ലാൽ–എ.യമൻ' – 1956 – റഫിയും ആശയും), 'യേ ഗർദിശ് ജമാനാ കബ് തക് യെ ഗം സഹേം ഗേ..' (തലത്, സുധ) തുടങ്ങിയ മന്ദഗതിയിലുള്ള സോഫ്റ്റ് ഗാനങ്ങൾ (അലാവുദ്ദീൻ ലൈല' – 1957), ചാന്ദ്നീ ഹേ ഭീംഗി ഭീംഗി രാത് ഹേ..'(സിംസിം മർജിന – 1958) എന്നിവ.

സംഗീതസവിധായകൻ എന്ന നിലയിൽ കുറൈശിയുടെ മുദ്ര പതിഞ്ഞ മറ്റൊരു ചിത്രമാണ് 'പർവീൻ' (1957). ഈ ചിത്രത്തിൽ മുജ്റ ശൈലിയിൽ ആശ പാടിയ 'സജൻ രസിയാ സേ, ബലം രസിയാ സേ ഉൽഝ് ഗയേ നൈനാ..', 'കാഹേ കോ ലായേ മോരേ കംഗ്നാ..' ഇന്നും സംഗീതപ്രേമികൾ മൂളിപ്പാടാൻ ആഗ്രഹിക്കുന്നു. നാനുഭായ് വക്കീൽ സംവിധാനം ചെയ്ത 'ഈദ് കാ ചാന്ദ്' (1964)ൽ കൈഫി ആസ്മി എഴുതിയ 'ഇൻസാൻ കോ ഇൻസാൻ ബനാ ദേനാ ഹേ രോസ്..' (ലക്ഷ്മി ശങ്കർ) എന്ന ഗാനത്തെ കുറൈശിയുടെ അവസാനത്തെ ശ്രദ്ധേയ സിനിമാഗാനമായി കണക്കാക്കാം. എ.ആർ കുറൈശി സംഗീതം നൽകിയ ചിത്രങ്ങൾ ഇവയാണ്: 'മാ ബാപ്' (1944), 'ഘർ' (1945), 'കുൽ കളങ്ക് (1945), 'ജീവൻ ഛായ' (1946), 'മാ ബാപ് കീ ലാജ്' (1946), 'വാമഖ് ആസ്ര' (1946), 'ഹിമ്മത് വാലി' (1947), 'കിസ്മത് കാ സിതാര' (1947), 'ആബിദ' (1947), 'ഫ്ളൈയിംഗ് മാൻ' (1947), 'രാലിക' (1947), 'യാദ്ഗർ' (1947), 'ധന്യവാദ് (1948), 'ഗയിബി തൽവാർ' (1948), 'ഹിന്ദ് മെയിൽ' (1948), 'ജാദുയി അംഗുഠി' (1948), 'ജാദുയി ശഹ്നായി' (1948), 'ആസാദ് ഹിന്ദുസ്ഥാൻ' (1948), 'ദേശ് സേവാ' (1949), 'ജാദുയി സിന്ദൂർ' (1949), 'പോലീസ് വാലി' (1949), 'രൂപ് ബസന്ത് (1949), 'സബക്' (1950), 'ബേവഫ' (1952), 'ലൈല' (1954), 'നൂർ മഹൽ' (1954), 'ഹാതിം തായി കീ ബേട്ടി' (1955), 'ഖാൻദാൻ' (1955), 'സഖീ ഹാതിം' (1955), 'ആലം ആര' (1956), 'ഇന്ദ്രസഭ' (1956), 'ലാൽ–എ.യമൻ' (1956), 'അലാദ്ദീൻ ലൈല' (1957), 'പർവീൻ' (1957), 'ശാൻ–എ–ഹാതിം' (1958), 'സിം സിം മർജീന' (1958), ഈദ് കാ ചാന്ദ് (1964).

അല്ലാ രഖ എന്ന സംഗീത സംവിധായകനെക്കുറിച്ചാണ് ഇത്രയും പറഞ്ഞത്. തബലവാദനത്തെ ഒരു കലാരൂപമാക്കി വിശ്വവിഖ്യാതനായ ഉസ്താദ് അല്ലാരഖ കുറേശിയെക്കുറിച്ച് അല്ല.

തബലയുടെ നാദ–താളത്താൽ ആകൃഷ്ടനായ അല്ലാരഖ പന്ത്രണ്ടാം വയസ്സിൽ പഞ്ചാബി ഘരാനയിലെ തബലവാദകനായ

മിയാൻ കാദർ ബക്ഷിന്റെ ശിഷ്യനായി പാട്യാല ഘരാനയിൽപ്പെട്ട അലി ഖാനിൽനിന്ന് 'രാഗവിദ്യ' അഭ്യസിച്ചു.

ബഡേ ഗുലാം അലിഖാൻ, അലാവുദ്ദീൻ ഖാൻ, വിലായത്ഖാൻ, വസന്ത് റായി, അലി അക്ബർ ഖാൻ, പണ്ഡിറ്റ് രവിശങ്കർ എന്നീ പ്രതിഭകളുടെ സഹായിയായി പ്രവർത്തിച്ച അല്ലാരഖയ്ക്ക് വിശ്വവിശ്രുതനായ രവിശങ്കറിന്റെ സഹായി എന്ന നിലയ്ക്കാണ് അന്താരാഷ്ട്ര പ്രശസ്തി ലഭിച്ചത്. സിതാറിന്റെയും തബലയുടെയും പര്യായമായ രവിശങ്കർ-അല്ലാരഖ കൂട്ടുകെട്ട് പാശ്ചാത്യ ശ്രോതാക്കളെ ത്രസിപ്പിച്ചു. ഇന്ത്യൻ ക്ലാസിക്കൽ സംഗീതത്തെ സാധാരണ പാശ്ചാത്യ സംഗീതപ്രേമികൾക്ക് പരിചയപ്പെടുത്താൻ 'മോണ്ടറ്റി പോപ്പ് ഫെസ്റ്റിവൽ' (1967) എന്നിവയിലൂടെ ഈ കൂട്ടുകെട്ടിന് കഴിഞ്ഞു.

ശിഷ്യസമ്പത്തുകൊണ്ട് സമ്പന്നനാണ് അല്ലാരഖ. ശംഖചാറ്റർജി, യോഗേഷ് സംസി, പ്രഫുല്ല അതാല്യേ, ആദിത്യ കല്യാൺപൂർ, അനുരാധ പാൽ, നിശികാന്ത് ബരോദേകാർ, ഉദയ് രാംദാസ്, ശ്യാംകാനെ, മക്കളായ തൗഫീക്ക് കുറൈശി, ഫസൽ കുറൈശി. എല്ലാവർക്കും മുകളിലായി മറ്റൊരു മകൻ - തബലയിലെ ഇന്ദ്രജാലക്കാരനായ സക്കീർ ഹുസൈൻ. ശിഷ്യർക്ക് 'അബ്ബാജി'യാണ് അല്ലാരഖ. ഹിന്ദുസ്ഥാനി സംഗീതവും കർണാടിക് സംഗീതവും തമ്മിലുള്ള വിടവ് നികത്താൻ രണ്ട് ധാരകളിലേയും ഒരു സേതുവായി വർത്തിച്ച കലാകാരനാണ് അല്ലാരഖ. രവിശങ്കറിനോടൊപ്പം പ്രവർത്തിക്കുമ്പോൾ തന്നെയാണ് അദ്ദേഹം സിതാർ വിദഗ്ധൻ വിലായത് ഖാനോടൊപ്പവും അമേരിക്കൻ ജാസ് ഡ്രമ്മർ ബഡ്ഡിറിച്ചിനോടൊപ്പവും സഹകരിച്ചത്. ഈ കൂട്ടുകെട്ടിൽ പിറന്ന ആൽബമാണ് 'റിച്ച് ഏ ലാ രഖ' (1968)റോക്ക് എൻ റോളിലെ അമേരിക്കയിലെ മുൻനിര പെർകനിസ്റ്റായ മിക്കി ഹാർട്ട് പ്രഥമ കൂടിക്കാഴ്ചയിൽത്തന്നെ അല്ലാരഖയെ അഭിനന്ദിക്കുകയും അദ്ദേഹത്തിൽനിന്ന് ടെക്നിക്കുകൾ പഠിക്കുകയും ചെയ്തു. മിക്കി ഹാർട്ടിന്റെ വിശേഷങ്ങൾ ഇങ്ങനെ: "അല്ലാരഖ ഐൻസ്റ്റിനാണ്, പിക്കാസോ ആണ്; ഈ ഗ്രഹത്തിലെ താളാത്മ വികാസത്തിന്റെ ഉന്നതമായ രൂപമാണ്."

1977ൽ പദ്മശ്രീയും 1982ൽ സംഗീത നാടക അക്കാദമി അവാർഡും ലഭിച്ച അല്ലാരഖ 2000 ഫെബ്രുവരി 3-ാം തീയതി അന്തരിച്ചു. തലേന്ന് വൈകുന്നേരം മകൾ റസിയ മരിച്ച ആഘാതമായിരുന്നു വിശ്രുത കലാകാരന്റെ മരണകാരണം. പിതാവിന്റെ പാരമ്പര്യം മക്കളായ സക്കീർ ഹുസൈനിലൂടെയും ഫസൽ കുറൈശിയിലൂടെയും തുടരുന്നു.

ഉസ്ദാത് അല്ലാരഖയുടെ പ്രധാനപ്പെട്ട ആൽബങ്ങൾ ഇവയാണ്:

'റിച്ച് അലാ രഖാ', 'ഷെയേർഡ് മൊമന്റ്സ്', 'സരോദ് ആന്റ് തബല', 'മെയ് സ്ട്രോസ് ചോയ്സ്' - സീരീസ് വൺ തബല, 'ടുഗതർ', 'തബല ട്രെസിഷൻ', 'റിഥംസ് ഫ്രം ഇന്ത്യ', 'ഇന്ത്യാസ് മാസ്റ്റർ മ്യുസിഷൻസ്'.

പ്രധാനപ്പെട്ട പത്ത് ഗാനങ്ങൾ

1. ഫരിയാദ് ന കർ ആംസൂ ന ബഹാ'
   (ഘർ - 1945)
2. ദിൽമേം ശമാം ജലാകേ തേരേ ഇന്തസാർ
   (സബക് - 1950)
3. തുഝകോ ഫുർസത് ഹോ തോ മേരീ
   ജാൻ ഇധർ ദേഖ് തോ ലോ...
   (ബേവഫാ - 1952)
4. ആസ്മാം സേ മുഝ്പേ ഭീ ബർസാ ദേ ആജ്..
   (ഹാതിം തായീ കി ബേട്ടി - 1955)
5. കാലീ കമലീവാലേ തുഝ്കോ ലാഖോം സലാം
   (ഹാതിം തായീ കീ ബേട്ടി)
6. കർതാ ഹേ ഇക് ദിൽസോജ് യേ ബയാം
   (ആലം ആരാ - 1956)
7. യേ ചാന്ദ് മേം സിതാരേ യേ രാത് യാദ് രഖ്നാ
   (ലാൽ ഏ യമൻ - 1956)
8. ഐ ഗർദിശ് സമാനാ കബ്തക് യേ ഗം സഹേംഗേ
   (അലാവുദ്ദീൻ ലൈല - 1957)
9. ചാന്ദ്നീ ഹേ ഭീംഗീ ഭീംഗീ രാത് ഹേ
   (സിം സിം മർജീനാ - 1958)
10. ഇൻസാൻ കോ ഇൻസാൻ ബനാ ദേതാ ഹേ രോസ്
    (ഈദ് കാ ചാന്ദ് - 1964)

ചിത്രഗുപ്ത്

പ്രഥമദർശനത്തിലെ പ്രേമം പോലെ, ശ്രവണമാത്രയിൽ മനംകവരുന്ന ഒട്ടേറെ ഗാനങ്ങൾക്ക് ചിത്രഗുപ്ത് ഈണം നൽകിയിട്ടുണ്ട്. കലർപ്പില്ലാത്ത സംഗീതത്തിന്റെ ശില്പിയാണല്ലോ അദ്ദേഹം. ഇന്ത്യൻ ശാസ്ത്രീയസംഗീതത്തിലധിഷ്ഠിതവും മെലഡിയുടെ മാധുര്യമുൾക്കൊള്ളുന്നവയുമായ ചിത്രഗുപ്തിന്റെ ഗാനങ്ങൾ സാധാരണക്കാരുടെ ചുണ്ടുകൾ എളുപ്പത്തിൽ ഏറ്റുവാങ്ങി.

സ്വാതന്ത്ര്യസമര സേനാനിയും പത്രപ്രവർത്തകനും സാമ്പത്തികശാസ്ത്രത്തിൽ ബിരുദാനന്തരബിരുദധാരിയുമായ ചിത്രഗുപ്ത് ഒരിക്കൽ ജവഹർലാൽ നെഹ്റു പങ്കെടുത്ത ഒരു പൊതുയോഗത്തിൽ ദേശഭക്തിഗാനം പാടി. നെഹ്റുവിന്റെ പ്രശംസ ഏറ്റുവാങ്ങിയ അദ്ദേഹം ഗായകനാകാൻ തീരുമാനിച്ചു. സുഹൃത്തായ സർവോത്തം ബാദാമി ചിത്രഗുപ്തിനെ സംഗീതസംവിധായകൻ എസ്.എൻ.ത്രിപാഠിയെ പരിചയപ്പെടുത്തി. ത്രിപാഠി 'ഉത്തരാ അഭിമന്യു' എന്ന ചിത്രത്തിന് സംഗീതം നൽകുന്ന കാലം. അദ്ദേഹം ചിത്രഗുപ്തിനോട് രണ്ട് മൂന്ന് ഗാനങ്ങൾ വ്യത്യസ്തമായ ഈണം നൽകി കേൾപ്പിക്കാൻ പറഞ്ഞു. ഗാനാലാപനം ഇഷ്ടപ്പെട്ട ത്രിപാഠി ചിത്രഗുപ്തനെ ഉടനെതന്നെ തന്റെ സഹായിയാക്കി. മാത്രമല്ല, രണ്ട് മൂന്ന് ചിത്രങ്ങളുടെ സംഗീതസംവി

ധായകന്റെ സ്ഥാനത്ത് തന്റെ പേരിനോടൊപ്പം ചിത്രഗുപ്തിന്റെ പേരും കൊടുത്തു.

പിന്നണിഗായകൻ എന്ന നിലയിൽ ചിത്രഗുപ്തിന്റെ പ്രതിഭ വിളിച്ചോതുന്ന ഗാനങ്ങളാണ് 'ഭഗ്‌വാൻ മൈ തുഝ് കോ ഖത് ലിഖ്താ..', 'സർദീ കാ ബുഖാർ ബുരാ...' (ചിത്രം മൻചലാ), 'സിന്ദ്ബാദ് സിന്ദ്ബാദ്..' (സിന്ദ്ബാദ് ദി സേലർ), 'യേ കോൻ ആഗയാ..' (ശൗകീൻ), 'തേരി ഊംചി ബേ ദുകാൻ..' (കിസ്മത്) തുടങ്ങിയവ. പിന്നണി ഗാനത്തിന്റെ പരിമിതസീമയിലൊതുങ്ങാതെ സംഗീത സംവിധാനത്തിന്റെ മേഖലയിലേക്ക് പ്രവേശിക്കാൻ ത്രിപാഠി അദ്ദേഹത്തെ ഉപദേശിച്ചപ്പോൾ, പിന്നെ ആ വഴിക്കായി ശ്രമം. സ്വതന്ത്രമായി സംഗീതസംവിധാനം നിർവഹിച്ച ആദ്യചിത്രമായ 'ലേഡി റോബിൻഹുഡി' (1946)ലെ ഗാനങ്ങൾ പോപ്പുലറായി എന്ന് മാത്രമല്ല, തുടർചിത്രങ്ങൾ ലഭിക്കാനും അവ കാരണമായി. 'സൂപ്പർഹിറ്റ് ഹീറോ' (1946), 'തൂഫാൻ ക്വീൻ' (1946), 'ജാദുയി രതൻ' (1947), 'ഷേക്ഹാൻഡ്' (1947), 'സ്റ്റണ്ട് ക്വീൻ' (1947), 'ഇലവൻ ഓ ക്ലോക്ക്' (1948), 'മാലാ ദി മൈറ്റി' (1948), 'ടൈഗ്രസ്' (1948), 'ദില്ലി എക്സ്പ്രസ്' (1949), 'ജോക്കർ' (1949), 'ശൗകീൻ' (1949), 'സർക്കസ്‌വാലേ' (1950) എന്നിവയാണ് ലഭിച്ച ചിത്രങ്ങൾ. ഒരേ ജനുസ്സിൽപ്പെട്ട ആക്ഷൻ-സ്റ്റണ്ട് ചിത്രങ്ങളാണിവ.

പുരാണചിത്രങ്ങളുടെ സംഗീതസംവിധായകൻ എന്നാണ് ചിത്രഗുപ്തിനെ വിശേഷിപ്പിച്ചിരുന്നത്. 'നാഗ്പഞ്ചമി'യുടെ വിജയത്തോടെ പുണ്യപുരാണചിത്രങ്ങളുടെ ഊഴമായി. 'ഗണേശ് വിവാഹ്', 'ശിവരാത്രി' എന്നിവയാണ് പിന്നീട് വന്ന ചിത്രങ്ങൾ.

അവസരങ്ങൾ ചിത്രഗുപ്തിനെ തേടിച്ചെല്ലുകയായിരുന്നു. ഒരു ഉദാഹരണം - എ.വി.എം. പിക്ചേർസ് 'ശിവഭക്ത്' (1955) എന്ന ചിത്രത്തിന് സംഗീതം നൽകാൻ എസ്.ഡി. ബർമ്മനെ സമീപിച്ചപ്പോൾ അദ്ദേഹം തനിക്ക് പകരം ചിത്രഗുപ്തിനെ നിർദ്ദേശിച്ചു. ലതാമങ്കേഷ്കർ അന്ന് ടോപ്പിൽ നിൽക്കുന്ന സമയമായിരുന്നു. എന്നിട്ടും ചിത്രഗുപ്ത് എന്ന ബ്രിഗേഡ്, സ്റ്റണ്ട്ചിത്രങ്ങളുടെ സംഗീതസംവിധായകനുവേണ്ടി പാടാൻ തയ്യാറായി. 'ശിവഭക്തി'ൽ ലത പാടിയ 'കൈലാസ്നാഥ് പ്രഭു അവിനാശി...'. 'നട്‌രാജ് മേരേ മൻ കേ വാസീ..', 'ബാർബാർ നാചീ..', 'കഹാം ജാകേ യേ നൈനാ ലഡേ കി ഹം തോ രഹ്ഗയേ ഖഡേ കേ ഖഡേ..', 'ദേഖേ ജീ മേരേ ഓർ മുസ്കുരാഭീ തോദോ..' എന്നീ ഗാനങ്ങൾ ഹിറ്റായി. 75ഓളം ചിത്രങ്ങളിലായി 250ലേറെ ഗാനങ്ങൾ ലത ചിത്രഗുപ്തിനുവേണ്ടി പാടിയിട്ടുണ്ട്. അവയിൽ ചില

ഗാനങ്ങളിതാ - 'നസർ നസർ സേ ഉൽഝ് ഗയീ ഹേ അഭീമൊഹബത്ത് നയീ നയീ ഹേ..' (ചിത്രം - ഇൻസാഫ് - 1956), 'ജിയാ ലഹരായേ..' (ചിത്രം - ജയശ്രീ - 1956), 'മൈ തോ ഗിരിധർ കേ ഘർ ജാഉം...' (സിന്ദഗി കേ മേലേ - 1956), 'നാചേ ഗോകുൽ കീ ഛോരിയാം..' (നീൽമണി - 1957), 'ജാ കേ ജാദൂഗർ ദേഖീ തേരീ ജാദൂഗരി..' (ഭാഭീ - 1957), 'ലാഗീ ഛുട്ടേ ന അബ് തോ സനം...' (റഫിയോടൊപ്പം,ചിത്രം കാലീ ടോപീ ലാൽ രുമാൽ - 1959), 'അജ്നബീ സേ ബൻകേ കരോ ന കിനാരാ..' (കിശോറിനോടൊപ്പം ഏക് രാത് - 1969), 'സരാ സംഭാലിയേ അദായേം ആപ്കീ..' (മഹേന്ദ്രകപൂറിനോടൊപ്പം - ബഡാ ആദ്മി - 1961), 'ദേഖോ മൗസം ക്യാ ബഹാർ ഹേ..' (മുകേശിനോടൊപ്പം, ഒപേറ ഹൗസ് - 1961)

മുഹമ്മദ് റഫിയും കൂടുതൽ ഗാനങ്ങൾ പാടിയത് ചിത്രഗുപ്തയുടെ സംവിധാനത്തിലാണ്. ചിത്രഗുപ്തിന്റെ സൂപ്പർഹിറ്റ് ചിത്രമാണ് 'ഭാഭി' (1957). ഈ ചിത്രത്തിലെ 'ഓ കാരേ കാരേ ബാദ്രാ ജാരേ ജാ രേ ബാദ്രാ..', 'ചൽ ഉഡ് ജാ രേ പംഛീ കീ അബ് യേ ദേശ് ഹുവാ ബേഗാനാ...', 'ടായീ ലഗാ കേ മാനാ ബൻഗയേ ജനാബ് ഹീറോ...', 'ചലീ ചലീ രേ പതംഗ് മേരീ ചലീ രേ...', ഛുപാകർ മേരീ ആംഖോം സേ, വേ പൂഛേ കോൻ ഹോ ജീ തും..' തുടങ്ങിയ മധുരഗാനങ്ങൾ ദേശവ്യാപകമായി പ്രചാരം നേടി. പുരാണചിത്രങ്ങളുടെ ബന്ധനത്തിൽനിന്ന് മുക്തി നേടാൻ അദ്ദേഹത്തിന് കഠിനശ്രമം നടത്തേണ്ടിവന്നു. അപ്പോഴും ശാസ്ത്രീയമായ അടിത്തറയും ഹൃദയത്തെ തൊട്ടുണർത്തുന്ന മാധുര്യവും കൈവെടിഞ്ഞില്ല. 'ഭാഭി'യുടെ വിജയത്തെ, വിജയത്തിലേക്കുള്ള കുതിച്ചുചാട്ടമെന്ന് വിശേഷിപ്പിച്ചാലും തെറ്റില്ല. കാരണം പിന്നീടുള്ള കാലം സംഗീതരംഗത്ത് ആധിപത്യം ഉറപ്പിച്ച ചിത്രഗുപ്തന്റേതായിരുന്നു. 'ദോ ദിൽ ധഡക് രഹേ ഹേ ഔർ ആവാസ് ഏക് ഹേ..' (ഇൻസാഫ്), 'ദഗാ ദഗാ വയി വയി വയി, ലാഗീ ഛൂട്ടേ നാ അബ് തോ സനം..' (കാലീ ടോപീ ലാൽ റുമാൽ), 'ദിൽ കോ ലാഖ് സംഭാലാ ജീ, തേരാ ജാദൂ ന ചലേഗാ ഓ സപേരേ..' (ഗസ്റ്റ്ഹൗസ്), 'തേരീ ദുനിയാ സേ ദൂർ ചലേ ഹോ, ക മജ്ബൂർ...' (സബക്), 'ദിൽ കാ ദീയാ ജലാകേ ഗയാ യേ കോൻ മേരീ തൻഹായീ മേം, മുഝെ ദർദേ ദിൽകാ പതാ ന ഥാ മുഝെ ആപ് കിസ്ലിയേ മിൽഗയേ..' (ആകാശദീപ്), 'രംഗ് ദിൽ കീ ധഡ്കൻ ഭീ ലാതീ തോ ഹോഗീ, തേരീ ശോഖ് നസർ കാ ഇശാരാ..' (പതംഗ്), 'മുഫ്ത് ഹുയേ ബദ്നാം കിസീ സേ ഹായ് ദിൽ കോ ലഗാ കേ...' (ബരാത്), 'ദീവാനേ ഹം ദീവാനേ തും...' (ബേ ജുബാൻ), 'മഹലോം മേം രഹ്നേവാലീ ദിൽ ഹേ ഗരീബ് കാ...' (തേൽ മാലിശ് ബൂട്ട് പോളിശ്),

‘നഗ്മാ ഏ ദിൽകോ ഛേഡ് കേ ഹോഠോം മേം ക്യോം ദബാ ലിയാ, പായൽവാലീ ദേഖ് നാ...’ (ഏക്‌രാസ്), ‘ബാം കേ പിയാ കഹോ ഹാം ദഗാബാജ് ഹോ...’ (ബർമ്മാറോഡ്), ‘ഏക് രാത് മേം ദോ ദോ ചാന്ദ് ഖിലേ..’ (ബർഖാ), ‘ചാന്ദ് കോ ദേഖോ ജി, തേരീ ആംഖോം മേം പ്യാർ മൈനേ ദേഖ് ലിയാ..’ (ചാന്ദ് മേരേ ആജാ), ‘തൂ നേ കൈസാ ജാദൂ..’ (ജിമ്പോ), ‘അഗർ ദിൽ കിസീ സേ ലഗായാ ന ഹോതാ..’ (ബഡാ ആദ്മി), ‘ആ ജാ രേ മേരേ പ്യാർ കേ രാഹീ, ജാഗ് ദിലേ ദീവാനാ..’ (ഊംചേ ലോഗ്), ‘തുംനേ ഹസീ ഹീ ഹസീ മേം ക്യോം ദിൽ ചുരായാ ജവാബ് ദോ..’ (ഘർ ബസാ കേ ദേഖോ) എന്നിവ ഉദാഹരണം. ചിത്രഗുപ്ത് അവസാനമായി സംഗീതം നൽകിയ ചിത്രമാണ് ‘ശിവഗംഗാ’ (1988). തന്റെ സംഗീതപാരമ്പര്യം നിലനിർത്താൻ മക്കളായ ആനന്ദ്-മിലിന്ദ് ജോഡിക്ക് കഴിഞ്ഞിട്ടുണ്ടെന്ന് അദ്ദേഹത്തിന് അഭിമാനിക്കാം. 1991 ജനുവരി 14ന് 72-ാം വയസ്സിൽ ചിത്രഗുപ്ത് അന്തരിച്ചു.

പ്രധാനപ്പെട്ട പത്ത് ഗാനങ്ങൾ

1. ആംഖോം നേ കഹാ ദിൽ നേ സുനാ
   (ഭക്ത പുണ്ഡലിക് - 1949)
2. കൈലാശ്നാഥ് പ്രഭു അവിനാശി
   നഗരാജ് മേരേ മൻ കേ വാസി
   (ശിവഭക്ത് - 1955)
3. നസർ നസർ സേ ഉൽഝ് ഗയീ ഹേ അഭി
   മൊഹബത്ത് നയീ നയീ ഹേ
   (ഇൻസാഫ് - 1956)
4. ചലീ ചലീ രേ പതംഗ് (ഭാഭീ - 1957)
5. വോ ചാന്ദ് ചമകാ വോ നൂർ ഛൽകാ
   വോ ഹൽകാ ഹൽകാ നശാ ഛാ രഹാ ഹേ
   (സൺ ഓഫ് സിന്ദ്ബാദ് - 1958)
6. ലാഗീ ഛൂട്ടേ നാ അബ് തോ സനം
   (കാലീ ടോപ്പീ ലാൽ റുമാൽ - 1959)
7. തേരീ ആംഖോം മേം പ്യാർ മൈനേ ദേഖ് ലിയാ
   (ചാന്ദ് മേരേ ആജാ - 1960)
8. ദേഖാ മൌസം ക്യാ ബഹാർ ഹേ
   (ഓപ്പറ ഹൗസ് - 1961)

9. ജുൽഫേം ഉൽഝീ ഹേ മേരേ കംഗനാ മേം

(ബർമ്മറോഡ് - 1962)

10. അഗർ സുൻ ലേ തോ ഏക് നഗ്മാ
ഹുസൂരെ യാർ ലായാ ഹും..'

(മേരാ കസൂർ ക്യാ ഹേ - 1963)

സലീൽ ചൗധരി

സംഗീതത്തിന് ഭാഷ പ്രശ്നമല്ലെന്ന് വിശ്വസിച്ച സംഗീതസംവി ധായകനായിരുന്നു സലീൽ ചൗധരി. വേണമെങ്കിൽ അതിനെ 'സിനിമാ സംഗീതത്തിന്റെ ഭാഷ' എന്നു വിളിക്കാനായിരുന്നു അദ്ദേഹം ഇഷ്ട പ്പെട്ടിരുന്നത്. ബംഗാളിയിലും ഹിന്ദിയിലും മറാത്തിയിലും മലയാള ത്തിലും ഒരുപോലെ സ്വയം കൈവരിച്ച വിജയമാണ് അദ്ദേഹത്തെ അങ്ങനെ പറയാൻ പ്രേരിപ്പിച്ചത്.

ഭാരതീയവും പാശ്ചാത്യവുമായ ശാസ്ത്രീയസംഗീതത്തിലും നാടോടി സംഗീതത്തിലും ഒരുപോലെ അറിവുനേടിയ സലിൽ ചൗധ രിക്ക് സംഗീതവാസന പാരമ്പര്യമായി ലഭിച്ചതായിരുന്നു. സംഗീതജ്ഞ നായ പിതാവിന്റെ ശേഖരത്തിലുണ്ടായ പാശ്ചാത്യ ക്ലാസിക്കുകൾ കേട്ടു വളർന്ന സലിൽ ആറാം വയസ്സിൽ പിയാനോ വായിക്കാൻ പഠിച്ചു. സ്കൂൾ വിദ്യാർത്ഥി ആയപ്പോഴേക്കും സംഗീതത്തിലുള്ള താൽപ ര്യവും വർദ്ധിച്ചു. കോളേജിലെത്തിയപ്പോൾ സംഗീതം കമ്പോസ് ചെയ്യാനും തുടങ്ങി.

സത്യൻബോസാണ് ബംഗാളിചിത്രമായ 'പരിവർത്തനി' (1950)ലൂടെ സലിൽ ചൗധരിയെ ആദ്യമായി സംഗീതസംവിധായകനാക്കിയത്. ഗുലാം ഹൈദറും രോശനും എസ്.ഡി. ബർമനും സി. രാമചന്ദ്രയും ഹുസ്ന്‌ലാൽ ഭഗത്‌രാമും അനിൽ ബിശ്വാസും മദൻ മോഹനും

നൗഷാദും ചിത്രഗുപ്തയും എസ്.എൻ.ത്രിപാഠിയും പങ്കജ് മല്ലിക്കും ശങ്കർ - ജെയ്കിഷനും ഹിന്ദി ചലച്ചിത്ര സംഗീതരംഗത്ത് തിളങ്ങി നിൽക്കുന്ന സമയത്താണ് സലിൽ ചൗധരി ഭാഗ്യപരീക്ഷണവുമായി കല്ക്കത്തയിൽ നിന്ന് ബോംബെയിലെത്തുന്നത്. പ്രതിഭാധനനായ ബിമൽറായിയുടെ 'ദോ ബീഘാ സമീൻ' (1953) എന്ന ചിത്രത്തിന് കഥയെഴുതി സംഗീതം നൽകിയ സലിൽ ആദ്യചിത്രത്തിലൂടെ തന്നെ ശ്രദ്ധേയനായി. വിദ്യാർത്ഥി പ്രസ്ഥാനത്തിലും പിന്നീട് കമ്മ്യൂണിസ്റ്റ് പാർട്ടിയിലും (രണ്ട് വർഷം അണ്ടർഗ്രൗണ്ട് ജീവിതമായിരുന്നു) സജീവമായി പ്രവർത്തിച്ച് പരിചയമുള്ള സലിൽ കൃഷിഭൂമി കൃഷിക്കാരന് എന്ന ആശയത്തോടൊപ്പം ഇന്ത്യൻ കർഷകന്റെ ഇല്ലായ്മയുടെ അവസ്ഥയും കോർത്തിണക്കി രചിച്ച 'ദോ ബീഘാ സമീൻ' കാൻ ചലച്ചിത്രമേളയിൽ ഏറ്റവും നല്ല പത്തു ചിത്രങ്ങളിലൊന്നായി അംഗീകാരം നേടി. ഈ ചിത്രത്തിലെ ഗാനങ്ങളും, പ്രത്യേകിച്ച് 'ഹരിയാലാ സാവൻ ഡോൽ ബജാതാ ആയാ...' ഹിറ്റായി.

ഹിന്ദിയിൽ ആദ്യമായി അവസരം നൽകിയ ബിമൽ റായി പിന്നീട് സ്വന്തം ബാനറിൽ നിർമ്മിച്ച 'ബിരാജ് ബഹു', 'നൗകരി', 'അമാനത്ത്', 'പരിവാർ', 'അപരാധി കോൻ', 'മധുമതി', 'പരഖ്', 'ഉസ്നേ കഹാ ഥാ', 'കാബൂളിവാലാ', 'പ്രേംപത്ര്' എന്നീ ചിത്രങ്ങൾക്കെല്ലാം സംഗീതം നൽകാൻ ചൗധരിയെത്തന്നെയാണ് ഏൽപ്പിച്ചത്.

സ്വന്തം ചിത്രങ്ങളിലെ പാട്ടുകൾക്ക് എപ്പോഴും പ്രാധാന്യം നൽകിയിരുന്ന രാജ്കപൂർ ആർ.കെ. ഫിലിംസിന്റെ ബാനറിൽ നിർമിച്ച 'ജാഗ്തേ രഹോ'യുടെ സംഗീത സംവിധാനച്ചുമതല സലിൽ ചൗധരിക്ക് നൽകിയപ്പോൾ ഇന്ത്യൻ സിനിമാസംഗീതത്തിൽ ആദ്യമായി ഭാംഗഡാ സംഗീതം നൽകിക്കൊണ്ട് സലിൽ പുതുമ സൃഷ്ടിച്ചു.

'മധുമതി'യിലെ ഗാനങ്ങളോടെ സലിൽ ചൗധരി സംഗീത സംവിധായകരുടെ മുൻനിരയിലെത്തി. ഈ ചിത്രത്തിലെ 'ആജാരേ പരദേശി...'യും 'സുഹാനാ സഫർ ഔർ യേ മൗസ'മും 'ടൂട്ടേഹുയേ ഖാബോ നേ..'യും ചലച്ചിത്രഗാനങ്ങളുള്ള കാലത്തോളം നിലനിൽക്കും. ഒരു സംഗീതസംവിധായകന് ഇതിനേക്കാൾ വലിയ നേട്ടങ്ങളൊന്നുമില്ല.

ആദ്യം ട്യൂൺ നൽകി പിന്നീട് ഗാനമെഴുതിക്കുന്ന രീതിയാണ് സലിൽ സ്വീകരിക്കുന്നതെന്ന ആക്ഷേപത്തെ അദ്ദേഹം തമാശാരൂപത്തിൽ അംഗീകരിച്ചുകൊണ്ട് പ്രതികരിച്ചത്, അത് ശവപ്പെട്ടിക്കനുസരിച്ച് ശവം മുറിക്കുന്നതുപോലെയാണെന്നാണ്.

മൗലികതയിലൂടെ മാത്രമേ സംഗീതസംവിധായകൻ തിരിച്ചറിയപ്പെ

ടുകയുള്ളൂ എന്ന അഭിപ്രായക്കാരനായിരുന്നു സലിൽ ചൗധരി. തന്റെ കാലഘട്ടത്തിലെ എസ്.ഡി.ബർമ്മനും നൗഷാദും അത്തരം മൗലികത യുടെ ഉടമകളാണെന്ന് അദ്ദേഹം വിലയിരുത്തി. ബംഗാളിലെ കീർത്തൻ മെലഡിയും വെസ്റ്റേൺ ക്ലാസിക്കൽ എലിമെന്റു വെസ്റ്റേൺ ഫോക് ഗാനങ്ങളും ഒരുപോലെ ഉൾക്കൊണ്ട സലിൽ അവ തന്റെ ഗാനങ്ങൾക്കും ആധാരമാക്കി. മൊസാർട്ടിന്റെ സിംഫണിയിൽ നിന്നാണ് അദ്ദേഹം 'ഛായ' എന്ന ചിത്രത്തിലെ 'ഇത് നാ തോ പ്യാർ... മൈ ഏക് ബാദൽ ആവാരാ' ഉണ്ടാക്കിയത്. 'മധുമതി'യിലെ 'ദിൽ തഡപ് തഡപ് കഹ് രഹാ ഹേ...'യുടെ പ്രേരണ ഒരു ഫോക് ഗാനമാണ്. ഒരു റഷ്യൻ മാർച്ചിംഗ് സോങ്ങിൽനിന്നാണ്. 'ദോ ബീഘാ സമീനി'ലെ 'ധർതീ കഹേ പുകാർ കേ...' ജനിച്ചത്. 'നൗകരി'യിലെ 'ഛോട്ടാ സാഘർ ഹോഗാ...'യുടെ വേര് ഒരു നേപ്പാളി ഗാനമാണ്.

സലിൽ ചൗധരി പശ്ചാത്തലസംഗീതം നൽകിയ ചിത്രങ്ങളാണ് 'കാനൂൻ', 'ഇത്തഫാക്', 'പൂനം കീ രാത്', 'വാസ്തുഹാര' (മലയാളം), എന്നിവ. ഒരു പ്രേതകഥാചിത്രമായ 'പൂനം കീ രാതി'ലെ കഥാന്തരീക്ഷം കൂടുതൽ ഭീതികരമാക്കാൻ അദ്ദേഹത്തിന്റെ സംഗീതത്തിനു കഴിഞ്ഞു.

ഗാനരചയിതാവു കൂടിയായ സലിൽ ചൗധരി സംവിധാനം ചെയ്ത ഏകചിത്രമാണ് 'പിഞ്ചരേ കീ പംഛീ'. മീനാകുമാരിയും ബൽരാജ് സാഹ്നിയുമായിരുന്നു ഈ ചിത്രത്തിലെ നായികാനായകന്മാർ. സംഗീതപ്രേമികൾ ഓർമ്മയിൽ നിലനിർത്തുന്ന സലിൽ ചൗധരി സംഗീതം നൽകി വിവിധ ഗായകർ പാടിയ നിരവധി ഹിറ്റ്ഗാനങ്ങളുണ്ട്. മുഹമ്മദ് റാഫി പാടിയ 'ടൂട്ടേ ഹുയേ ഖ്വാബോം നേ ഹംകോ യേ സിഖായാ ഥാ...' (ചിത്രം: മധുമതി; രചന:ശൈലേന്ദ്ര), 'കോയീ സോ നേ കാ ദിൽവാലാ കോയി ചാന്ദീ കേ...' (മായാ - മജ്രൂഹ്), മുകേശ് പാടിയ മൈനെ തേരെ ലിയേ ഹീ സാത് രംഗ് കേ സ്വപ്നേചുനേ...' (ആനന്ദ്, ഗുൽസാർ), 'സുഹാനാ സഫർ ഔർ യേ മൗസം ഹസീ...' (മധുമതി), 'തുമേം സിന്ദഗീ കേ ഉജാലേ മുബാരക്..' (പൂർണിമ - ഗുൽസാർ), 'കയീ ബാർ യും ഭീ ദേഖാ ഹേ യേ ജോമൻ കീ സീമാരേ ഖാ...' (രജനീ ഗന്ധ - യോഗേശ്), 'കഹീം ദൂർ ജബ് ദിൻ ഢൽ ജായേ...' (ആനന്ദ് - യോഗേശ്), സിന്ദഗീ ഖ്വാബ് ഹേ, ഖ്വാബ് മേം ഝൂഠ് ക്യാ...' (ജാഗ്തേ രഹോ - ശൈലേന്ദ്ര്), ഹേമന്ദ് കുമാർ പാടിയ 'ഗംഗാ ആയേ കഹാം സേ ഗംഗ ജായേ കഹാം രേ...' (കാബൂളിവാലാ- പ്രേംധവൻ), മന്നാഡെ പാടിയ 'ജീവൻ സെ ലംബേ ഹേ ബന്ധൂ യേ ജീവൻ കേ രസ്തേ..' (ആശീർവാദ് - ഗുൽസാർ), 'സിന്ദഗീ കൈസേ ഹീ പഹേലി

ഹായ്...' (ആനന്ദ്), 'ഏക് സംഗ് മേം ദോ ബർസാ തേം ബാദൽ കേ സംഗ്...' (ഝൂലാ - രാജേന്ദ്ര കൃഷ്ണ്), കിശോർകുമാർ പാടിയ 'കോയീ ഹോതാ ജിസോക് അപ്നാ കഹ്ലേതേ യാരോ...' (മേരേ അപ്നേ - ഗുൽസാർ), മുന്നാ ബഡാ പ്യാരാ...' (മുസാഫിർ), 'ഛോട്ടാ സാഘർ ഹോഗാ..' (നൗകരി), ലതാമങ്കേഷ്കർ പാടിയ 'ആജാരേ പരദേശി...', 'ഘഡീ ഘഡീ മേരാദിൽ ധഡ്കേ...' (രണ്ടുഗാനങ്ങളും മധുമതിയിൽ), രജനീഗന്ധാ ഫൂൽ തുമാരാ മഹകേ..' (രജനിഗന്ധ), 'ജിയാ ലാഗേ നാതേരേ ബിനാ...' (അന്നദാതാ - യോഗേശ്), 'രിം ഝിം ഝിം ഝിം ബദർവാ ബർസേ...' (താംഗാവാലി), ഝിതംഗ് ഝിതംഗ് ബോലേ... (ആവാസ്), ആശാ ബോൺസ്‌ലേ പാടിയ 'ഠണ്ടി ഠണ്ടി സാവൻ കീ ഫുഹാർ...' (ജാഗ്തേ രഹോ), 'ബാഗ് മേം കലീ ഖിലീ...' (ചാന്ദ് ഔർ സൂരജ്), ഡ്യൂയറ്റുകളിൽ മുകേഷും ലതയും പാടിയ 'ദിൽ തഡപ് തഡപ് കേ കഹ് രഹാ ഹേ..' (മധുമതി), 'ഹം സഫർ മേരേ ഹം സഫർ...' (പൂർണ്ണിമ), 'ഇക് രാത് മേം ദോ ദോ ചാന്ദ് ഖിലേ...' (ബർഖാ), യേശുദാസും ആശയും ആലപിച്ച 'ഓ ജാനെമൻ ജാനെമൻ തേരേ ദോ നയൻ...' (ഛോട്ടീ സീ ബാത്) എന്നിവ അവയിൽ ചിലതു മാത്രം.

സ്വന്തം ഗാനങ്ങളിൽ സംതൃപ്തി നൽകിയവയിൽ സലിൽ ചൗധരി ചൂണ്ടിക്കാട്ടിയ രണ്ടുഗാനങ്ങളാണ് ലത പാടിയ 'ആജാരേ പരദേശി..'യും 'ഓ സജ്നാ ബർഖാ ബഹാർ ആയി..'യും.

സലിൽ ചൗധരി സംഗീതം നൽകിയ ഹിന്ദി ചിത്രങ്ങൾ ഇവയാണ്. 'ദോ ബിഘാ സമീൻ (1953), 'ബിരാജ് ബഹു, നൗകരി' (1954), 'അമാനത്ത്', 'ടാങ്കാവാലി' (1955), 'ആവാസ്', 'ജാഗ്തേ രഹോ', 'പരിവാർ' (1956), 'അപരാധി കോൻ', 'ഏക് ഗാംവ് കി കഹാനി', 'ലാൽബത്തി', 'മുസാഫിർ', 'സമാനാ' (1957), 'മധുമതി', 'ഹണിമൂൺ', 'കാനൂൻ', 'പരഖ്', 'ഉസ്നേ കഹാ ഥാ (1960), 'ചാർ ദിവാരി', 'ഛായാ', 'കാബൂളിവാലാ', 'മായാ', 'മേം ദീദി', 'സപ്നേ സുഹാനേ' (1961), 'ഹാഫ് ടിക്കറ്റ്', 'ഝൂലാ', 'പ്രേംപത്ര്' (1962), 'ചാന്ദ് ഓർ സൂരജ്', 'പൂനം കി രാത്', 'നേതാജി സുഭാഷ് ചന്ദ്രബോസ്', 'ആനന്ദ്' (1970), 'മേരേ അപ്നേ' (1971), 'അന്നദാതാ', 'അനോഖാ ദാൻ', 'അനോഖാ മിലൻ', 'മേരെ ഭയ്യ', 'സബ്സേബഡാ സുഖ്' (1972), 'രജനി ഗന്ധാ' (1974), 'ഛോട്ടീ സീ ബാത്ത്', 'സംഗത്' (1975), 'ജീവൻ ജ്യോതി', 'ഉഡൻ ഝൂ' (1976), 'ചെമ്മീൻ ലഹരേം (മലയാളത്തിലെ 'ചെമ്മീനി'ന്റെ ഡബ്ബ്), 'ചിരുത', 'ജീനാ യഹാം', 'പ്ലോട്ട് നമ്പർ - 5 (1981), 'അഗ്നിപരീക്ഷ', 'ദിൽ കാ സാഥീ ദിൽ' (മദനോത്സവത്തിന്റെ ഡബ്ബ് - 1982), 'കാനൂൻ ക്യാ കരേഗാ' (1984), 'ആഖരീ ബദലാ', 'ത്രിയാത്രി' (1990).

പ്രധാനപ്പെട്ട പത്ത് ഗാനങ്ങൾ

1. ധർതീ കഹേ പുകാർ കേ
(ദോ ബീഘാ സമീൻ - 1953)
2. സിന്ദഗീ ഖ്വാബ് ഹേ ഖ്വാബ് മേം ഝൂഠ് ക്യാ
(ജാഗ്തേ രഹോ - 1956)
3. ആജാരേ പർദേസീ മൈ തോ കബ്സേ ഖഡീ ഇസ് പാർ
(മധുമതി - 1958)
4. ആഹാ രിംഝിം കേ യേ പ്യാരേ പ്യാരേ ഗീത് ലിയേ
(ഉസ്നേ കഹാഥാ - 1960)
5. ഓ സജ്നാ ബർഖാ ബഹാർ ആയീ
(പരഖ് - 1960)
6. ഇത് നാ ന മുഝ്സേ തൂ പ്യാർ ബഢാ
(ഛായ - 1961)
7. ബാഗ് മേം കലീ ഖിലീ
(ചാന്ദ് ഔർ സൂരജ് - 1965)
8. കഹീം ദൂർ ജബ് ദിൻ ഢൽ ജായേ
(ആനന്ദ് - 1970)
9. രജനീഗന്ധാ ഫൂൽ തുമാരേ മഹ്കേ യും ഹീ ജീവൻ മേം
(രജനീഗന്ധ - 1974)
10. ന ജാനേ ക്യോം ഹോതാ ഹേ യും സിന്ദഗീ കേ സാഥ്
(ഛോട്ടീ സീ ബാത് - 1975)

ലക്ഷ്മികാന്ത് - പ്യാരേലാൽ

പഴയ സംഗീതസംവിധായകരുടെ പരമ്പരയിലെ അവസാനത്തെ കണ്ണികളായിരുന്നു ലക്ഷ്മികാന്ത്-പ്യാരേലാൽ.

യഥാർത്ഥ പ്രതിഭയ്ക്ക് ഒരിക്കലും മങ്ങലേലിൽക്കില്ല എന്ന് ലക്ഷ്മീകാന്ത് - പ്യാരേലാൽ എന്ന സംഗീതസംവിധായക ജോഡിയുടെ വിജയം അടിവരയിട്ടു പറയുന്നു. സംഗീതസംവിധായകജോഡികൾ വെള്ളത്തിലെ കുമിളപോലെ പൊങ്ങിവരികയും അപ്രത്യക്ഷമാവുകയും ചെയ്യുന്ന സിനിമാലോകത്ത് ദീർഘകാലം യശസ്സിന് മങ്ങലേല്ക്കാതെ പിടിച്ചുനിന്ന എൽ.പി. ജോഡിയുടെ വിജയരഹസ്യമെന്താണ്?

പഴയ സംഗീതസംവിധായകരുടെ പരമ്പരയിലെ അവസാനത്തെ കണ്ണിയാണിവർ. പുതിയ സംഗീതസംവിധായകർ അവസരങ്ങൾ വാരിക്കൂട്ടുമ്പോഴും പ്രശസ്തിയുടെ ഔന്നത്യത്തിൽ വിരാജിക്കാൻ കഴിയുന്നത് ആശ്ചര്യകരമാണ്. കൊടുങ്കാറ്റുകൾ പലതുണ്ടായി; വെല്ലുവിളികളും പലതുണ്ടായി; എന്നിട്ടും 1963 മുതൽ 98ലും തങ്ങളുടെ സാന്നിധ്യം അറിയിച്ചുകൊണ്ട് എൽ-പി നിലകൊണ്ടു. കഠിനമായ അധ്വാനം, മാധ്യമത്തിന്റെ പ്രത്യേകതയായ സംഘർഷം, അചഞ്ചലമായ സാധന-എൽ.പി.യുടെ വിജയകാരണങ്ങളാണിവ. ഇന്ന് നാലഞ്ച്

ദിവസത്തെ ഓട്ടംകൊണ്ട് ഒരാൾക്ക് സംഗീതസംവിധായകനാകാം. ധാരാളം ചിത്രങ്ങൾ കൈവശമാക്കാം. എളുപ്പത്തിൽ പബ്ലിസിറ്റി നേടാം. എന്നാൽ മുൻപ് അതായിരുന്നില്ല സ്ഥിതി. അന്നുള്ള സംഗീതസംവിധായകർ ടാലന്റഡ് ആയിരുന്നു. ഇത്തരം പ്രതിഭകൾ രംഗത്തുള്ളപ്പോഴാണ് എൽ-പി സംഗീതലോകത്ത് പ്രവേശിക്കുന്നത്. സംഗീതസംവിധായകരാകുന്നതിനുമുൻപ് അറേഞ്ചറായും അസിസ്റ്റന്റായും ഇവർ ജോലി ചെയ്തിരുന്നു. കല്യാൺജിയുടേയും ആർ.ഡി. ബർമന്റേയും ഉഷാഖന്നയുടെയും സഹായിയായി പ്രവർത്തിച്ച പരിചയം ഇവർക്ക് പില്ക്കാലത്ത് തുണയായി.

ജോഡിയായി സംഗീതം നൽകുമ്പോൾ തൊഴിൽ വിഭജനം നടത്തും. 1963ൽ എൽ.പി. ജോഡിയായപ്പോൾ എല്ലാ കാര്യങ്ങളും രണ്ടുപേരും ഒന്നിച്ചു ചെയ്യുമായിരുന്നു. 1967 വരെ ഈ രീതി തുടർന്നു. അവസരങ്ങൾ വർദ്ധിച്ചതോടെ ഒരേ കാര്യത്തിന് രണ്ടുപേരുടേയും സമയം നഷ്ടപ്പെടുത്തുന്നത് ശരിയല്ലെന്ന് തോന്നി. ലക്ഷ്മികാന്ത് പാട്ടിന്റെ കാര്യവും ഗായകരുടെ തിരഞ്ഞെടുപ്പും നടത്തുമ്പോൾ പ്യാരേലാൽ പിന്നണി സംഗീതം ശ്രദ്ധിക്കും. ഏഷ്യയിലെ ഏറ്റവും ശ്രദ്ധേയനായ അറേഞ്ചർ ആയിരുന്നു ലക്ഷ്മീകാന്ത്. അതുകൊണ്ട് മറ്റ് അറേഞ്ചറുടെ ആവശ്യം ഇവർക്കില്ലായിരുന്നു. ഭാരതീയ സംഗീതത്തെ ഇഷ്ടപ്പെടുന്ന ഇവർ സന്ദർഭാനുസരണം പാശ്ചാത്യ സംഗീതവും ഉപയോഗിക്കുമെങ്കിലും മനസ്സുകൊണ്ട് അതിനെതിരാണ്. കാരണം അതിൽ ക്രിയേറ്റിവിറ്റി ഇല്ല എന്നതുതന്നെ.

എൽ.പി. രംഗത്തു വരുമ്പോൾ സംഗീതരംഗം അടക്കിവാണ സംവിധായകരായിരുന്നു നൗഷാദ്, എസ്.ഡി. ബർമൻ, മദൻമോഹൻ, ശങ്കർ -ജയ്കിഷൻ, ഒ.പി.നയ്യാർ ഹേമന്ത്കുമാർ, ചിത്രഗുപ്ത, സി. രാമചന്ദ്ര, വസന്ത് ദേശായി, രോഷൻ എന്നിവർ. 1963-ൽ 'പാരസ്മണി'യിലൂടെ തുടക്കം കുറിച്ച എൽ.പി. എൺപതുകളിൽ എല്ലാവരേയും പിൻതള്ളി ഒന്നാംസ്ഥാനത്തെത്തി. സിൽവർ ജൂബിലി-ഗോൾഡൻ ജൂബിലി ആഘോഷിച്ച അമ്പതിലേറെ ചിത്രങ്ങൾ ഇവരുടെ ക്രെഡിറ്റിലുണ്ട്. 'ദോസ്തി' (1964), 'ശാഗിർദ്' (1970), 'ആയേ ദിൻ ബഹാർ കേ' (1966), 'ദോ രാസ്തേ', 'ഇന്തകാം' (1969), 'ദുശ്മൻ', 'ഹാഥീ മേരേ സാഥീ', 'മേരാ ഗാംവ് മേരാ ദേശ്' (1971), 'രാജാ ജാനി', 'ശോർ' (1972), 'ബോബി', 'ദാഗ്' (1973), 'അമീർ ഗരീബ്', 'റോട്ടീ കപടാ ഔർ മകാൻ' (1974), 'ധരംവീർ', 'അമർ അക്ബർ ആന്റണി' (1977), 'സത്യം ശിവം സുന്ദരം' (1978), 'സർഗം' (1979), 'ആശാ', 'കർസ്' (1980), 'പ്രേം രോഗ്' (1981), 'നസീബ്' (1982), 'ഹീറോ' (1983), 'പ്യാർഝു

ക്താനഹി' (21984), 'സംജോഗ്' (1985), 'കർമ' (1986), 'മിസ്റ്റർ ഇന്ത്യ' (1987), 'തേസാബ്' (1988), 'നാഗിനാ' (1986), 'നാച്ചേമയൂരി' (1986), 'രാംലഖൻ' (1989), 'ഖൽനായക്' എന്നിവ ഉദാഹരണം. ഇറക്കുമതി ചെയ്ത സിഡി ശേഖരമുള്ള പുതിയ സംഗീതസംവിധായകരുടെ ബഹളത്തിനിടയിൽ എൽ.പി.യുടെ കാലിടറി. ഫലമോ; തങ്ങളുടെ ക്രിയേറ്റിവിറ്റി അവർ കൈവെടിഞ്ഞു. എൻ. ചന്ദ്രയുടെ 'നരസിംഹ', ബോണി കപൂറിന്റെ 'രൂപ് കീ റാണി ചോരോം കാ രാജാ', മുകുൽ ആനന്ദിന്റെ 'ഹം', ശശികപൂറിന്റെ 'അജൂബാ', പങ്കജ് പരാശറിന്റെ 'രാജ്കുമാർ' തുടങ്ങിയ ചിത്രങ്ങളിൽ ഈ ജോഡി ശ്രദ്ധ കേന്ദ്രീകരിച്ചു. തൊണ്ണൂറുകളിലെ എൽ.പി.യുടെ സംഗീതം അവരുടെ പഴയകാലത്തിന്റെ പ്രതാപം പ്രകടിപ്പിക്കുന്നില്ല എന്ന പരാതിയുണ്ട്. അവരെ പഴഞ്ചന്മാരായി മുദ്രകുത്തിയവരുമുണ്ട്. എന്നാൽ 'പ്രേംഗ്രന്ഥ്', 'ഭൈരവി' എന്നീ ചിത്രങ്ങൾ ഈ ധാരണ തെറ്റാണെന്ന് തെളിയിച്ചു. ഇത്തരം വിമർശകർ അവരുടെ തൊണ്ണൂറുകളിലെ ഗാനങ്ങളിലെ നല്ല വശങ്ങൾ കണ്ടില്ലെന്ന് നടിച്ചു. എൽ.പി. ഈണം നൽകിയ കെ. വിശ്വനാഥിന്റെ 'ഈശ്വറി'ൽ 'കൗശല്യാ മൈ തേരി...'യും 'പതിപരമേശ്വറി'ൽ 'സുർമൈ അന്ധേരാ..'യും പാടിയ കവിതാ കൃഷ്ണമൂർത്തി ആർ.ഡി. ബർമന്റെ '1942 – എ ലൗ സ്റ്റോറി'യിലെ ഗാനങ്ങളിലൂടെ അംഗീകരിക്കപ്പെട്ടു. 'ഭൈരവി'യിൽ കവിതാകൃഷ്ണമൂർത്തി പാടിയ ശാസ്ത്രീയരാഗാധിഷ്ഠിത ഗാനങ്ങൾ ശ്രദ്ധിക്കപ്പെട്ടു. കവിതയുടെ കഴിവുകളെ എൽ.പി. എത്രമാത്രം മാനിച്ചിരുന്നു എന്ന് ആ ഈ ഗാനങ്ങൾ വ്യക്തമാക്കുന്നു.

പ്രാരംഭകാലത്ത് ലതാമങ്കേഷ്ക്കറുടെയും മുഹമ്മദ് റാഫിയുടെയും സ്വരങ്ങൾ എൽ.പി.യുടെ വിജയത്തിന് കാരണമായ ഘടങ്ങളാണ്. മൂന്ന് ദശാബ്ദക്കാലം ലതയെക്കൊണ്ട് പാടിച്ച അവർ നിസ്സാരമായ തെറ്റിദ്ധാരണമൂലം ലതയുമായി അകന്നു. നിലനില്പിനായി അനുരാധാ പൊഡ്വാളിനെക്കൊണ്ടും കവിതാ കൃഷ്ണമൂർത്തിയെക്കൊണ്ടും പാടിച്ചു.

പുതിയ ദശകത്തിന് അനുയോജ്യമായ വിധത്തിൽ തങ്ങളെ രൂപപ്പെടുത്താൻ അവർ ശ്രമിച്ചു. ചിലപ്പോൾ പരാജയപ്പെട്ടു. ബോണികപൂറിന്റെ 'പ്രേമി'ലൂടെ പഴയ സ്റ്റൈൽ തുടരുന്നതാണ് നല്ലതെന്ന് അവർക്ക് തോന്നി. നല്ല ശബ്ദമല്ലെങ്കിലു 'പ്രേമി'ലെ 'മേരി ചുഡിയാം ബാജെ ഛം ഛം...', 'ആതീ നഹി..' എന്നിവ നല്ല ഗാനങ്ങളായി.

'ഖൽനായകി'ലെ വിവാദഗാനമായ 'ചോളീ കേ പീച്ചേ...' (ഇളാ അരുൺ), 'ദേർ സേ ആനാ ജൽദി ജാനാ...' (അൽക്കാ യാഗ്നിക്) എന്നിവ ഹിറ്റായിട്ടും സുഭാഷ് ഘൈ എൽ.പി.യെ തഴഞ്ഞു. ഘൈയുടെ 'കർസ്' മുതൽ 'രാംലഖൻ' വരെയുള്ള ചിത്രങ്ങളിൽ 'ഹിറ്റ് ഗാനങ്ങൾ നൽകി

യവരാണ് എൽ.പി.

എ.ആർ. റഹ്മാന്റെ സംഗീതം തനിക്ക് മനസ്സിലാകുന്നില്ലെന്ന് ലക്ഷ്മീകാന്ത് പറഞ്ഞപ്പോൾ വിമർശകർ അദ്ദേഹത്തെ ക്രൂശിക്കാൻ ശ്രമിച്ചു. ലക്ഷ്മീകാന്തിന്റെ പരാജയമായി അവർ ചിത്രീകരിച്ചു. ഗാനങ്ങളിലൂടെ ലക്ഷ്മീകാന്ത് മറുപടി നൽകി.

പ്രധാനപ്പെട്ട പത്ത് ഗാനങ്ങൾ

1. വോ ജബ് യാദ് ആയേ ബഹുത് യാദ് ആയേ
   (പാരസ് മണി - 1963)
2. ചാഹൂംഗാ മൈ തുഝെ സാംഝ് സവേരേ
   (ദോസ്തി - 1964)
3. സാവൻ കാ മഹീനാ പവൻ കരേ സോർ
   (മിലൻ - 1967)
4. ജബ് ജബ് ബഹാർ ആയീ ഔർ ഫൂൽ
   മുസ്കുരായേ മുഝെ തും യാദ് ആയേ
   (തക്ദീർ - 1967)
5. ആനേ സേ ഉസ്കേ ആയേ ബഹാർ
   (ജീനേ കീ രാഹ് - 1969)
6. ഇക് പ്യാർ കാ നഗ്മാ ഹേ മോജോം കീ രവാനീ ഹേ
   (ശോർ - 1972)
7. ഹം തും ഏക് കമരേ മേം ബന്ദ് ഹോ
   (ബോബി - 1974)
8. രുക് ജാനാ നഹീ തൂ കഹീ ഹാർ കേ
   (ഇംതിഹാൻ - 1974)
9. ദർദേ ദിൽ ദർദേ ജിഗർ (കർസ് - 1980)
10. സോ ഗയാ യേ ജഹാം സോ ഗയാ ആസ്മാം
    (തേസാബ് - 1989)

ആർ.ഡി. ബർമൻ

ശാസ്ത്രീയ സംഗീതം, നാടോടിസംഗീതം, പാശ്ചാത്യസംഗീതം എന്നിവയുടെ സമന്വയത്തിലൂടെ ഹിന്ദി ചലച്ചിത്രഗാനങ്ങൾക്ക് യൗവനത്തിന്റെ തുടിപ്പ് പ്രദാനം ചെയ്ത സംഗീതസംവിധായകനായിരുന്നു രാഹുൽദേവ് ബർമൻ.

പിതാവായ സചിൻദേവ് ബർമന്റെ സംഗീതലോകവുമായി കുട്ടിക്കാലംമുതലേ സമ്പർക്കം പുലർത്തിയിരുന്നു പഞ്ചം (ആർ.ഡി. ബർമന്റെ ഓമനപ്പേര്) 'പ്യാസ', 'ഗൈഡ്' തുടങ്ങിയ ചിത്രങ്ങളിൽ പിതാവിന്റെ സഹായിയായിരുന്നു. ഗുരുദത്തിന്റെ 'ഗൗരി' എന്ന ചിത്രത്തിനു വേണ്ടിയാണ് ആർ.ഡി. ആദ്യമായി സ്വതന്ത്രമായി സംഗീതസംവിധാനം നിർവ്വഹിച്ചത് (രണ്ടു ഗാനങ്ങൾ മാത്രം). പക്ഷേ ചിത്രം പുറത്തുവന്നില്ല. കുട്ടിക്കാലം മുതലേ മൗത്തോർഗൻ വായനയിൽ തല്പരനായ രാഹുലിന് തന്റെ ഈ കഴിവ് പ്രകടിപ്പിക്കാൻ രാജശ്രീ പിക്ചേഴ്സ് 'ദോസ്തി' (1964)യിലൂടെ അവസരം നൽകി. എസ്.ഡി. ബർമന്റെ സഹായിയായി 'ആരാധന'(1969)യിൽ സഹകരിച്ചപ്പോൾ രാഹുൽ 'മേരേ സപ്നോം കി റാണി...' എന്ന ഗാനത്തിൽ മൗത്ത് ഓർഗൻ വായിച്ചു.

ആർ.ഡി.യുടെ സംഗീതസംവിധാനത്തിൽ പുറത്തിറങ്ങിയ ആദ്യചിത്രമാണ് മുംതാസ് ഫിലിംസിന്റെ 'ഛോട്ടേ നവാബ്' (1961). ഈ ചിത്രത്തിലെ 'ഘർ ആജാ ഘിർ ആയേ ബദരാ സംവരിയാ', 'മാം മുഝെ അപ്നേ ആം ചൽമേ ഛൂ പാലേ', 'ആജ് ഘർ മേം ഹമാരേ ഖുദാ കീ കുദരത് ഹേ' എന്നീ ഗാനങ്ങൾ പാടാൻ ലതാമങ്കേഷ്കറെപ്പോലുള്ള പ്രശസ്ത ഗായികയെ കിട്ടിയെങ്കിലും രാഹുൽ ശ്രദ്ധിക്കപ്പെട്ടില്ല. 'മുഹബ്ബത് സിന്ദാബാദ്' (1962) എന്ന അടുത്ത ചിത്രത്തിന്റെ ഗതിയും ഇതുതന്നെ. മൂന്നാമത്തെ ചിത്രമായ 'ഭൂത് ബംഗളാ' (1965)യിൽ മന്നാഡെ പാടിയ 'സുനോ ഔർ ഗൗർസെസുനോ', 'ആവോ ട്വിസ്റ്റ് കരേ', 'പ്യാർ കർതാ ജാ ദിൽ കഹ്താ ഹേ...' എന്നീ ഗാനങ്ങളിലൂടെ ആർ.ഡി.യുടെ നാമം ശ്രോതാക്കളുടെ മനസ്സിൽ പതിഞ്ഞു. നാസിർ ഹുസൈന്റെ 'തീസരി മൻസിൽ (1966) പുറത്തുവന്നതോടെ ഹിന്ദി ചലച്ചിത്രസംഗീതരംഗത്ത് ആർ.ഡി. ബർമൻ യുഗമാരംഭിച്ചു. നാസിർ ഹുസൈനിന്റെ പിൽക്കാല ചിത്രങ്ങളായ 'ബഹാരോം കേ സപ്നേ', 'പ്യാർ കാ മൗസം', 'കാരവൻ', 'യാദോം കി ബാരാത്', 'മംജിൽ മംജിൽ' എന്നീ ചിത്രങ്ങളുടെ വിജയത്തിൽ ആർ.ഡി.യുടെ സംഗീതത്തിന് പങ്കുണ്ട്. സംഗീതത്തിന്റെ മാസ്മരികതയിൽ ചിത്രങ്ങളെ വിജയപഥത്തിലെത്തിച്ച് രാജേഷ്ഖന്നയുടെ സൂപ്പർസ്റ്റാർ പദവി നിലനിർത്താൻ ആർ.ഡി. സഹായിച്ചു. 'ബഹാരോം കേ സപ്നേ, കടീപതംഗ്, അമർപ്രേം, മേരേ ജീവൻ സാഥി, നമക് ഹരാം, രാജാ റാണി, ഫിർ വഹീ രാത് എന്നിവ ഉദാഹരണം.

വ്യത്യസ്ത ഗായകർ ആലപിച്ച ആർ.ഡി.യുടെ ചില ഹിറ്റ് ഗാനങ്ങൾ ഇവയാണ് - അമിത് കുമാർ - 'യാദ് ആ രഹീ ഹേ..' (ലൗവ് സ്റ്റോറി), മുകേശ് - 'ജിസ് ഗലിമേം തേരാഘർ ന ഹോബാൽ മാ..' (കടീ പതംഗ്), 'ഇക് ദിൻ ബിക് ജായേഗാ മാടീ കേ മോൽ..' (ധരംകരം), മുഹമ്മദ് റാഫി - 'തും ബിൻ ജാവും കഹാ..' (പ്യാർ കാ മൗസം), 'ആജാ ജാ മൈ ഹൂം പ്യാർ..' (തീസരി മൻസിൽ), 'ക്യാ ഹുവാ തേരേ വാദാ..' (ഹം കിസീ സെ കം നഹി), ലതാ മങ്കേഷ്കർ - 'അബ്തേ ഹേ തുംസേ ഹർഖുശീ അപ്നീ..' (അഭിമാൻ), 'ഫൂലോം കാ താരോ കാ സബ്കാ കഹനാ ഹേ..' (ഹരേ രാം ഹരേ കൃഷ്ണ), 'ദോനൈനോം മെ ആംസൂ ഭരേ ഹൈ..' (ഖുശ്ബു), 'ന കോയീ ഉമംഗ് ഹേ ന കോയി തരംഗ് ഹേ..' (കടീ പതംഗ്), 'ആജാ പിയോ തോ ഹേ പ്യാർ ദൂം..' (ബഹാരോം കേ സപ്നേ), ആശാ ഭോസ്ലേ - "പിയാ തൂ അബ് തോ ആജാ..' (കാരാവം), 'ദം മർദം..' (ഹരേ രാം ഹരേ

കൃഷ്ണ..), 'തേരീ ഹേ സമീൻ തേരാ ആസ്മാൻ..' (ദി ബേണിങ് ട്രെയിൻ), മന്നാഡെ - 'ലല്ലാ അല്ലാഹ് തേരാ നിഗേഹ് ഖാൻ..' (അബ്ദുള്ള), 'ആവോ ടിസ്റ്റ് കരേം...' (ഭൂത് ബംഗ്ളാ), 'ഇക് ചതുര നാർ കർകേ സിംഗാർ..' (പഡോസൻ).

സ്വയം ഗായകനായ ആർ.ഡി. ബർമൻ പാടിയ രണ്ടു പാട്ടുകളും 'മെഹ്ബൂബാ മെഹ്ബൂബാ.. ഗുൽശൻ മേം ഫൂൽ' (ശോലെ), 'യമ്മാ... യമ്മാ...' (ശാൻ) ഹിറ്റുഗാനങ്ങളുടെ ശ്രേണിയിൽ വരുന്നു. ആർ.ഡി. ഈണം നൽകിയ ചില ടൈറ്റിൽ ഗാനങ്ങൾ ചിത്രങ്ങളുടെ പേര് കേൾക്കുമ്പോള്ത്തന്നെ സംഗീതപ്രേമികളുടെ മനസ്സിൽ തെളിഞ്ഞു വരും. ഉദാ: 'ജൈസേ കോ തൈസാ', 'കടീപതംഗ്', 'ഹം കിസീ സേ കം നഹി', 'കസ്മേ വാദേ', 'ശാലിമാർ', 'ഗോൽമാൽ', 'യാദോം കീ ബാരാത്ത്, 'റോക്കി', 'സനം തേരീ കസം', 'സത്തേ പേ സത്താ', 'യഹ്തോ കമാൽ ഹോഗയാ', 'സമാനേ കോ ദിഖാനാ ഹേ'. 'ഇസാസത്ത്' എന്ന ചിത്രത്തിലൂടെ ദേശീയ അവാർഡ് നേടിയ ആർ.ഡി. ബർമൻ ഹിന്ദിസിനിമയിൽ ദ്രുതസംഗീതത്തിന്റെ വക്താവായിരുന്നു. സ്വന്തം ഗാനങ്ങളിൽ ഏറ്റവും ഇഷ്ടപ്പെട്ടവയായി അദ്ദേഹം തിരഞ്ഞെടുത്ത പത്ത് ഗാനങ്ങൾ ഇവയാണ്. 'ഘർ ആജാ ഘിർ ആയേ...' (ഛോട്ടേ നവബ്), 'ന കോയീ ഉമംഗ് ഹേ..' (കടീ പതംഗ്), 'മേരാ നാം ഹേ ശബ്നം' (കടീ പതംഗ്), 'മാർ ഡാലേഗാ യേ ദർദേ ജിഗർ...' (പതിപത്നി), 'ദം മർദം..' (ഹരേ രാം ഹരേ കൃഷ്ണ), 'സീലി ഹവാ..' (ലിബാസ്), അബ്ജോമിലെ ഹൊതോ...' (ധംരവം), 'അജാ ആജാ മെ ഹൂം പ്യാർ' (തീസരി മൻസിൽ), 'ഇസ് മോഡ് മേം ജാതേ ഹേ..' (ആന്ധി), 'ജാനേജാ...' (ജവാനി ദീവാനി). ആർഡി രണ്ട് ചിത്രങ്ങളിൽ അഭിനയിച്ചിട്ടുണ്ട്. ഹാസ്യനടൻ മഹബൂബിന്റെ ഛോട്ടാ നവാബിലും' 'ഭൂത ബംഗളാ'യിലും

'1942 എ ലവ് സ്റ്റോറി' എന്ന ചിത്രത്തിന്റെ അപാരസ്വീകാര്യത നേരിട്ടറിയാൻ ബർമ്മന് ഭാഗ്യമുണ്ടായില്ല. 1994 ജനുവരി 4ന് അദ്ദേഹം അന്തരിച്ചു. ബർമ്മന്റെ കാലഘട്ടത്തിലെ യുവത്വം അദ്ദേഹത്തിന്റെ പാട്ടുകളോട് കാണിച്ച അതേ ആവേശവും അഭിനിവേശവുമാണ് പുതിയ തലമുറയിലും പ്രകടമാകുന്നത്. ഒരു സംഗീതസംവിധായകന് അനശ്വരനാകാൻ ഇതിൽക്കൂടുതൽ എന്താണ് വേണ്ടത്? ഗായിക ആശാ ബോസ്‌ലേയാണ് രാഹുലിന്റെ ഭാര്യ.

പ്രധാനപ്പെട്ട പത്ത് ഗാനങ്ങൾ

1. ജിസ് ഗലീ മേം തേരാ ഘർ ന ഹോ ബാൽമാ
(കടീ പതംഗ് - 1970)
2. ദം മർദം മിട് ജായേ ഗം ബോലോ സുബഹ് ശാം
(ഹരേ കൃഷ്ണ ഹരേ രാം - 1971)
3. കുഛ് തോ ലോഗ് കഹേംഗേ ലോഗോം കാ കാം ഹേ കഹ്നാ
(അമർ പ്രേം - 1971)
4. രാത് കലീ ഇക് ഖ്വാബ് മേം ആയീ
ഔർ ഗലേ കാ ഹാർ ഹുയീ
(ബുഢ്ഢാ മിൽ ഗയാ - 1971)
5. ബീതീ നാ ബിതായേ രൈനാ
(പരിചയ് - 1972)
6. യാദോം കീ ബാരാത് നികലീ ഹേ ആജ് ദിൽ കേ ദ്വാരേ
(യാദോം കീ ബാരാത് - 1973)
7. തേരേ ബിനാ സിന്ദഗീ സേ കോയീ ശിക്‌വാ തോ നഹി
(ആന്ധി - 1975)
8. മേരേ നൈനാ സാവൻ ഭാദോം ഫിർഭി മേരാ മൻ പ്യാസാ
(മഹബൂബാ - 1976)
9. ക്യാ ഹുവാ തേരാ വാദാ വോ കസം വോ ഇരാദാ
(ഹം കിസീ സേ കം നഹീ - 1977)
10. മേരാ കുഛ് സാമാൻ തുമാരേ പാസ് പഡാ ഹേ
(ഇസാസത് - 1987)

ജദ്ദൻ ബായി

ഇന്ത്യൻ സിനിമയിലെ പ്രഥമ സംഗീതസംവിധായികയാണ് ജദ്ദൻബായി. ഇവരുടെ സംഭാവന സംഗീതത്തിൽ മാത്രം ഒതുങ്ങുന്നില്ല. കഥ, തിരക്കഥ, സംഭാഷണം, ഗാനരചന, ആലാപനം, സംഗീത സംവിധാനം, നർത്തകി, നടി, നിർമ്മാണം, സംവിധാനം - ഈ രംഗങ്ങളിലെല്ലാം വ്യാപരിച്ച ഒരേയൊരു വനിതയാണ് ജദ്ദൻ. സിനിമയിലെ മൂന്ന് തലമുറകളിലെ ആദ്യത്തെ ആൾ. നടി നർഗീസ് ജദ്ദന്റെ മകളാണ്. നടൻ സഞ്ജയ്ദത്ത് നർഗീസിന്റെ മകനും.

ശാസ്ത്രീയസംഗീതവും 'കോഠേ' ശൈലിയും ചേർന്നുള്ള ആലാപനവുമായിരുന്നു ജദ്ദന്റേത്. കൊളമ്പിയ ഗ്രാമഫോൺ കമ്പനിക്കുവേണ്ടി ഗസലുകൾ റിക്കാർഡ് ചെയ്യാൻ ജദ്ദന് അവസരം ലഭിച്ചു. രാംപൂർ, ബിക്കാനിയർ, ഗ്വാളിയർ, ജമ്മു-കാശ്മീർ, ഇൻഡോർ, ജോധ്പൂർ തുടങ്ങിയ നാട്ടുരാജ്യങ്ങളിൽ മെഹഫിലുകൾ അവതരിപ്പിക്കാൻ അവസരം ലഭിച്ചു. ആകാശവാണിയുടെ വിവിധ നിലയങ്ങൾ ജദ്ദന്റെ പാട്ടുകളും ഗസലുകളും പ്രക്ഷേപണം ചെയ്തു.

'രാജാ ഗോപിചന്ദ്' (1933) എന്ന ചിത്രത്തിൽ ടൈറ്റിൽ കഥാപാത്രത്തിന്റെ അമ്മയുടെ വേഷത്തിലൂടെയാണ് ജദ്ദൻ സിനിമയിലേക്ക് കടന്നുവന്നത്. പിന്നീട് കറാച്ചിയിലെ ഒരു കമ്പനിയുടെ 'ഇൻസാൻ യാ

ശൈതാൻ' എന്ന ചിത്രത്തിലും അഭിനയിച്ചു. സ്വന്തം നിർമ്മാണകമ്പ നിയായ സംഗീത് ഫിലിംസ് തുടങ്ങുന്നതിന് മുമ്പ് 'പ്രേമ പരീക്ഷ' (1934), 'സേവാസദൻ ' (1934), 'നാച്‌വാലി' (1934) എന്നീ ചിത്രങ്ങ ളിലും നടിയായ ജദ്ദനെ കാണാം.

സംഗീത് ഫിലിംസിന്റെ ബാനറിൽ നിർമ്മിച്ച ആദ്യചിത്രമാണ് 'തലാശ് - എ - ഹഖ്' (1935) ചിത്രത്തിന്റെ നിർമ്മാണത്തിനുപുറമെ കഥ, സംഭാഷണം, സംഗീതമേഖലകളിലും ജദ്ദന്റെ പേരു കാണാം. 'തലാശ് - ഏ - ഹഖി'ലൂടെ തന്റെ ചെറിയ മകൾ നർഗീസിനെ ബേബി റാണി എന്ന പേരിൽ സിനിമയ്ക്ക് പരിചയപ്പെടുത്തി. ഈ ചിത്രത്തിലെ 'പ്യാരേ അബ്ബാ തും അബ് പാഊം കഹാം...' എന്ന ഗാനം ബേബിറാ ണിയെവെച്ച് ചിത്രീകരിച്ചതാണ്. ചിത്രത്തിലെ 'ഘോർ ഘോർ ഘോർ ഘോർ ബർസത് മിഹർവാ..', 'ദിൽമേം ജബ് സേ കീസീ കം ഠികാനാ ഹുവാ' എന്നീ ഗാനങ്ങൾ സ്വയം പാടി അഭിനയിച്ച് സംവിധാനം ചെയ്തത് ജദ്ദൻ തന്നെ.

ജദ്ദൻ അഭിനയിച്ച് നിർമ്മാണവും സംവിധാനവും സംഗീതസംവി ധാനവും നിർവഹിച്ച 'അമൃതമന്ഥൻ' (1936)ലെ 'ഡമരൂ ഹർ കർ ബാജേ..', 'സാവൻ കേ ബദ്‌രാ ഘിർ ആയേ..', 'സുനേ ദിൽ കാ കഹീം അശ്കോം സേ പതാ മിൽതാ ഹേ..', 'ഹമാരീ സേജരിയാ സൈംയാ ഏക് ബേരി ആജാ..', ഗാലിബിന്റെ ഗസൽ 'ദിൽ ഹീ തോ ഹേ ന സംഗോ ഖിശ്ത്..' എന്നിവ അക്കാലത്ത് ഏറെ ശ്രദ്ധിക്കപ്പെട്ടവയാണ്. ഇതേ വർഷം തന്നെ പുറത്തിറങ്ങിയ പതിവ് പരിപാടികളോടൊപ്പം കഥ, സംഭാഷണം, ഗാനരചന എന്നിവകൂടി നിർവഹിച്ച 'മാഡം ഫേഷൻ' എന്ന ചിത്രത്തിലെ 'ഛരുമ് ഛനനൻ ബിഛുവാ ബാ ദേ..', 'ഹോ പ്യാലാ മദ് കാ ഭരാ ഹുവാ..', 'ചലീ ജാ ഗോരീ നൈയാ കിനാരേ കിനാരേ..', 'യഹീ ആർസൂ ഥീ ദിൽ കീ കികരീ ബേ യാർ ഹോതാ..', ബേബിറാണി (നർഗീസ്)യെ ചിത്രീകരിച്ച 'പാലൻ ഹാരേ മോരീ ആജ് സുനോ..' എന്നീ ഗാനങ്ങളും ശ്രോതാക്കൾ ഇഷ്ടപ്പെട്ടിരുന്നു.

ജദ്ദൻ നിർമ്മാണവും സംവിധാനവും സംഗീതസംവിധാനവും നിർവ ഹിച്ച മറ്റു ചിത്രങ്ങളാണ് 'ജീവൻ സ്വപ്ന്' (1937), 'മോതീ കാ ഹാർ' (1937), 'അൻജുമൻ' (1948), 'ദാരോഗാജി' (1949) എന്നിവ.

1892ൽ ജനിച്ച ജദ്ദൻബായി പിൽക്കാലത്ത് ജയദേവി ത്യാഗി എന്ന പേരിലും അറിയപ്പെട്ടിരുന്നു. മോഹൻചന്ദ് ഉത്തംചന്ദ് ത്യാഗി (അ ബ്ദുൽ റഷീദ്)യെ വിവാഹം ചെയ്തശേഷമായിരുന്നു ഈ പേരുമാ റ്റം. 1949 ഏപ്രിൽ 8നായിരുന്നു ജദ്ദൻ അന്തരിച്ചത്.

പ്രധാനപ്പെട്ട പത്ത് ഗാനങ്ങൾ

1. പ്യാരേ അബ്ബാ തുമേം അബ് പാഊം കഹാം

(തലാശ്-എ-ഹഖ് - 1935)

2. ദിൽമേം ജബ്സേ കിസീകാ ഠികാനാ ഹുവാ

(തലാശ്-ഏ-ഹഖ്)

3. സുനോ ദിൽകാ കഹീം അശ്കോം സേ പതാ മിൽതാ ഹേ

(അമൃത മന്ഥൻ - 1936)

4. ദിൽഹീ തോ ഹേ ന സംഗോഖിശ്ത്

(അമൃത മന്ഥൻ)

5. യെഹീ ആർസൂ ഥീ കീ കി കരീബേ യാർ ഹോതാ

(മാഡം ഫാഷൻ - 1936)

6. പാലൻ ഹാരേ മോരീ ആജ് സുനോ

(മാഡം ഫാഷൻ)

7. പ്രീതം മോരേ ആവത് നാഹി

(ജീവൻ സ്വപ്ന് - 1937)

8. രോനേ ദോ ഇസ് ദു:ഖീ ഹൃദയ് കോ
ജീഭർകർ അബ് രോനേ ദോ

(ജീവൻ സ്വപ്ന്)

9. നസർമേം മേരേ കോയീ ന സമായേ

(മോതീ കാ ഹാർ - 1937)

10. ഛുട്ടീ മിൽ ഗയീ സൈർ സപാടാ ഖൂബ് കരുംഗാ..

(മോതീ കാ ഹാർ)

സരസ്വതീ ദേവി

1912ൽ ഒരു പാർസികുടുംബത്തിൽ ജനിച്ച് ഖുർശിദ് മനേക്ശാ മിനോയർ ഹോംജിയാണ് പിൽക്കാലത്ത് സരസ്വതീദേവി എന്ന പേരിൽ ഇന്ത്യൻ സിനിമയിലെ രണ്ടാമത്തെ (ആദ്യത്തേത് ജദ്ദൻബായി) സംഗീത സംവിധായികയായത്. കുട്ടിക്കാലത്തുതന്നെ സംഗീതത്തിൽ താല്പര്യമുണ്ടായിരുന്ന ഖുർശീദിനെ പിതാവ് ശാരദാ സംഗീതവിദ്യാലയത്തിൽ ചേർത്തു. 1927ൽ ഇന്ത്യൻ ബ്രോഡ്കാസ്റ്റിംഗ് കമ്പനി തുടങ്ങിയ റേഡിയോ സ്റ്റേഷനിലൂടെയാണ് ഖുർശിദ് പാട്ടുകാരിയായി തുടക്കം കുറിച്ചത്. ഖുർശിദ് ഓർഗൻ വായിച്ച് പാടുമ്പോൾ ഇളയ രണ്ട് സഹോദരിമാർ സിതാറും മാൻഡലിനും വായിച്ച് കൂടെ ഉണ്ടായിരുന്നു. 'ഹോംജി സിസ്റ്റേർസ്' എന്ന പേരിൽ ഇവരുടെ ഓർക്കസ്ട്ര പാർട്ടി അന്ന് പ്രശസ്തമായിരുന്നു. റേഡിയോയിൽ ഇവരുടെ പരിപാടി കേട്ട ബോംബെ ടാക്കീസിന്റെ ഉടമ ഹിമാൻസുറായി തങ്ങളുടെ 'ജവാനീ കീ ഹവാ' (1935) എന്ന ചിത്രത്തിന് സംഗീതം നൽകാൻ അവസരം കൊടുത്തു. ചിത്രത്തിൽ നായികയായി അഭിനയിച്ചത് ഹിമാൻസുറായിയുടെ ഭാര്യയായ ദേവികാറാണിയുമായിരുന്നു. അഭിനേതാക്കൾ പാടിക്കൊണ്ട് അഭിനയിക്കുക എന്നതായിരുന്നു അന്നത്തെ രീതി. സംഗീതം അറിയാത്ത അഭിനേതാക്കളെക്കൊണ്ട്

പാടിക്കുക എന്ന ഭഗീരഥപ്രയത്നം സരസ്വതിക്ക് ഏറ്റെടുക്കേണ്ടിവന്നു. അതുകൊണ്ട് ട്യൂണുകൾ ലളിതമാക്കി. ചില സ്ഥലങ്ങളിൽ പാട്ടിനുപകരം സംഗീതംകൊണ്ട് ഒപ്പിച്ചു. ശാസ്ത്രീയസംഗീതം പഠിച്ച സരസ്വതിയുടെ ആദ്യകാലഗാനങ്ങൾ നർസറി റൈമുകളെപ്പോലെയായിരുന്നു. ഏതായാലും ഈ ചിത്രത്തിലെ 'സഖീ രീ മോഹേ പ്രേം കാ സാർ ബതാ ദേ' (പാടിയത് ദേവികാറാണി, മാണിക് രിഖ്), 'മൈ മിൽജാഊം തുംസേ യഹീ ജുസ്തജു ഹേ' (മസീഹ്) എന്നീ ഗാനങ്ങൾ പോപ്പുലറായി.

1936ലെ 'ജീവൻ നയ്യ' എന്ന ചിത്രം അശോക്കുമാറിന്റെ ആദ്യചിത്രം എന്ന പേരിലാണ് അറിയപ്പെടുന്നത്. ഈ ചിത്രത്തിൽ സരസ്വതീദേവി അശോക്കുമാറിനെക്കൊണ്ട് പാടിച്ച് ശ്രോതാക്കളുടെ ഹൃദയത്തിൽ ഇടം നേടിയ രണ്ട് ഗാനങ്ങളാണ് 'മൈ തും മേം ഹും തും മുഝ് മേം ഹോ..', 'കോയീ ഹംദം ന രഹാ കോയീ സഹാരാ ന രഹാ..' എന്നിവ. രണ്ടാമത്തെ പാട്ടിന്റെ തുടക്കം വായിച്ചപ്പോൾ, സംഗീതപ്രേമിയായ വായനക്കാരന്റെ മനസ്സിൽ ഉദിച്ച സംശയം, ഇത് കിശോർകുമാർ പാടിയതല്ലേ എന്നാണ്. സംശയം ശരിയാണ്. ജ്യേഷ്ഠൻ അശോക്കുമാർ പാടിയ അതേ പാട്ടാണ്, അതേ ട്യൂണിൽ, സ്വന്തം ഗാനമെന്ന മട്ടിൽ 1961ലെ 'ഝുമ്രൂ' എന്ന ചിത്രത്തിനുവേണ്ടി കിശോർ പാടിയത്. സരസ്വതിയുടെ പേര് വാനോളം ഉയർത്തിയ ചിത്രമാണ് 'അഛൂത് കന്യ' (1936). ചിത്രത്തിലെ നായികാനായകന്മാരായ ദേവികാറാണിയും അശോക്കുമാറും സ്വയം പാടിയ 'മൈ ബൻകീ ചിഡിയാ ബൻ ഹീ ബൻ മേം..' അന്ന് തെരുവുകളിൽപോലും മുഴങ്ങിയിരുന്നു.

ഹിന്ദിസിനിമയിലെ ആദ്യത്തെ ദേശഭക്തിഗാനത്തിന് സംഗീതം നൽകിയത് സരസ്വതീദേവിയാണ്. 'ജന്മഭൂമി' (1936) എന്ന ചിത്രത്തിലെ 'ജയ ജയ ജനനീ ജന്മഭൂമീ..' (ചന്ദ്രപ്രഭയും കൂട്ടരും) എന്നതാണ് ഗാനം. ഈ കോറസിലെ ട്യൂണിന്റെ ഒരു ഭാഗം ബി.ബി.സി. ഇന്ത്യൻ ന്യൂസ് സർവീസിന്റെ സിഗ്നേചർ ട്യൂൺ ആയി ഉപയോഗിച്ചു.

മുപ്പതുകളിൽ സരസ്വതീദേവി സംഗീതം നൽകിയ മറ്റുചിത്രങ്ങളാണ് 'ഇസ്ത്' (1937 – 'മത്വാലേ നൈനോം വാലീ..', 'ഡോർ മേം ബാംന്ധ് ഹമേം..', 'നഗരീ ലഗേ സുനീ സുനീ..), 'ജീവൻ പ്രഭാത്' (1937 – 'ബനേ ചാന്ദീ കാ പാൽനാ..', 'തും മേരീ തും മേരേ സാജൻ..', 'ചലേ വേ ബഡേ ദുശ്മൻ ജാൻ ബൻകർ'), 'പ്രേം കഹാനി' (1937 – 'നദീ കിനാരേ ഖഡീ സോച്തീ ക്യാ..', 'ബർഖാ ആയ് ഗയീ..', 'ആയാ ഖയാലേ യാർ മേം..'), 'സാവിത്രി' (1937 – 'ജൽ ഭർനേ ആയീ ഗജരി

യാ..', 'യേ സുനോ ഗീത് സംഗീത്..', 'മയ് വഹീ ചന്ദ്ര് വഹീ..'), 'ഭാഭീ' (1938 – 'ഝുകീ ആയീ ബദരിയാ..', 'നന്നീ നന്നീ ബുംദിയാം..', 'ബൻ തിതലീ മൈ ഫൂൽ ഫൂൽ പർ ജാതീ..'), 'നിർമ്മല' (1938 – 'തും ഔർ മൈ ഔര മുന്നാ പ്യാരാ..', 'ജന്മ് ലിയാ തോ ജീ ലേ ബന്തേ..', 'കോയീ ക്യാ ജാനേ ഘായൽ മൻ കീ പീർ...'), 'വചൻ' (1938 – 'ആ രേ പംഛീ പ്യാരേ പംഛീ ആ..', 'ഹേ ഹേ ദോനോം ഹീ പർ ഹാസിൽ ക്യാ..'), 'കംഗൻ' (1939 – 'ഹവാ ഹവാ തും ധീരേ ബഹോ..', 'മൈ തോ ആരതീ ഉതാരും ധൻശ്യാമ് കി..', 'അരേ രേ കബീർ...'), 'നവജീവൻ' (1939 – 'പ്യാരീ കേ പ്രാൺ ഭാരതീ കീ ശാൻ..', 'ചന്ദ്രകിരൺ സേ പൂഛാ മൈനേ..') എന്നിവ. നാല്പതുകളിലും സരസ്വതീദേവി തന്റെ പ്രശസ്തി നിലനിർത്തി. 'ബന്ധൻ' (1940 – 'ചൽ ചൽ രേ നൗജവാൻ.', 'ചനേ സോർ ഗരം ബാബൂ മൈ ലായാ മജേദാർ..', 'മൻഭാവൻ ലോ സാവൻ ആയാ രേ..'), 'പുനർമിലൻ' (1940– 'മേരാ ഗീത് ഭരാ സംഗീത് ഭരാ മൻവാ..'), 'ഝൂലീ' (1941 – 'നാ ജാനേ കിധർ ആജ് മേരീ നാവ് ചലീ രേ..', 'മൈ തോ ദില്ലീ സേ ദുൽബൻ ലായാ രേ..', 'ഝൂലേ കേ സംഗ് ഝൂലോ..'), 'നയാ സൻസാർ' (1941 – 'മൈ ഹരിജൻ കീ ഛോരീ..', 'ചലോ ചലോ ഭൂൽഭൂലൈയ്യാ ഖേലേം..', 'അഖ്ബാർ കാ ദഫ്തർ ഹേ യേ..') എന്നിവ ഉദാഹരണം. മുകളിൽപ്പറഞ്ഞ ഗാനങ്ങളെല്ലാം ബോംബെ ടാക്കീസിന്റെ ചിത്രങ്ങളിലേതാണ്. ചില വിവാദങ്ങളെ തുടർന്ന് ബോംബെ ടാക്കീസിനോട് വിടപറഞ്ഞ സരസ്വതീദേവി മറ്റൊരു നിർമ്മാണക്കമ്പനിയായ മിനർവാ മൂവീടോക്കിയിലെത്തി. മിനർവയുടെ ഉടമയായ സൊഹറാബ് മോദി വലിയ കാൻവാസിലുള്ള ശ്രേഷ്ഠചിത്രങ്ങൾ നിർമ്മിക്കാനാണ് ഊന്നൽ കൊടുത്തിരുന്നത്. അതു കൊണ്ട് മുമ്പ് ബോംബെ ടാക്കീസിന് കൊടുത്തതുപോലുള്ള നേർസറി റൈം ടൈപ്പ് ഗാനങ്ങൾ അവർക്കാവശ്യമില്ലായിരുന്നു. എങ്കിലും 'ഭക്ത രൈദാസി' (1943)ലെ 'ശുഭ് നാം പ്രഭു കാ സാചാ', 'രാധേ ഭജോ കൃഷ്ണ ഭജോ..', 'പ്യാരീ പ്യാരീ രാധാ രാണി..' തുടങ്ങിയ ഭജനകളും 'പൃഥ്വീ വല്ലഭീ' (1943)ലെ 'ജീവൻ കാ യുഗ് ആയാ..', 'ഹവാ നേ ബാംധാ ഹേ ക്യാ രംഗ്..', എന്നീ ഗാനങ്ങളും സരസ്വതീദേവി ശ്രദ്ധേയമാക്കി.ബോംബെ ടാക്കീസിൽ ലഭിച്ച സ്വതന്ത്ര അന്തരീക്ഷം മിനർവയിൽ കിട്ടിയില്ല എന്നതിന്റെ തെളിവാണ് മിനർവാ ചിത്രങ്ങളിലെ ഗാനങ്ങൾ. 'പ്രാർത്ഥന' (1943) എന്ന ചിത്രത്തിലെ 'മുഹബ്ബത് കാ രാസ്താ ദിഖായാ നാ ഹോതാ', 'കാഹേ നേഹാ ലഗായേ സാവരിയ..', 'ഏക ധുംധലാ സാ മുഹബ്ബത് കാ ഹേ നക്ശാ ബാകി..' എന്നീ ഗസൽ

ടൈപ് ഗാനങ്ങളിൽ സരസ്വതീദേവിയുടെ സഹജമായ ലാളിത്യം നഷ്ട പ്പെട്ടുപോയിരിക്കുന്നു. 'പരഖ്' (1944) എന്ന ചിത്രത്തിലെ 'സമയ് തൂ ജൽദീ ജൽദീ ബീത്..' എന്ന ഗാനമാണ് ഇതിനിടയിൽ പോപ്പുലറായ ത്. അടുത്ത ചിത്രമായ 'ഡോ. കുമാർ' (1944)ലെ 'മീഠാ സാ ദിൽ മേം ദർദ് ഹേ..' എന്ന ഗാനമൊഴികെ മറ്റെല്ലാ ഗാനങ്ങളും ശ്രോതാക്കളെ നിരാശപ്പെടുത്തി.

മിനർവയോട് വിട പറഞ്ഞ സരസ്വതീദേവി 'അമ്രപാലി' (1945) എന്ന ചിത്രത്തിന് നൽകിയ ഗാനങ്ങൾ ബോംബെ ടാക്കീസിന്റെ കാലത്തെ ഓർമിപ്പിക്കും. 'മഹാറാണി മീനൽ ദേവി' (1946), 'നകലീ ഹീര' (1948), 'ബാച്‌ലർ ഹസ്ബൻഡ്' (1950), 'ഖാൻദാനി' (1947), 'ഉഷാഹരൺ' (1949) എന്നീ ചിത്രങ്ങളിലെ സരസ്വതീദേവിയുടെ ഗാനങ്ങൾ ഒരു പരാ മർശവും അർഹിക്കുന്നില്ല. ഒരു കാര്യം 'ഉഷാഹരണി'ൽ ലതാമങ്കേ ഷ്കറും രാജകുമാരിയും പാടിയ 'ആംഗൻ മേം ചാന്ദ്നീ ചമകേ ചമാ ചം..' എന്ന ഗാനത്തെ ഈ പ്രസ്താവത്തിൽനിന്ന് ഒഴിവാക്കാം.

സരസ്വതീദേവിക്ക് സിനിമയിൽ അവസരം കുറഞ്ഞു. ഒടുവിൽ അവർ സംഗീതജീവിതത്തിൽനിന്ന് സന്യാസം സ്വീകരിച്ചു. 1969ൽ ഒരു ബസ് അപകടത്തിൽ അവരുടെ കാലിന് ഗുരുതരമായ പരിക്കേറ്റു. 1980 ആഗസ്ത് 10ന് അന്തരിച്ചു.

പ്രധാനപ്പെട്ട പത്ത് ഗാനങ്ങൾ

1. കോയീ ഹംദം നരഹാ കോയീ സഹാരാ ന മിലാ..
   (ജീവൻ നൈയ്യ - 1936)
2. മൈ ബൻ കീ ചിഡിയാ ബൻ ഹീ ബൻ മേം..
   (അഛൂത് കന്യ - 1936)
3. ജയ് ജയ് ജനനീ ജന്മഭൂമി...
   (ജന്മഭൂമി - 1936)
4. മത്‌വാലേ നൈനോം വാലേ
   (ഇസത് - 1937)
5. ജൻമ് ലിയാ തോ ജീ ലേ ബന്തേ...
   (നിർമ്മല - 1938)
6. ഹവാ തും ധീരേ ബഹോ
   (കംഗൻ - 1939)
7. ചൽ ചൽ രേ നൗജവാൻ
   (ആസാദ് - 1940)

8. നാ ജാനേ കിധർ ആജ് മേരീ നാവ് ചലീ രേ..

(ഝൂലാ - 1941)

9. ഏക് നയാ സൻസാർ ബസാ ലേം...

(നയാ സൻസാർ - 1941)

10. സമയ് തൂ ജൽദീ ജൽദീ ബീത്

(പരഖ് - 1944)

ഉഷഖന്ന

ഹിന്ദി സിനിമാ സംഗീതസംവിധാനരംഗത്ത് പ്രവേശിച്ച മൂന്നാമത്തെ വനിതയാണ് ഉഷാഖന്ന (ആദ്യം ജദ്ദൻബായി, രണ്ടാമത് സരസ്വതീദേവി). പുരുഷാധിപത്യം നിലനിൽക്കുന്ന ഈ രംഗത്ത് വാണിജ്യപരമായി വിജയിക്കാൻ ഉഷയ്ക്ക് കഴിഞ്ഞു. ഉഷയുടെ സംഗീതത്തിന്റെ ഏറ്റവും വലിയ പ്രത്യേകതയായി നിരൂപകർ വിലയിരുത്തിയത് അതിലെ eleganceനെയാണ്. ഈ വിശേഷണമാണ് പ്രശസ്തരായ പുരുഷസംഗീതസംവിധായകരുമായി മത്സരിച്ച് രംഗത്ത് ഉറച്ച് നിൽക്കാൻ ഉഷയ്ക്ക് കഴിവ് നൽകിയത്.

ഉഷയുടെ പിതാവായ മനോഹർഖന്ന ഗായകനും ഗാനരചയിതാവുമായിരുന്നു. മെട്രിക് വിദ്യാഭ്യാസത്തിന് ശേഷം ഉഷ ശാസ്ത്രീയ സംഗീതവും 'സുഗമസംഗിത'വും പഠിച്ചു. ഗായികയാകാൻ ആഗ്രഹിച്ച ഉഷയെ സംഗീതസംവിധാനരംഗത്തേക്ക് വഴിതിരിച്ചുവിട്ടത് ഗാനരചയിതാവായ ഇന്ദീവർ ആണ്. അദ്ദേഹം ഉഷയെ നിർമ്മാതാവായ എസ്. മുഖർജിക്ക് പരിചയപ്പെടുത്തി. ഉഷയുടെ പ്രതിഭയിൽ ആകൃഷ്ടനായ മുഖർജി തന്റെ 'ദിൽ ദേഖേ ദേഖോ' (1959) എന്ന ചിത്രത്തിന്റെ സംഗീതം ഉഷയെ ഏൽപ്പിച്ചു. വാദ്യോപകരണം കൈകാര്യം ചെയ്യുന്നവർക്ക് ഒരു ഇംപ്രഷൻ ഉണ്ടാവാൻ പതിനാറുകാരിയായ പുതിയ സംഗീ

തസംവിധായിക സാരിയുടുത്താണ് റെക്കോർഡിംഗിന് വന്നിരുന്നത്. ശങ്കർ-ജയ്കിഷൻ, ലക്ഷ്മികാന്ത്-പ്യാരേലാൽ എന്നിവർക്ക്ശേഷം ആദ്യ ചിത്രത്തിൽത്തന്നെ സൂപ്പർഹിറ്റ് ഗാനങ്ങൾ നൽകിയത് ഉഷാഖന്നയാണ്. ചിത്രത്തിലെ നായകനായ ഷമ്മികപൂറിന്റെ ടിപ്പിക്കൽ ശൈലിയെ ഓർമ്മിച്ചുകൊണ്ട് തയ്യാറാക്കിയ 'ദിൽ ദേ കേ ദേഖോ ദിൽ ദേകേ ദേഖോ..' (മുഹമ്മദ് റഫി), 'ഹായ് ദിൽ രുബാ മേരീ നീതാ... (റഫി, ആശ), 'യാർ ചുൽബുലാ ഹേ..' (റഫി, ആശ), 'റോക് റോക് റോക് റോക് ബേബി റോക്' (റഫി, ആശ) എന്നീ ഗാനങ്ങൾ കേട്ടും കേൾപ്പിച്ചും ഒരു തരംഗംപോലെ വന്നു. ഉഷയുടെ ആദ്യചിത്രത്തിൽ സംഗീതസംവിധായകൻ ഓ.പി. നയ്യരുടെ സ്വാധീനം സ്പഷ്ടമായിരുന്നു. എന്നാൽ ഷമ്മിയുടെ പതിവുശൈലിയിൽ നിന്ന് മാറി റൊമാന്റിക് മൂഡിൽ ചിത്രീകരിച്ച 'ഹം ഔർ തും ഔർ ഏ സമാം ക്യാ നശാ നശാ സാ ഹേ...' എന്ന ഗാനം റഫിയെക്കൊണ്ട് ബാലൻസ്ഡ് ശൈലിയിൽ ആകർഷകമായി പാടിച്ചപ്പോൾ അത് ഉഷയുടെ ആദ്യചിത്രത്തിലെ ഗാനമാണെന്ന് വിശ്വസിക്കുക പ്രയാസമായിരുന്നു.

പ്രകൃതിയുടെയും ദിനരാത്രങ്ങളുടെയും വിവിധ മുഹൂർത്തങ്ങളെ സജീവചിത്രീകരണത്തിന് പാകപ്പെടുത്താൻ കഴിയുന്നു എന്നതാണ് ഉഷയുടെ സംഗീതത്തിന്റെ സവിശേഷതകളിൽ പ്രധാനം. 'ഹം ഔർ തും ഔർ യേ സമാം' (റഫി - ദിൽ ദേകേ ദേഖോ), 'ഏക് സുൻ ഹരീ ശാം ഥീ..' (ലത - ആവോ പ്യാർ കരേം - 1960), 'നീലീ നീലീ ഘടാ ഓ ഭീഗീ ഭീഗീ ഹവാ' (മുകേശ്, ആശാ - ഹം ഹിന്ദുസ്ഥാനി - 1960), 'രാത് ബിഖ്രീ ഹുയീ ജുൽഫ് ബിഖ്രീ ഹുയീ..' (മുകേശ് - ഹം ഹിന്ദുസ്ഥാനി), 'മേരീ ജാൻ ന ജുൽഫേം ഖോലോ കഹീം രാത് ഠഹർ ന ജായേ' (മുകേശ് - ആവാരാ ബാദൽ - 1960), 'ഏയ് ശാം കീ ഹവാവോം ഉൻസേ സലാം കഹ്നാ' (ലത - ഏക് രാത് - 1967) എന്നിവ ഉദാഹരണം.

ഉഷയുടെ ഏറ്റവും മികച്ച പാട്ടായി കണക്കാക്കുന്നത് 'ഹം ഹിന്ദുസ്ഥാനി'(1960)യിൽ ലതയും കൂട്ടരും പാടിയ 'മാം ഝീ മേരീ കിസ്മത് കേ ജീ ചാഹേ ജഹാം ലേ ചൽ' ആണ്. ഭാവനയുടെ അതിഭാവുകത്വമില്ലാതെ, ലതയുടെ നിയന്ത്രിത ആലാപനവും ബീറ്റ്സിന്റെ ആകർഷകപ്രയോഗവും കേൾവിയുടെ ആവർത്തനത്തിൽ ഈ പാട്ടിനെ കൂടുതൽ സുന്ദരമാക്കുന്നു. 'ഹം ഹിന്ദുസ്ഥാനി'യെ ഉഷയുടെ ഏറ്റവും മികച്ച ചിത്രമാക്കുന്നതിൽ മറ്റു പാട്ടുകൾക്കുകൂടി പങ്കുണ്ട്. ഈ ചിത്രത്തിലെ ശ്രവണസുന്ദരമായ മറ്റൊരു ഗാനമാണ് 'ചോരീ ചോരീ ആയി

ഹേ രാധ..' ബാഉൽ ശൈലിയിലുള്ള ഈ ഗാനം ഹേമന്ത്കുമാറിന്റേയോ എസ്.ഡി. ബർമ്മന്റേയോ ബംഗാളി ബാഉൽ ശൈലിയിലുള്ള ഗാനങ്ങളോട് മത്സരിക്കാൻ കെൽപ്പുള്ളതാണ്. ദേശഭക്തിഗാനങ്ങൾ ഒരുക്കുമ്പോൾ, സാധാരണയായി സംഗീതസംവിധായകർ ആവേശത്തിന്റേയും ഉൽസാഹത്തിന്റേയും അതിരുകൾ കടക്കും. എന്നാൽ 'ഹം ഹിന്ദുസ്ഥാനി'യിൽ ഉഷ മുകേശിനെക്കൊണ്ട് പാടിച്ച 'ഛോഡോ കൽകീ ബാതേം കൽകീ ബാത് പുരാനീ..' എന്ന ഗാനത്തിൽ ഉഷയുടെ നിയന്ത്രിതശൈലി കാണാം. സംഗീതത്തിന്റെ ബഹളത്തിനിടയിൽ വരികളുടെ അർത്ഥം നഷ്ടപ്പെടാതെ രക്ഷിച്ചു. ബജാജ് സ്കൂട്ടറിന്റെ പരസ്യത്തിൽ വർഷങ്ങളോളം ഈ പാട്ടിന്റെ ട്യൂൺ ആണ് ഉപയോഗിച്ചിരുന്നത്.

ഉഷയുടെ ഗാനങ്ങൾകൊണ്ട് ശ്രദ്ധിക്കപ്പെട്ട അറുപതുകളിലെ മറ്റ് ചിത്രങ്ങളാണ് 'ശബ്നം' (1964 – അറബ് ശൈലിയിൽ മുഹമ്മദ് റഫി പാടിയ 'യേ തേരീ സാദഗീ യേ തേരാ ബാംക്പൻ...'), 'ആവോ പ്യാർ കരേം' (1964 – 'ജഹാം തൂ ഹേ വഹാം ഫിർ ചാന്ദ്നീ കോ കോൻ പൂഛേഗാ... – റഫി), 'ഏക് സവേരാ ഏക് ലുടേരാ' (1965 – സുമൻ – 'ഉഠാവോ ജാം ചലോ ദോനോം സാഥ് സാഥ് പിയേം..), 'ഫൈസലാ' (1965 – മുകേശ് – 'ഗോരീ തേരേ ചൽനേ പേ മേരാ ദിൽ കുർബാം..), "ദാദാ' (1966 – ലത – ചലീ മഥുരാ കീ ഗുജ്രിയാ മുഖ്പേ ഘൂംഘട്ട് താനേ..), 'ആഗ്' (1967 – മഹേന്ദ്രകപൂർ – 'ബഹുത് സ താനേ ലഗാ ദൗരാ ഇംതസാർ മുഝെ..), 'അൻജാൻ ഹേ കോയീ' (1968 – ജസ്പാൽ സിംഗ്, മഹേന്ദ്രകപൂർ – 'ബേട്ടേ ഖേൽമത് മട്കാ..), 'ബന്ദിശ്' (1969 – റഫി – 'അഭീ തോ രാത് ബാകീ ഹേ യേ ഢൽ ജായേ തോ സോ ജാനാ..) എന്നിവ.

എഴുപതുകളിലും ഉഷാഖന്നയുടെ പ്രതിഭയ്ക്ക് മങ്ങലേറ്റില്ല. ശ്രവണസുന്ദരഗാനങ്ങൾ നൽകിക്കൊണ്ട് ഉഷ രംഗത്ത് ഉറച്ചുനിന്നു. 'ദീദാർ' (1970 – കിഷോർകുമാർ – 'ജീ ഭർകേ ദേഖ് ലൂം മൈ തുമേം ജൂൽഫേം ഇധർ കർ ലോ), 'ഏക് പഹേലി' (1971 – സുമൻ – 'അബ് തോ ആജാ ഢൽനേ ലഗേ ഹേ ഉജലീ രാത് കേ ധുംധലേ സായേ..), 'തൻഹായി' (1972 – കിശോർ – 'ഭീംഗെ ഹുയേ ആംചൽ മേം സമേടോ ന ബദൻ കോ), 'സബക്' (1973 – മുകേശ് – 'ബർഖാ റാണി സരാ ജം കേ ബർസോ), 'ഹവസ്' (1974 – റഫി – 'തേരീ ഗലീയോം മേം ന രഖേം ഗേ കദം ആജ് കേ ബാദ്), 'ആജാ സനം' (1975 – ആശാ – 'ആജ് കീ രാത് മേരേ വാസ്തേ ക്യാ ലായീ ഹേ), 'ദോ ഖിലാഡി' (1976 – ജാനീ

ബാബു – 'രാത് അഭീ ബാകീ ഹേ ബാത് അഭീ ബാകീ ഹേ..), 'അബ് ക്യാ ഹോഗാ' (1977 – റഫി, ആശ – 'യാരോ അബ് ക്യാ ഹോഗാ'), 'സാജൻ ബിനാ സുഹാഗൻ' (1978 – യേശുദാസ്, അനുരാധ – 'മധുബൻ ഖുശ്ബു ദേതാ ഹേ'), 'ഭയാനക്' (1979 – ഹേമലത – 'ഭീഗാ ഭീഗാ മൗസം ആയാ ബർസേ ഘടാ ഘൻഘോർ) എന്നിവ. പ്രാതിനിധ്യസ്വഭാവമുള്ള ചിത്രങ്ങളും ഗാനങ്ങളും മാത്രമാണ് ഉദാഹരണങ്ങളായി എടുത്തത്.

നിർമ്മാതാവും സംവിധായകനും ഗാനരചയിതാവുമായ സാവൻകുമാറാണ് ഉഷയുടെ ഭർത്താവ്. അദ്ദേഹത്തിന്റെ ചിത്രമാണ് മുകളിൽപ്പറഞ്ഞ 'ഹവസ്' (1974), അവസരങ്ങൾ കുറഞ്ഞ ഘട്ടത്തിൽ മുഹമ്മദ് റഫിക്ക് ഉയർത്തെഴുന്നേൽപ്പ് നൽകിയ ഗാനമാണ് ഈ ചിത്രത്തിലെ 'തേരീ ഗലിയോം..'. തെരുവുകളിലും പട്ടണങ്ങളിലും മാസങ്ങളോളം ലൗഡ്സ്പീക്കറുകളിൽ മുഴങ്ങിയ ഗാനമാണിത്. ഈ ഗാനത്തിന് സമശീർഷമായ ഗാനമാണ് 'ദോ ഖിലാഡി'യിൽ ജാനി ബാബുവിന്റെ കവ്വാലി 'രാത് അഭീ ബാകീ ഹേ...'

ലക്ഷ്മീകാന്ത് – പ്യാരേലാലും ആർ.ഡി. ബർമ്മനും കല്യാൺജി – ആനന്ദ്ജിയും സംഗീതരംഗം കൈയടക്കിയപ്പോൾ ഉഷാഖന്നയ്ക്ക് അവസരങ്ങൾ കുറഞ്ഞു. സംഗീതത്തിൽ മെലഡിക്ക് പ്രാധാന്യം കുറഞ്ഞു. ഉഷയുടെ സംഗീതം സാധാരണ നിലവാരത്തിലായി. 'ബംബയ് കാ മഹാരാജാ' (1980), 'ലഡാകൂ' (1981), 'അനോഖാ ബന്ധൻ' (1982), 'അച്ഛാ ബുരാ' (1983) എന്നിവ പരാമർശമർഹിക്കാത്ത ചിത്രങ്ങളാണ്. തന്റെ ആരാധകരെ നിരാശിതരാക്കാൻ തയ്യാറല്ല എന്ന് തെളിയിച്ചുകൊണ്ട് എൺപതുകളിലും ചില ശ്രവണസുന്ദരഗാനങ്ങൾ ഉഷ ഒരുക്കിയിട്ടുണ്ട്. 'സാജൻ കീ സഹേലി' (1980 – റഫി, സുലക്ഷണ പണ്ഡിറ്റ് – 'ജിസ്കേലിയെ സബ്കുച്ഛ് ഛോഡാ'), 'ബേശക്' (1981 – സുരേശ് വാഡ്കർ, ഉഷഖന്ന –'പ്രിയതം തും മേരേ രഹോഗേ സദാ), 'ലൈല' (1982 – ലത, മൻമോഹൻസിംഗ് – 'ഗീതോം തോ സർഗം'), 'ശമാം' (1983 – ലത – 'ചാന്ദ് അപ്നാ സഫർ ഖതം കർതാ രഹാ'), 'കുവാരീ ബഹു' (1984 – ഭൂപേന്ദ്ര് – 'രിശ്തേ ജോ സിന്ദഗീ മേം') എന്നിവ ഉദാഹരണം.

ഭർത്താവ് സാവൻകുമാറുമായുള്ള ബന്ധം വേർപെട്ടശേഷം അദ്ദേഹത്തിന്റെ 'സൗതൻ' (1983) എന്ന ചിത്രത്തിന് സംഗീതം നൽകാൻ ഉഷാഖന്നയെ ക്ഷണിച്ചു. ഉഷ മുൻഭർത്താവിനെ നിരാശപ്പെടുത്തിയില്ല. 'ചിത്രത്തിലെ 'ശായദ് മേരീ ശാദീ കാ ഖയാൽ..' (ലത, കിശോർ),

'സിന്ദഗീ പ്യാർ കാ ഗീത് ഹേ' (കിശോർ) ആവർഷത്തെ ഏറ്റവും നല്ല പാട്ടുകളായി. 'ശായദ് മേരീ ശാദീ കാ ഖയാൽ' എന്ന ഗാനം കോളേജുകളിലും യൂണിവേഴ്സിറ്റികളിലും ദിവസവും പാടിക്കേട്ട ഗാനമാണ്.

'സൗതനി'ലെ ഗാനങ്ങൾ റിക്കാർഡ് വിജയം നേടിയിട്ടും വലിയ ബാനറുകളുടെ ചിത്രങ്ങളൊന്നും ഉഷയ്ക്ക് ലഭിച്ചില്ല. കാരണങ്ങൾ പലതാണ്. പുരുഷാധിപത്യമുള്ള രംഗത്ത് ഒരു സ്ത്രീയുടെ കടന്നുവരവ് പലർക്കും ഇഷ്ടപ്പെട്ടില്ല. ഇക്കാര്യം ഉഷതന്നെ ഒരു അഭിമുഖത്തിൽ പറഞ്ഞതാണ്. നിർമ്മാതാക്കളും സംവിധായകരും അഭിനേതാക്കളും തന്നോടൊപ്പം വർക്ക് ചെയ്യാൻ മടിക്കുന്നു. ഉഷയ്ക്ക് ലഭിച്ച പല അവസരങ്ങളും മറ്റുള്ളവരിലേക്ക് പോയി. തനിക്ക് ലഭിച്ച ചെറുകിട ചിത്രങ്ങൾക്കൊണ്ട് ഉഷയ്ക്ക് തൃപ്തിയടയേണ്ടിവന്നു. 'തജൂർബാ' (1981), 'ക്യാപ്റ്റൻ ബേരി' (1984), 'പ്യാസീ അഖിയാം' (1984), 'മഹക്' (1985), 'സസ്തീ ദുൽഹൻ മഹംഗാ ദുൽഹാ' (1986), 'വിശാൽ' (1987), 'ഖരീദ്ദാർ' (1988) എന്നിവ ഉദാഹരണം. ഈ ചിത്രങ്ങളിലും ഉഷയുടെ അടയാളം പതിഞ്ഞ ഗാനങ്ങളുണ്ട്. ഉദാ: 'മഹക്'ൽ ഭൂപേന്ദ്ര പാടിയ 'ആംഖേം ഛലക് പഡീ തോ കോയീ യാദ് ആ ഗയാ..', 'വിശാലി'ൽ ലത പാടിയ 'സുൻ രേ പീപൽ തേരേ പത്തേ ശോർ മചാതേ ഹേ', 'ഖരീദ്ദാറി'ൽ ലത പാടിയ 'നാ ജാ രേ നാ ജാ രേ സാവരിയാ' എന്നിവ.

'പക്കാ ബദ്മാശ്' (1991), 'ബേവഫാ സേ വഫാ' (1992), 'ജയ് കാളി' (1992), 'ഘർ ബാസാർ' (1995), 'ലാശ്' (1998), 'ഖൂനീ മഹൽ' (1999), 'ദോ യാർ' (2000), 'ലുടേരേ പ്യാർ കേ' (2001), 'ദിൽ പർദേശ് ഹോ ഗയാ' (2003) എന്നിവയാണ് ഉഷയുടെ പിൽക്കാല ചിത്രങ്ങൾ.

'മൂടൽമഞ്ഞ്' (1970) എന്ന ചിത്രത്തിലെ ഗാനങ്ങളിലൂടെ മലയാളികളുടെ മനം കവരാൻ ഉഷാഖന്നയ്ക്ക് കഴിഞ്ഞു. ഈ ചിത്രത്തിലെ 'മുകിലേ..' (ജാനകി), 'ഉണരൂ വേഗം നീ..' (ജാനകി), 'മാനസമണിവീണയിൽ..' (ജാനകി), 'നീ മധു പകരൂ മലർ ചൊരിയൂ...' (യേശുദാസ്), 'കവിളിലെന്തേ കുങ്കുമം...' (വസന്ത) എന്നീ ഗാനങ്ങൾ പുതുതലമുറയ്ക്കും ഇഷ്ടമാണ്. 'ആദ്യപാപം' (1988), 'അഗ്നിനിലാവ്' (1991), 'പുത്തൂരംപുത്രി ഉണ്ണിയാർച്ച' (2002) എന്നിവയാണ് ഉഷയുടെ ക്രെഡിറ്റിലുള്ള മറ്റു മലയാളചിത്രങ്ങൾ. ഇവയിൽ വീണ്ടും കേൾക്കാൻ ആഗ്രഹിക്കുന്ന ഗാനം 'പുത്തൂരംപുത്രി'യിലെ 'പാടുവാനൊരു വീണയും...' ആണ്.

പ്രധാനപ്പെട്ട പത്ത് ഗാനങ്ങൾ

1. ദിൽ ദേകേ ദേഖോ ദിൽ ദേകേ ദേഖോ
   (ദിൽ ദേകേ ദേഖോ - 1959)
2. 'മാംഝീ മേരീ കിസ്മത് കേ ജീ ചാഹേ
   ജഹാം ലേ ചൽ'
   (ഹം ഹിന്ദുസ്ഥാനി - 1960)
3. ഛോഡോ കൽ കീ ബാതേം
   കൽ കീ ബാത് പുരാനീ
   (ഹം ഹിന്ദുസ്ഥാനി)
4. ഉഠാവോ ജാം ചലോ ദോനോം സാഥ് സാഥ് പിയേം
   (ഏക് സപേരാ ഏക് ലുടേരാ - 1965)
5. ചാന്ദ് കോ ക്യാ മാലൂം ചാഹ്താ ഹേ
   ഉസേ കോയീ ചകോർ' (ലാൽ ബംഗള - 1967)
6. ബർഖാ റാണീ സരാ ജം കേ ബർസോ
   (സബക് - 1973)
7. തേരീ ഗലിയോം മേം ന രഖേംഗേ കദം
   (ഹവസ് - 1974)
8. രാത് അഭീ ബാകീ ഹേ ബാത് അഭീ ഹാകീ ഹേ
   (ദോ ഖിലാഡി - 1976)
9. ശായദ് മേരീ ശാദീ കാ ഖയാൽ
   (സൗതൻ - 1983)
10. സിന്ദഗീ പ്യാർ കാ ഗീത് ഹേ
    (സൗതൻ)

ആലാപനം

1. കെ.എൽ. സൈഗൾ
2. മന്നാഡെ
3. മുഹമ്മദ് റഫി
4. മുകേശ്
5. കിശോർ കുമാർ
6. തലത് മുഹമ്മദ്
7. ജഹാം ആര കജ്ജൻ
8. നൂർജഹാൻ
9. ബേഗം അഖ്തർ
10. ശംശാദ് ബേഗം
11. ജൊഹറാബായി അംബാലാവാലി
12. ലതാ മങ്കേഷ്കർ
13. ആശാ ഭോസ്ലെ
14. ഗീതാദത്ത്
15. മുബാറക്ക് ബേഗം

കെ.എൽ. സൈഗൾ

പുത്തൻ സംഗീതത്തിന്റെ ആരാധകരായ എം.ടി.വി. തലമുറയ്ക്ക് അജ്ഞാതമായ നാമമാണ് കുന്ദൻലാൽ സൈഗൾ എന്ന കെ.എൽ. സൈഗളിന്റേത്. മുപ്പതുകളിലും നാല്പതുകളിലും ഹിന്ദി സിനിമാരംഗത്ത് നിറഞ്ഞുനിന്ന 'ലജന്റ്' ആയിരുന്നു സൈഗൾ.

1904ൽ പഞ്ചാബിലെ ഒരു ഇടത്തരം കുടുംബത്തിലാണ് സൈഗൾ ജനിച്ചത്. വിദ്യാലയത്തിൽ ഏകനായിരുന്ന സൈഗൾ തന്റെ സ്കൂൾജീവിതത്തെക്കുറിച്ച് പറഞ്ഞതിങ്ങനെയായിരുന്നു - "ഏകനായ ഞാൻ അവിടെ ഒരു ദുഃഖിതനായ തടവുകാരനായി കഴിഞ്ഞു." സ്കൂൾ വിദ്യാഭ്യാസത്തിനുശേഷം കല്ക്കത്തയിലേക്ക് കുടിയേറിയ അദ്ദേഹം നോർത്ത് വെസ്റ്റേൺ റെയിൽവേയിൽ ക്ലാർക്കായി ചേർന്നു. അതിനുശേഷം റെമിംഗ്ടൺ ടൈപ്റൈറ്റേഴ്സിൽ സെയിൽസ്മാനായി. സ്വകാര്യസദസ്സുകളിൽ പാടിയിരുന്ന സൈഗളിന്റെ പ്രതിഭ ന്യൂതിയേറ്റേഴ്സിന്റെ ഉടമ ബി.എൻ. സർക്കാർ തിരിച്ചറിഞ്ഞു. ഓഡീഷനു വിളിച്ചു.അക്കാലത്തെ പ്രശസ്ത സംഗീതസംവിധായകരായിരുന്ന ആർ.സി. ബോറലിനും തിമിർ ബരനും സൈഗളിന്റെ ശബ്ദം ഇഷ്ടപ്പെട്ടു. പക്ഷേ കാഴ്ചയിൽ സുമുഖനല്ലാത്ത സൈഗളിനെ നായകനാക്കാൻ സർക്കാരിന്

പൂർണ്ണമനസ്സുണ്ടായിരുന്നില്ല. ഒടുവിൽ സമ്മതിച്ചു. 1932-ലാണ് ഇത്.

സൈഗൾ നായകനായി അഭിനയിച്ച ആദ്യ മൂന്ന് ചിത്രങ്ങളാണ് 'മുഹബ്ബത് കേ ആംസൂ' (നായിക - അഖ്തരി മുരാദാബാലി), 'സിന്ദാ ലാശ്' (നായിക - മഹജബീൻ), 'സുബഹ് കാ സിതാരാ' (നായിക - രത്നാബായി). ന്യൂ തിയേറ്റേഴ്സിനുവേണ്ടി പി.അടോർതി സംവിധാനം ചെയ്ത ഈ മൂന്ന് ചിത്രങ്ങളും 1932ലാണ് പുറത്തിറങ്ങിയത്. മൂന്ന് ചിത്രങ്ങളും ദയനീയമായി പരാജയപ്പെട്ടു. ഇക്കാലത്തായിരുന്നെങ്കിൽ, ഈ ഒരവസ്ഥയിൽ ആ നടന് സിനിമാലോകത്ത് നിന്ന് എന്നന്നേക്കുമായി വിടപറയേണ്ടിവരുമായിരുന്നു. എന്നാൽ, ന്യൂ തിയേറ്റർസിന്റെ ബുദ്ധിമാന്മാരായ നടത്തിപ്പുകാർക്ക് ക്ഷമയും ദീർഘവീക്ഷണവുമുണ്ടായിരുന്നു. അടുത്ത ചിത്രമായ യഹൂദി കീ ലഡ്കി' (1933 - നായിക രത്തൻബായി)യിൽ നായകവേഷവും സ്റ്റാഫ് ആർട്ടിസ്റ്റ് എന്ന നിലയിൽ മറ്റു ചിത്രങ്ങളിൽ ചെറിയ വേഷവും സൈഗാളിന് നൽകി. 'രാജാറാണി മീര' (1933), 'ഡാകൂ മൻസൂർ' (1934), എന്നിവയിൽ സൈഗളിന് സഹനടന്റെ വേഷങ്ങളായിരുന്നു. ഇതേ ബാനറിന്റെ കീഴിൽ 1934ൽ സൈഗൾ നായകനായി രണ്ട് ചിത്രങ്ങൾ പുറത്തുവന്നു. 'രൂപ്ലേഖ' എന്ന ചരിത്രചിത്രവും 'ചണ്ടീദാസ്' എന്ന ഭക്തിപ്രധാനചിത്രവും. ആദ്യത്തെ ചിത്രത്തിൽ രതൻബായിയും രണ്ടാമത്തെ ചിത്രത്തിൽ ഉമാശശിയും നായികമാരായിരുന്നു. 'ചണ്ടീദാസ്' നടനെന്ന നിലയിലും ഗായകനെന്ന നിലയിലും സൈഗളിനെ പ്രശസ്തിയിലേക്കുയർത്തി. ഈ ചിത്രത്തിൽ ഉമാശശിയോടൊപ്പം അദ്ദേഹം പാടിയ 'പ്രേം നഗർ മേം ബനാഉംഗി ഘർ മൈ...' (രചന - ആഗാ ഹശ്ന് കാശ്മീരി, സംഗീതം ആർ.സി. ബോറൽ) സംഗീതപ്രേമികളുടെ ചുണ്ടിൽ സ്ഥാനം നേടി. അടുത്ത വർഷവും രണ്ട് ചിത്രങ്ങളിൽ സൈഗൾ അഭിനയിച്ചു - 'കർവാനേ ഹയാതും' (നായിക - രാജകുമാരി), 'ദേവദാസും' (നായിക - ജമുന), ശരത്ചന്ദ്രന്റെ പ്രശസ്ത നോവലായ ദേവദാസിന്റെ ചലച്ചിത്രരൂപം ഇന്ത്യൻ സിനിയിലെ ക്ലാസിക്കുകളിൽ ഒന്നായി കണക്കാക്കപ്പെടുന്നു. 'ദേവദാസി'ന്റെ ഒറിജിനൽ ബംഗാളി പതിപ്പിൽ ടൈറ്റിൽ റോളിൽ സംവിധായകനായ ബറുവ തന്നെ അഭിനയിച്ചു. ഹിന്ദിയിൽ ആ ഭാഗ്യം ലഭിച്ചത് സൈഗളിനാണ്. (വിവിധ ഭാഷകളിലായി ദേവദാസിന്റെ പത്ത് ചലച്ചിത്രങ്ങളുണ്ടായിട്ടുണ്ട്. ഹിന്ദിയിൽ ദിലീപ്കുമാറും ഷാരൂഖ്ഖാനും ദേവദാസിന്റെ റോളിൽ അഭിനയിച്ചിട്ടുണ്ട്). ദുഃഖിതനായ നായകന്റെ വേഷം സൈഗാളിനെ പ്രേക്ഷകലക്ഷങ്ങളുടെ ആരാധ്യനാക്കി. ഈ ചിത്രത്തിനുവേണ്ടി ഹൃദയത്തിന്റെ അടിത്തട്ടിൽനിന്ന് സൈഗൾ പാടിയ 'ദുഖ് കേ അബ് ദിൻ ബീതേ നഹി..' (രചന-കേദാർ ശർമ, സംഗീതം - തിമിർ ബരൻ) എന്ന ഗാനം പ്രേക്ഷ

കരെ പൊട്ടിക്കരയിച്ചു. കാമുകിയുടെ വിരഹത്താൽ മദ്യത്തിനടിമയാകുന്ന 'ദേവദാസി'ലെ കഥാപാത്രത്തിന്റെ മദ്യപാന സ്വഭാവം സൈഗാൾ സ്വന്തമാക്കി. മദ്യപിച്ചാലേ നന്നായി പാടാൻ കഴിയൂ എന്ന ധാരണ അദ്ദേഹത്തിനുണ്ടായി. സൈഗാളിന്റെ ദയനീയവും അസ്വാഭാവികവുമായ മരണത്തിനുകാരണം മദ്യമായിരുന്നു. വെള്ളിത്തിരയിലും വെളിയിലും എപ്പോഴും ദുഃഖിതനായ ഹീറോ ആയിരുന്നു അദ്ദേഹം. 'ദേവദാസി'ൽ സൈഗാൾ പാടിയ മറ്റൊരു ഗാനമാണ് 'ബാലം ആൻ ബസോ മേരേ മൻ മേം..' നിരാശാകാമുകന്മാരുടെ ആദർശകഥാപാത്രമായിരുന്നു ദേവദാസ്. മുപ്പതുകളിലെ മറ്റു നിർമ്മാണകമ്പനികളായ ബോംബെ ടാക്കീസ്, പ്രഭാത്, സാഗർ, വാടിയ, മിനർവ എന്നിവയിൽ സൈഗളിനു തുല്യമായി ഉയർത്തിക്കൊണ്ടുവരാൻ ആരുമുണ്ടായിരുന്നില്ല. തങ്ങളുടെ തുറുപ്പുചീട്ടായി സൈഗാളിനെ കണ്ട ന്യൂതിയേറ്റേർസ് 'കരോഡ്പതി' (1936– നായിക - മോലിന), 'പ്രസിഡണ്ട്' (1937 – നായിക - കമലേശ് കുമാരി), 'സ്ട്രീറ്റ്സിംഗർ' (1938 – കാനൻദേവി), 'ദുശ്മൻ' (1939 – ലീലാദേശായി), 'സിന്ദഗി' (1940 – ജമുന), 'ലഗൻ' (1941 – കാനൻദേവി) എന്നീ ചിത്രങ്ങളിലൂടെ അദ്ദേഹത്തിന്റെ പ്രശസ്തി നിലനിർത്തി. ഫണിമജ്ജുംദാർ സംവിധാനം ചെയ്ത 'സ്ട്രീറ്റ്സിംഗറി'ൽ ഗായികാ-നടിയായ കാനൻദേവിയാണ് സൈഗളിനൊപ്പം അഭിനയിച്ചത്. ഹിന്ദി സിനിമയിലെ അവിസ്മരണീയ താരാട്ടുപാട്ടായ 'സോജാ രാജകുമാരി...' 'സൈഗൾ 'സിന്ദഗി' എന്ന ചിത്രത്തിൽ പാടിയതാണ് (സംഗീതം - പങ്കജ് മല്ലിക്) ന്യൂതിയേറ്റേർസിനുവേണ്ടി സൈഗാൾ അവസാനമായി അഭിനയിച്ച ചിത്രമാണ് യുദ്ധപശ്ചാത്തലത്തിലുള്ള 'മേരി ബഹൻ' (1944) നായികാനടിയായ സുമിത്രാദേവിയുടെ സാന്നിധ്യവും സൈഗൾ ആലപിച്ച 'ഛുപോ ന ഓ പ്യാരി സജ്നാ..', 'ഏ കാതിബേ തക്ദീർ മുജ്സേ ഇത്നാബതാ...', 'ദോ നൈനാ മത്വാരേ തുമാരാ, ഹം പർ...' (സംഗീതം - ഗുലാം മുഹമ്മദ്) എന്നീ ഗാനങ്ങളും ചിത്രത്തിന്റെ വിജയത്തിന് സഹായിച്ചു.

1940ൽ സൈഗൾ ബോംബെയിലേക്ക് ചേക്കേറിയതിനു ശേഷമാണ് മറ്റു നിർമ്മാതാക്കളുടെ ചിത്രങ്ങളിൽ സഹകരിച്ചത്. രൺജിത് കമ്പനിക്കുവേണ്ടി 'ഭക്ത സുർദാസ്' (1942), 'താൻസൻ' (1943), 'ഭംവര' (1944), യൂണിറ്റി പിക്ചേഴ്സിനുവേണ്ടി 'കുരുക്ഷേത്ര' (1945), ജയന്ത് ദേശായി പ്രൊഡക്ഷനുവേണ്ടി 'തദ്ബീർ' (1945), മുരാരി പിക്ചേഴ്സിനുവേണ്ടി 'ഒമർഖയ്യാം' (1946), കർദർ പിക്ചേഴ്സിനുവേണ്ടി 'ഷാജഹാൻ' (1946), ജീത് പ്രൊഡക്ഷനുവേണ്ടി 'പർവാനാ' (1947) എന്നിവയാണ് സൈഗൾ പാടി അഭിനയിച്ച ചിത്രങ്ങൾ. സംഗീതത്തിന്റെ പുതിയ പന്ഥാവ് ഒരുക്കിയ നൗശാദിനുവേണ്ടി 'ഷാജഹാനി'ൽ സൈഗാൾ പാടിയ 'ജബ് ദിൽ

ഹീ ടൂട് ഗയാ ഹം ജീ കേ ക്യാ കരേംഗേ..', 'ഗം ദിയേ മുസ്തകിൽ കിതനാ നാജുക് ഹേ ദിൽ...' എന്നീ ഗാനങ്ങൾ ഹിന്ദി സിനിമയുടെ ചരിത്രത്തിൽ അനശ്വരതയുടെ അടയാളങ്ങളായി അവശേഷിക്കുന്നു.

ജീവിതത്തിന്റെ അവസാനനാളുകളിൽ സൈഗാൾ തികച്ചും ദുഃഖിതനായിരുന്നു. ഏകാന്തതയിൽ അഭയം കണ്ടെത്തിയ അദ്ദേഹം ഒരു മാറ്റത്തിനുവേണ്ടി ജലന്ധറിലേക്ക് താമസം മാറ്റി. ഒരു നിഴൽപോലെ പിന്തുടർന്ന മരണം 1947 ജനുവരി 18ന് അദ്ദേഹത്തെ കൂടെക്കൊണ്ടുപോയി. ആകാശവാണിക്ക് സിനിമ പ്രതിഭകളോടുള്ള അലർജിക്ക് അന്ത്യം കുറിച്ചുകൊണ്ട് സൈഗളിന്റെ ചരമവാർത്ത പ്രക്ഷേപണം ചെയ്തു. 'ഷാജഹാനി'ൽ അദ്ദേഹം പാടിയ 'ജബ് ദിൽ ഹീ ടൂട് ഗയാ, ഹം ജീകേ ക്യാ കരേംഗേ..' (ഹൃദയം തകർന്നുകഴിഞ്ഞാൽ പിന്നെ ജീവിച്ചിരുന്നിട്ടെന്തു കാര്യം) അറംപറ്റിയ ഗാനം പ്രേക്ഷകഹൃദയങ്ങളിൽ ദുഃഖമായി ഒഴുകി.

ഒരു വ്യക്തി എന്ന നിലയിൽ സൈഗാൾ വിശാലഹൃദയത്തിനുടമയായിരുന്നു. ഉള്ളിന്റെയുള്ളിൽ ദുഃഖം ഒതുക്കി ഇഷ്ടപ്പെട്ടവരുടെ മുന്നിൽ അദ്ദേഹം പൊട്ടിച്ചിരിക്കും. തെരുവുഗായകരെ വീട്ടിൽ വരുത്തി അവരെക്കൊണ്ട് പാടിക്കുക, അവർ പ്രതീക്ഷിച്ചതിലും വളരെ കൂടുതൽ പ്രതിഫലം നൽകുക, ഇത് സൈഗാളിന്റെ സ്വഭാവത്തിന്റെ മറ്റൊരു വശം. ആരാധകരുടെ മനസ്സിൽ ഈശ്വരതുല്യമായ സ്ഥാനം നേടിയപ്പോഴും ഒരു 'സെലിബ്രിറ്റി'യെപ്പോലെ പെരുമാറാൻ സൈഗളിന് കഴിയുമായിരുന്നില്ല. അഹങ്കാരമല്ല, വിനയമായിരുന്നു അദ്ദേഹത്തെ ഭരിച്ചിരുന്നത്.

ബി.എൻ. സർകാർ, സർകാർ പ്രൊഡക്ഷൻസിന്റെ ബാനറിൽ സൈഗളിന്റെ ജീവിതത്തെ ആധാരമാക്കി 'അമർ സൈഗൾ' എന്ന പേരിൽ 1955ൽ ഒരു ചിത്രം നിർമ്മിച്ചു. (സംവിധാനം - നിതിൻ ബോസ്), ജി. മുഗേരി എന്ന നടൻ സൈഗളിനെ വികലമായി അനുകരിച്ച ഈ ചിത്രത്തിന്റെ ഹൈലൈറ്റ് എന്നുപറയാവുന്നത് ഒറിജിനൽ സൈഗൾ ചിത്രങ്ങളിൽ നിന്നുള്ള ക്ലിപ്പിംഗുകളാണ്. ചിത്രം ദയനീയ പരാജയമായിരുന്നു.

ദുഖനായകന്റെ ഇമേജിൽനിന്ന് വ്യതിചലിച്ച് 'കെയർഫ്രീ' നായകന്റെ വേഷവും തനിക്കിണങ്ങുമെന്ന് തെളിയിച്ച സൈഗാൾ ചിത്രങ്ങളാണ് 'പ്രസിഡണ്ട്' (1937), 'കരോഡ്പതി' (1936) എന്നിവ (പിൽക്കാലത്ത് ദിലീപ്കുമാർ ചെയ്തതും ഇതുതന്നെ). എന്നാൽ സൈഗാൾ സ്നേഹിക്കപ്പെട്ടത് സീരയസ് വേഷങ്ങളിലൂടെയും അനശ്വരഗാനങ്ങളിലൂടെയുമാണ്.

വിവിധ സംഗീതസംവിധായകൾക്കുവേണ്ടി സൈഗാൾ ആലപിച്ച മറ്റു

ഗാനങ്ങളാണ് 'നവാജിഗ് ചാഹിയേ ഇതനീ ജമീനേ കൂവേ ജാനാ കീ...', 'ഹം ഇതത്രാബേ കലബ് കാ ഖുദ് ഇംതഹാ കർതീ...' (രണ്ടും അഖ്തരീ മുറാദാബാദിയോടൊപ്പം 'മുഹബ്ബത് കേ ആംസു' - 1932ൽ പാടിയത്), 'ന സരൂർ ഹും ന ഖുമാർ ഹും...', 'ഖുലീ ഹേ ബോതൽ ഭരേ ഹേ സാഗർ..', 'ആർസൂ ഇതനീ ഹേ അബ് മേരേ ദിലേ നാശാദ് കീ...' (ചിത്രം - സുബഹ് കാ സിതാരാ - 1932), 'രാധേ റാണീ ദേ ഡാരോ ന ഹൻസരീ മോരീ രേ...' (ആർ.സി. ബോറലിനോടൊപ്പം പാടിയത്), 'ദിൽ നീ കേ ബീതേ ജാത്ഹേ..', അവസർ ബീത ജായേ..', 'ഭജ്ജും മൈ തോ ഭാവ് സേ ശ്രീ ഗിർധാരീ..' (ചിത്രം - പുരൻ ഭഗത് - 1933 - ഈ ചിത്രത്തിൽ സൈഗാൾ അഭിനയിച്ചിട്ടില്ല), 'തഡ്പത് ബീതേ ദിൻ രൈൻ..', ദേഖത് വാകോ ഹീ രൂപ് പ്രേം കാ പൂജാരി..' (ചിത്രം - ചണ്ടീദാസ് - 1934), 'സബ് ദിൻ ഹോത് ന ഏക് സമാൻ..' (ചിത്രം - രൂപ് ലേഖാ - 1934), ഗോപാൽ ഹോയേ ഉറൂക് ഫൂട്ടേ...' (ദേവദാസിന്റെ ബംഗാളി പതിപ്പ് - 1935), 'ജംഗത് മേം പ്രേം ഹീ പ്രേം ഭരാ ഹേ...', 'ജോ നൗകരീ ദിലാ ദേ...' (പഹാഡി സന്യാലിനോടാപ്പം പാടിയത് - ചിത്രം - കരോഡ്പതി - 1936), 'ഏക് ബംഗളാ ബനേ ന്യാരാ..' (ചിത്രം - പ്രസിഡണ്ട് - 1937), 'ബാബൂൽ മോരാ നൈഹർ ഛുടൽ ജായേ...', 'ജീവൻ ബീൻ മധുർ ന ബാജേ...', 'സുകുൻ ദിൽ കാ മയസ്സർ ഗുലോ സമർ മേം ഹേ..' (കാനൻ ദേവിയോടൊപ്പം), 'രുത് ഹേ സുഹാനീ മസ്ത് ഹവാ യേം...' (കാനൻ ദേവിയോടൊപ്പം); സ്ട്രീറ്റ് സിംഗർ - 1938), കാഹേ കോ രാസ് മചായീ..', 'യേ കൈസാ അന്യായ് ദാതാ...', 'മൈ സോതേ ഭാഗ് ജഗാ ദുംഗാ...', 'ഹട് ഗയീ ലോകാരീ ഘടാ..' (ചിത്രം - ലഗൻ - 1942) മുകളിൽ പറഞ്ഞ എല്ലാ ഗാനങ്ങളുടെയും സംഗീതസംവിധായകൻ ആർ.സി. ബോറാൽ. പങ്കജ്മല്ലികിന്റെ സംഗീതസംവിധാനത്തിൽ സൈഗാൾ പാടിയ ഗാനങ്ങളാണ് 'ദുനിയാ രംഗ് രംഗീലീ ബാബാ...' (ഉമാശശിയോടൊപ്പം), 'കിസ്നേ യഹ് സബ് ഖേൽ രചായാ', 'അബ് മൈ കാഹ് കഹൂം കിത് ജാഊം...' (ചിത്രം ധർതീമാതാ - 1938), 'കഹൂം ക്യാ ആസ്നിരാസ് ഭയീ...', 'പ്യാരീ പ്യാരീ സുരതോം...' (ചിത്രം - ദുശ്മൻ - 1939), 'പിയാ മിലൻ കോ ജാനാ...' (ചിത്രം - കപാൽ കുണ്ടല - 1939. ഈ പാട്ടിന്റെ ട്യൂണിനെ ആധാരമാക്കിയ മലയാളഗാനമാണ് 'എന്തേ മനസ്സിലൊരു നാണം'. ഈ അപഹരണഗാനത്തിന് ഏറ്റവും നല്ല സംഗീതസംവിധായകനുള്ള സംസ്ഥാന അവാർഡും ലഭിച്ചിരുന്നു), 'ദീവാനാ ഹേ രാഹത് സേ മൈ ബേഗാനാ ഹൂം...' (ചിത്രം -സിന്ദഗി - 1940), 'ദോ നൈനാ മത്വാരേ തിഹാരേ ഹം പേ ജുൽമ് കരേം...' (ചിത്രം - മേരീബഹൻ - 1944) എന്നിവ.

തിമിർ ബരന്റെ സംവിധാനത്തിൽ പാടിയ ഗാനങ്ങളിൽ 'ബാലം ആൻ ബസോ മേരേ മൻ മേം...', 'ദുഃഖ് കേ ദിൻ അബ് ബീത്തേ നഹി...' (ചിത്രം - ദേവദാസ് - 1935), 'ജോ ബീത് ചുകി സോ ബീത് ചുകീ...', 'പീയേ ജാ ഔർ പിയേ ജാ...' (ചിത്രം - 'പുജാരിൻ' - 1936) എന്നിവ പ്രത്യേക പരാമർശമർഹിക്കുന്നു.

സിനിമാഗാനങ്ങൾക്കുപുറമെ ഭജനുകളും ഗസലുകളും - പ്രത്യേകിച്ച് ഗാലിബിന്റെ ഗസലുകൾ - സൈഗാളിന്റെ ക്രെഡിറ്റിലുണ്ട്. സൈഗാളിനോടുള്ള ആദരസൂചകമായി റേഡിയോ ശ്രീലങ്കയും പിന്നീട് വിവിധഭാരതിയും നിത്യേന അദ്ദേഹത്തിന്റെ ഗാനം സംപ്രേഷണം ചെയ്തിരുന്നു.

പ്രധാനപ്പെട്ട പത്ത് ഗാനങ്ങൾ

1. പ്രംനഗർ മേം ബനാഊംഗീ ഘർ മൈ...
   (ചണ്ടീദാസ് - 1934)
2. ബാലം ആൻ ബസോ മേരേ മൻ മേം...
   (ദേവദാസ് - 1935)
3. ദുഃഖ് കേ അബ് ദിൻ ബീതേ നഹി...
   (ദേവദാസ് - 1935)
4. ദിലേ നാദാം ദുഝെ ഹുവാ ക്യാ ഹേ...
   (കരോഡ്പതി - 1936)
5. ഇക് ബംഗ്ളാ ബനേ ന്യാരാ...
   (പ്രസിഡണ്ട് - 1937)
6. പിയാ മിലൻ കോ ജാനാ...
   (കപാൽ കുണ്ഡലാ - 1939)
7. സോജാ, സോജാ, സോജാ രാജകുമാരീ...
   (സിന്ദഗി - 1940)
8. ദോ നൈനാ മത്വാരേ തുമാരേ...
   (മേരീ ബഹൻ - 1944)
9. ജബ് ദിൽ ഹീ ടൂട്ട് ഗയാ ഹം ജീ കേ ക്യാ കരേംഗേ..
   (ഷാജഹാൻ - 1946)
10. ഗം ദിയേ മുസ്ത്കിൽ കിത്നാ നാജുക് ഹേ ദിൽ
   (ഷാജഹാൻ - 1946)

മന്നാഡെ

"ഞാനൊരു പാട്ടുപാടാം, പൊന്നുമണി വീണമീട്ടാം...'

'മേഘം' എന്ന സിനിമയിൽ യേശുദാസ് പാടിയ പാട്ടാണിത്. മന്നാഡെ എന്ന ഹിന്ദി ചലച്ചിത്രഗായകനും ഈ മലയാളപാട്ടും തമ്മിൽ എന്ത് ബന്ധം എന്ന് സംശയിക്കാം. ഇനി ഈ പാട്ട് കേൾക്കു ക.. – 'ഏ മേരീ സൊഹറജബീ തുഝെ മാലും നഹീ..' 'വക്ത്' എന്ന ഹിന്ദി ചിത്രത്തിലെ ഗാനമാണിത്. ഗാനം ആലപിച്ചത് മന്നാഡെ. ഹിന്ദി ഗാനത്തിന്റെ ട്യൂൺ അനുകരിച്ച് ഉണ്ടാക്കിയതാണ് മലയാളഗാനം.

മന്നാഡെ എന്ന ഹിന്ദി ഗായകനെ സാധാരണ മലയാളികൾ ആദ്യം കേൾക്കുന്നത് 'ചെമ്മീൻ' എന്ന സിനിമയിലെ 'മാനസമൈനേ വരൂ... മധുരം കിള്ളിത്തരൂ...' എന്ന അവിസ്മരണീയ വിരഹഗാനത്തിലൂടെ യാണ്. ഉത്തരേന്ത്യക്കാരനായ സംഗീതസംവിധായകൻ സലിൽ ചൗധ രിയാണ് മന്നാഡെയെ മലയാളത്തിന് പരിചയപ്പെടുത്തിയത്. പരീക്കുട്ടി എന്ന നിരാശാകാമുകന്റെ ഭഗ്നപ്രേമത്തിന് നിത്യസ്മാരകമൊരുക്കാൻ മന്നാഡെയുടെ മാനസമൈനയ്ക്ക് കഴിഞ്ഞു. ഉത്തരേന്ത്യക്കാരനായ തുകൊണ്ട് മലയാളത്തിൽ ചില ഉച്ചാരണവൈകല്യമുണ്ടായെങ്കിലും (ഉദാ – മധുരം കില്ലിത്തരൂ) ഈ ഗാനം അന്നും ഇന്നും നിത്യഹരിത മായി നിലകൊള്ളുന്നു.

ഹിന്ദിക്കാരായ ഗായകർ മന്നാഡെയ്ക്ക് മുമ്പും പിമ്പും മലയാളത്തിൽ പാടിയിട്ടുണ്ട്. ആകാശത്തിലെഴുതിയ അക്ഷരമായ ലതാമങ്കേഷ്കർ 'നെല്ല്' എന്ന ചിത്രത്തിൽ 'കദളീ ചെങ്കദളീ...' പാടി. സഹോദരി ആശാ ഭോസ്ലെ 'സുജാത' എന്ന ചിത്രത്തിൽ 'സ്വയംവരശുഭദിന മംഗളങ്ങൾ...' പാടി. വെൽവെറ്റ് വോയ്സിന്റെ ഉടമയായ തലത്ത് മുഹമ്മദ് 'ദ്വീപ്' എന്ന ചിത്രത്തിൽ 'കടലേ നീലക്കടലേ...' പാടി. മുഹമ്മദ് റഫി 'തളിരിട്ട കിനാക്കൾ' എന്ന ചിത്രത്തിൽ 'ശബാബ് ലേകേ..' കുതിരവട്ടം പപ്പുവിനു വേണ്ടി പാടി. കിശോർകുമാർ 'അയോദ്ധ്യ' എന്ന ചിത്രത്തിൽ 'ഏ ബീ സീ ഡീ...' പാടി. പിന്നീട് വന്ന അദ്നാൻ സാമി 'മകൾക്ക്' എന്ന ചിത്രത്തിൽ 'ചാഞ്ചാടിയാടി ഉറങ്ങുനീ..' പാടി. ഉദിത് നാരായണനും ശ്രേയാ ഘോഷാലും ധാരാളം മലയാളചിത്രങ്ങളിൽ പാടി, പാടിക്കൊണ്ടിരിക്കുന്നു. പക്ഷേ ഈ എല്ലാ ഗാനങ്ങളും ഒരു തട്ടിലും, മന്നാഡെയുടെ 'മാനസമൈനേ..' മറ്റേ തട്ടിലും വെച്ചാൽ താഴോട്ട് വരുന്നതട്ട് മന്നാഡെ ഗാനത്തിന്റേതാണ്.

1920 മെയ് ഒന്നിന് ജനിച്ച മന്നാഡെയുടെ ശരിയായ പേര് പ്രബോദചന്ദ്രഡെ എന്നാണ്. സംഗീതസംവിധായകനായ അമ്മാവൻ കെ.സി. ഡെയാണ് അദ്ദേഹത്തിന്റെ പേര് മാറ്റിയത്. കല്ക്കത്ത യൂണിവേർസിറ്റിയിൽ നിന്ന് ബിരുദം നേടിയ പ്രബോധ് ഇരുപതാം വയസ്സിൽ ആദ്യമായി സംഗീതസംവിധായകനായി. ശൈലേൻ റായിയുടെ ഗാനമാണ് 1940ൽ അദ്ദേഹം ചിട്ടപ്പെടുത്തിയത്.

ബാവുൽ ഗീതങ്ങളും രവീന്ദ്രസംഗീതവും ഖയാലും കേട്ടാണ് പ്രബോധ് വളർന്നത്. അമ്മാവന്റെ അടുത്തുനിന്ന് പാട്ടുകൾ പഠിക്കുകയും ചെയ്തു. ഇന്ത്യൻ സംഗീതത്തിലെ പല ശാഖകളും പരിചയപ്പെടാൻ അമ്മാവൻ അവസരമൊരുക്കി.

സിനിമയിൽ മന്ന പാടിയ ആദ്യഗാനം 1942ലെ 'തമന്ന' എന്നചിത്രത്തിലെ 'ജാഗോ ആയേ ഉഷാ പംഛീ ബോലേ ജായോ..' ആണ്. അമ്മാവന്റേതാണ് സംഗീതം. പിന്നീട് 'രാംരാജാ' (1943)യിൽ പാടി. എന്നാൽ മന്നാഡെയുടെ ആദ്യ ഹിറ്റ് ഗാനം 'മശാൽ' എന്ന ചിത്രത്തിലെ 'ഊപർ ഗഗൻ വിശാൽ..' ആണ്. ഇന്നും ഓർക്കപ്പെടുന്ന ഈ ഗാനത്തിന്റെ സംഗീതസംവിധായകൻ കെ.സി.ഡെ.യുടെ സഹായിയായിരുന്ന സച്ചിൻദേവ് ബർമ്മൻ ആണ്. ബംഗാളിലെ നാടോടിസംഗീതവും ഹിന്ദുസ്ഥാനി ശാസ്ത്രീയസംഗീതവും ഇഴചേർന്ന ബർമ്മന്റെ സംഗീതശൈലിക്ക് തികച്ചും യോജിച്ച ഗായകനായിരുന്നു മന്നാഡെ. അദ്ദേഹത്തിന്റെ പ്രസിദ്ധമായ മറ്റൊരു ഗാനം 'പൂഛോ ന കൈസേ രാത് ബിതായീ..'

ഒരുക്കിയതും ബർമ്മൻ തന്നെ. (ചിത്രം - മേരീ സൂരത് തേരീ ആംഖേം). മന്നാഡെയുടെ ആദ്യ ഹിറ്റ് ഗാനത്തിന്റെ റിക്കാർഡുകൾ ഇന്ത്യമുഴുവൻ മുഴങ്ങിയപ്പോഴും അന്നത്തെ നിർമ്മാതാക്കളും സംഗീതസംവിധായകരും അദ്ദേഹത്തെ പൂർണ്ണശാസ്ത്രീയഗായകനായോ നായകന് പറ്റിയ ശബ്ദത്തിന്റെ ഉടമയായോ മാനിച്ചിരുന്നില്ല.

മുഹമ്മദ് റഫിയും കിശോർകുമാറും കത്തിജ്വലിച്ചുനിന്ന അമ്പതുകളിലും അറുപതുകളിലും മന്നാഡെയുടെ കരിയർഗ്രാഫ് അത്ര മികച്ചതായിരുന്നില്ല. നൗഷാദ് അദ്ദേഹത്തെ തീരെ പരിഗണിച്ചിരുന്നില്ല. മദൻമോഹൻ, ഒ.പി. നയ്യാർ എന്നിവരുടെ നിലപാടുകളും വ്യത്യസ്തമായിരുന്നില്ല. ദിലീപ്കുമാറിന്റെയും ഗുരുദത്തിന്റെയും സമകാലികരായ മറ്റു പല നടന്മാരുടെയും അംഗീകൃതസ്വരം റഫിയുടേതായിരുന്നു. രാജ്കപൂറിന് മുകേശും ദേവാനന്ദിന് കിശോറുമുണ്ടായിരുന്നു. പ്രതിഭയ്ക്കും സ്വരസൗകുമാര്യത്തിനും ഒത്തവിധം അവസരങ്ങൾ മന്നാഡെയെ തേടിയെത്തിയിരുന്നില്ല എന്നതാണ് സത്യം.

ശങ്കർ-ജെയ്കിഷന്മാരാണ് മന്നാഡെയെ ഹിന്ദി സിനിമാരംഗത്ത് ജനപ്രിയനാക്കിയത്. മുകേശിന് പകരക്കാരനായി രാജ്കപൂർ മന്നാഡെയെ 'ശ്രീ 420'യിൽ പാടിച്ചു. 1955ൽ റിലീസായ ഈ ചിത്രത്തിലെ 'ദിൽ കാ ഹാൽ സുനേ ദിൽവാലേ...'യും 'പ്യാർ ഹുവാ ഇക്രാർ ഹുവാ..'യും തൽക്ഷണം ഹിറ്റായി. പിന്നീട് വന്ന 'ചോരീ ചോരീ'യിൽ രാജ്കപൂറിനുവേണ്ടി മന്നാഡെ പാടിയ 'ഏ രാത് ഭീഗീ ഭീഗീ...'യും 'ആ ജാ സനംമധുർ ചാന്ദ്നീ മേം...'യും വലിയ ജനപ്രീതിയാർജ്ജിച്ചു. രാജ്കപൂറിനുവേണ്ടി 'മേരാ നാം ജോക്കറി'ൽ പാടിയ 'ഏ ഭായ് സരാ ദേഖ് ചലോ...'യും സൂപ്പർ ഹിറ്റായി.

ശാസ്ത്രീയസംഗീതത്തിൽ മന്നാഡെയ്ക്കുണ്ടായിരുന്ന അഗാധപരിജ്ഞാനത്തെ ഫലപ്രദമായി ഉപയോഗിച്ചതും ശങ്കർ-ജയ്കിഷൻ ടീം തന്നെ. 1956ലെ 'ബസന്ദ് ബഹാറി'ൽ മന്നാഡെ പാടിയ 'സുർ നാ സജേ..' അവിസ്മരണീയമായി. ഇതേ ചിത്രത്തിൽ പണ്ഡിറ്റ് ഭീംസേൻ ജോഷിയെ പാടിത്തോൽപ്പിക്കാനും മന്നാഡെയ്ക്ക് കഴിഞ്ഞു - 'കേതകീ ഗുലാബ് ജൂഹീ ചംപക് ബൻഫുലേ...' എന്ന ഗാനത്തിലൂടെ.

സലിൽചൗധരിക്കുവേണ്ടി മന്നാഡെ പാടിയവയിൽ ഏറ്റവും പ്രശസ്തമായത് 'കാബൂളിവാല'യിലെ 'ഏ മേരേ പ്യാരേ വതൻ...' എന്ന ദേശഭക്തിഗാനമാണ്.

1969ൽ 'ആരാധന' എന്ന ചിത്രത്തിലെ ഗാനങ്ങളോടെ കിശോർകുമാർ ഹിന്ദി പിന്നണിഗാനരംഗത്ത് ആധിപത്യം സ്ഥാപിച്ചു. എഴുപതു

കളിൽ മുഹമ്മദ്റഫിയുടെ സിംഹാസനത്തിന് ഇളക്കം തട്ടി. കിശോർത രംഗത്തിനിടയിലും മന്നാഡെ പിടിച്ചുനിന്നു. രമേശ്സിപ്പിയുടെ പണം വാരിപ്പടമായ 'ശോലെ'യിൽ കിശോറിനോടൊപ്പം മന്നാഡെ പാടിയ 'ഏ ദോസ്തീ ഹം നഹീ തോഡേംഗേ...' എന്ന ഗാനം സൂപ്പർഹിറ്റായി. സംഗീതം നൽകിയത് ആർ.ഡി. ബർമ്മൻ.

1980ൽ മുഹമ്മദ് റഫിയും 1981ൽ മുകേശും 1982ൽ കിശോർകുമാറും അന്തരിച്ചു. അപ്പോഴേക്കും ഹിന്ദി ചലച്ചിത്രഗാനരംഗം തികച്ചും മാറിയിരുന്നു. ശങ്കർ-ജയ്കിഷൻ, റോശൻ, നൗശാദ്, സലിൽ ചൗധരി, എസ്.ഡി. ബർമ്മൻ തുടങ്ങിയ സംഗീതസംവിധായകർ മരിക്കുകയോ നിശ്ശബ്ദരാകുകയോ ചെയ്തു. ബപ്പിലാഹരി, അനുമല്ലിക് തുടങ്ങിയ പുത്തൻകൂറ്റുകാർ അരങ്ങ് പിടിച്ചെടുത്തു.

16 ഇന്ത്യൻ ഭാഷകളിലായി 3500 ലേറെ ഗാനങ്ങൾ മന്നാഡെ പാടിയിട്ടുണ്ട്. ഉള്ളിന്റെയുള്ളിൽനിന്ന് വരുന്നതുപോലുള്ള പാട്ടാണ് അദ്ദേഹത്തിന്റേത്. അതുകൊണ്ടുതന്നെ ന്യൂജനറേഷൻ നായകന്മാർക്ക് യോജിച്ചതായിരുന്നില്ല ആ ശബ്ദം.

ഹിന്ദി സിനിമയിലെ ശ്രേഷ്ഠഗായകനാണ് മുഹമ്മദ് റഫി. റഫി ഒരിക്കൽ പറഞ്ഞു, "നിങ്ങൾ എന്നെ കേൾക്കുന്നു. ഞാൻ മന്നാഡെയെ കേൾക്കുന്നു."

24 പുരസ്കാരങ്ങൾ മന്നാഡെയെ തേടിയെത്തി. 1971ൽ 'മേരാ നാം ജോക്കറി'ലെ 'ഏ ഭായ് സരാ ദേഖ് കേ ചലോ...' എന്ന ഗാനത്തിന് ദേശീയ പുരസ്കാരം ലഭിച്ചു. ലതാ മങ്കേഷ്കർ പുരസ്കാരം (മധ്യപ്രദേശ് സർക്കാറിന്റെ) മൈക്കിൾ സാഹിത്യ പുരസ്കാരം, ശ്യാമൾമിത്ര് അവാർഡ്, സംഗീത് ചന്ദ്രചൂഢ്, കമലാദേവി പുരസ്കാരം എന്നിവയാണ് അദ്ദേഹത്തിന് ലഭിച്ച അംഗീകാരങ്ങളിൽ പ്രധാനപ്പെട്ടവ. 1971ൽ പത്മശ്രീയും 2005ൽ പദ്മഭൂഷണവും 2007ൽ ഫാൽക്കെ അവാർഡും അദ്ദേഹത്തിന് ലഭിച്ചു.

94-ാം വയസ്സിൽ മന്നാഡെ വിടവാങ്ങുമ്പോൾ ഇന്ത്യൻ സിനിമാരംഗത്ത് ഒരു യുഗംകൂടി അസ്തമിച്ചു.

പ്രധാനപ്പെട്ട പത്ത് ഗാനങ്ങൾ

1. പ്യാർ ഹുവാ ഇക്രാർ ഹുവാ
   (ശ്രീ 420 - 1955)
2. ആജാ സനം മധുർ ചാന്ദ്നീ മേം
   (ചോരീ ചോരീ - 1956)

3. കോൻ ആയാ മേരേ മൻ കേ ദ്വാരേ

(ദേഖ് കബീരാ രോയാ - 1957)

4. തും ഗഗൻ കേ ചന്ദ്രമാ ഹോ മൈ ധരാ കീ ചാന്ദ്നീ

(സതി സാവിത്രി - 1964)

5. ഏ മേരീ സൊഹറ ജബീ

(വക്ത് - 1965)

6. കസ്മേം വാദേ പ്യാർ വഫാ സബ് ബാതേം ഹേ ബാതോം കാ

(ഉപ്കാർ - 1967)

7. ഝനക് ഝനക് മോരേ പായേ ബാജലിയാ

(മേരേ ഹുസൂർ - 1968)

8. ഏ ഭായ് സരാ ദേഖ് കേ ചലേം

(മേരാ നാം ജോക്കർ - 1970)

9. സിന്ദഗീ കൈസീ ഹേ പഹേലി ഹായ്

(ആനന്ദ് - 1970)

10. ഏ ദോസ്തീ ഹം നഹീ തോഡേംഗെ

(ശോലെ - 1971)

മുഹമ്മദ് റഫി

1944ൽ മുഹമ്മദ് റഫി 'ഗുൽബല്ലോചി' (പഞ്ചാബി)യിലൂടെയും 'ഗാംവ് കീ ഗോരി' (ഹിന്ദി)യിലൂടെയും 'പഹലേ ആപി'(ഹിന്ദി)ലൂടെയും പിന്നണി ഗായകനായി രംഗത്തുവരുമ്പോൾ, പതിഞ്ഞ സ്വരത്തിൽ പാടുന്നതായിരുന്നു അന്നത്തെ ഫാഷൻ. സൈഗളിന്റെ 'ജബ് ദിൽ ഹീ ടൂട്ട് ഗയാ' (ചിത്രം – ഷാജഹാൻ) സുരേന്ദ്രന്റെ 'ആവാസ് ദേ കഹാം ഹേ' (അൻമോൽ ഘഡി) മുകേശിന്റെ 'ദിൽ ജൽതാ ഹേ തോ ജൽനേ ദേ' (പഹലീ നസർ) മുതലായ ഗാനങ്ങളായിരുന്നു അന്നത്തെ സംഗീതപ്രേമികൾ ആഹ്ലാദപൂർവ്വം അംഗീകരിച്ചാസ്വദിച്ചിരുന്നത്. ഇവരുടെ ശബ്ദത്തെ അപേക്ഷിച്ച് റഫിയുടെ ശബ്ദത്തിന് ഉയർന്ന 'റേഞ്ചാ'ണുള്ളത്. 'ഹയർനോട്ടു'കളെ ഒഴിവാക്കുവാനും അദ്ദേഹം തയ്യാറായില്ല. തന്റെ സമകാലീനരിൽ വിജയം സ്ഥാപിക്കാൻ റഫിയെ സഹായിച്ചതും ഇതുതന്നെ. 'ബർസാതി'ൽ (ശങ്കർ – ജയ്കിഷൻ) റഫി പാടിയ 'മൈ സിന്ദഗീ മേം ഹർദം രോതാ ഹീ രഹൂം' എന്ന ഗാനവും മുകേശിന്റെ 'ഛോഡ് ഗയാ ബാലം', 'പതലീ കമർ ഹേ' എന്നീ ഗാനങ്ങളും തമ്മിൽ താരതമ്യപ്പെടുത്തിയാൽ ഇത് വ്യക്തമാകും.

റഫിയുടെ ആദ്യത്തെ ഹിറ്റ് നൂർജഹാനോടൊപ്പമുള്ള ഒരു ഡ്യൂയ

റ്റാണ് - 'യഹാം ബദലാ വഫാ കാ ബേവഫാ കെ സിവാ ക്യാഹെ' (ചിത്രം - ജുഗ്നു. സംഗീതം - ഫിറോസ് നിജാമി) നൗഷാദാണ് റഫിയുടെ ശബ്ദത്തിന്റെ 'പൊട്ടൻഷ്യൽ' ശരിക്ക് മനസ്സിലാക്കി പരമാവധി പ്രയോജനപ്പെടുത്തിയത്. ഉദാ: 'ഓ ദുനിയാ കേ രഖ്വാലേ, സുൻദർദ്ഭരി മേരേ നാലേ', 'മൻ തഡ്പത് ഹരി ദർശൻ കോ ആജ്' (രണ്ടും 'ബൈജുബാവര'യിൽ) 'യഹീ അർമാൻ ലേകർ' (സാഹബ്), 'മുഝെ ദുനിയാ വാലോ ശരാബി ന സമഝോ' (ലീഡർ), ദിലീപ്കുമാറിനു വേണ്ടി മുകേശിനെക്കൊണ്ടും (ബാബുൽ) പാടിച്ച നൗഷാദ് പിന്നീട് 'ദീദാറി'ലൂടെ റഫിയിലേക്ക് തിരിഞ്ഞു. (ദേഖ്ലിയാ മൈനേ, ഹുയേ ഹും ജിൻ കേലിയേ ബർബാദ് എന്നീ ഗാനങ്ങൾ)

ചെറുതും വലുതുമായ നായകനുവേണ്ടിയും കൊമേഡിയനുവേണ്ടിയും പാടുമ്പോൾ ഒരേ ശ്രദ്ധ നൽകാൻ റഫി നിഷ്കർഷിച്ചിരുന്നു. നായകനും കൊമേഡിയനും വേണ്ടി പാടിയ ധാരാളം ചിത്രങ്ങളുണ്ട്. അവ ഒരുപോലെ പോപ്പുലർ ആകുകയും ചെയ്തു. ഉദാ: 'നയാ ദൗർ' എന്ന ചിത്രത്തിൽ 'മാംഗ് കേ സാഥ് തുമാരാ' എന്ന ഗാനം ദിലീപ് കുമാറിനുവേണ്ടിയും 'മൈ ബമ്പയ് കാ ബാബു' എന്ന ഗാനം ജോണി വാക്കർക്കുവേണ്ടിയും 'മധുമതി'യിൽ 'ടൂട്ടെ ഹുയേ ഖാബോം നേ' ദിലീപിനുവേണ്ടിയും 'ജംഗൽ മേം മോർ നാചാ കിസ്നേ ദേഖാ' ജോണി വാക്കർക്കുവേണ്ടിയു 'പ്യാസ'യിൽ 'ഹം ആപ്കീ ആംഖോം മേം' ഗുരുദത്തിനുവേണ്ടിയും 'സർ ജോതേരാ ചകരായേ' ജോണിവാക്കർക്കുവേണ്ടിയും പാടി. (മലയാളചിത്രമായ 'തളിരിട്ട കിനാക്കളി'ൽ റഫി പാടിയ ഗാനം കുതിരവട്ടം പപ്പുവിന് വേണ്ടിയായിരുന്നു.). രസകരമായ ഒരു കാര്യം, പ്രശസ്ത പിന്നണിഗായകനായ കിശോർകുമാറിനുവേണ്ടി റഫി പിന്നണി പാടിയിട്ടുണ്ട്. ചിത്രങ്ങൾ - 'കല്പന', 'ബച്പൻ'. റഫിയുടെ ചില ദേശഭക്തിഗാനങ്ങൾ ഭാരതീയരുടെ ഹൃദയത്തെ സ്പർശിക്കുന്ന വയായിരുന്നു. ഉദാ: 'ജഹാം ഡാൽ ഡാൽപർ സോനേ കീ ചിഡിയാ കർതീ ഹേ ബസേരാ, വഹ് ഭാരത് ദേശ് ഹമാരാ' (സിക്കന്ദർ - ഏ അസം, സംഗീതം - ഹൻസരാജ് ബഹൽ) ഗാന്ധിജിയുടെ മരണാനന്തരം രാജേന്ദ്രകൃഷ്ണ എഴുതിയ 'സുനോ സുനോ ഏ ദുനിയാവാലോ ബാപൂകീ യഹ് അമർ കഹാനി' ('ബാപു കീ അമർ കഹാനി'. സംഗീതം - ഹുസ്ൻലാൽ ഭഗത് രാം.). 'വതൻ കീ രാഹ് മേം വതൻ കേ നൗ ജവാൻ ശഹീദ് ഹോ' (ശഹീദ്) ദേശഭക്തി ഗാനങ്ങളെപ്പോലെ 'ദുനിയാ കേ രഖ് വാലേ' (ബൈജു ബാവരാ), 'മൻ തഡ്പത് ഹരി ദർശൻ കോ ആജ്' (ബൈജു ബാവര) 'രാധികേ തൂനേ

ബാൻസൂരീ ബജായ്' (ബേട്ടീ ബേട്ടേ - സംഗീതം ലക്ഷ്മീകാന്ത്-പ്യാരേലാൽ) തുടങ്ങിയ ഗാനങ്ങളും റഫി അനശ്വരമാക്കി.

പല സംഗീതസംവിധായകരും തുറന്നു സമ്മതിച്ചില്ലെങ്കിലും അവരിൽ പലരേയും വിജയത്തിന്റെ പാതയിലെത്തിച്ചത് റഫിയുടെ മാന്ത്രികശബ്ദമാണെന്നത് നിസ്തർക്കമാണ്. റഫി പാടിയ 'ചൽ ഉഡ്ജാരേ പംഛീ', 'ചലീ ചലീ രേ പതംഗ്' (രണ്ടും 'ഭാഭി'യിൽ) ചിത്രഗുപ്തയുടെ സ്ഥാനം സിനിമാരംഗത്ത് ഉറപ്പിക്കാൻ സഹായിച്ചു. അതുപോലെ 'ദിൽ ദേ കേ ദേഖോ'യിൽ റഫിയുടെ സഹായത്താലാണ് ഉഷാഖന്ന ഖ്യാതി നേടിയത്.

റഫിയുടെ പാട്ടിന്റെ സഹായത്താൽ ഇമേജ് സൃഷ്ടിച്ച ചില താരങ്ങളുണ്ട്. ഷമ്മികപൂറിന്റെ അഭിനയജീവിതത്തിന് മങ്ങലേറ്റപ്പോഴാണ് 'തുംസാ നഹി ദേഖാ'യിലൂടെ റോക്കറ്റുപോലെ കുതിച്ചുയർന്നത്. ഷമ്മിയുടെ 'യാഹൂ' സ്റ്റൈൽ ഉറപ്പിച്ചത് റഫിയുടെ ഹിറ്റുകളായ 'തുംസാ നഹി ദേഖാ', 'ഛുപ്നേ വാലേ സാമ്നേ ആ', 'സർ പർ ടോപീ ലാൽ ഹാഥ് മേം രേശം കാ രൂമാൽ' എന്നിവയിലൂടെയാണ്. റഫിയുടെ ശബ്ദവും ഷമ്മിയുടെ സ്റ്റൈലും മാച്ച് ചെയ്ത ഹിറ്റുകളാണ്. 'ഹേ ദിൽ രൂബാ മേരീ നീതാ', 'ഹം ഔർ തും ഔർ യഹ് സമാ' (ദിൽ ദേകേ ദേഖോ), 'ചാഹേ കോയീ മുഝെ ജംഗ്ളീ കഹേ', 'സുകു സുകു' (ജംഗ്ളി), 'ലാൽ ഛഡീ മൈദാൻ ഖഡീ' (ജാൻവർ), 'താരിഫ് കരും ക്യാ ഉസ്കീ', 'ദീവാനാ ഹുവാ ബാദൽ' (കാശ്മീർ കീ കലീ), 'ഓ മേരേ സോനാ രേ സോനാ' (തീസരി മൻസിൽ) എന്നിവ.

ഷമ്മിക്കുവേണ്ടി ശബ്ദാധിക്യത്തിൽ പാടിയ റഫി രാജേന്ദ്രകുമാറിനുവേണ്ടി റൊമാന്റിക്കായി പാടി. ഉദാ: 'തും കംസിൻ ഹോ' (ആയീ മിലൻ കീ ബേലാ), 'ഹുസ്ന് വാലേ തേരാ ജവാബ് നഹി' (ഘരാന), 'ഏ ഹുസ്ന് ജരാ ജാഗ്' (മേരേ മെഹബൂബ്), 'തേരീ പ്യാരീ പ്യാരീ സൂരത് കോ' (സസൂരാൽ), 'യേ ആംസൂ മേരേ' (ഹംരാഹി), 'തുഝെ പാകെ ഹംനെ ജഹാം പാലിയാ ഹെ' (ഗഹരാദാഗ്). ചിത്രീകരണത്തിൽ അപ്രസക്തമായ ഗാനങ്ങൾപോലും റഫിയുടെ ആലാപനത്താൽ ശ്രദ്ധേയമാവാറുണ്ട്. ലതാമങ്കേഷ്കർക്ക് പ്രാധാന്യം നൽകിയ 'മുഗൾ ഏ അസം' എന്ന ചിത്രത്തിൽ ഇടവേളക്ക് മുമ്പ് റഫി പാടിയ 'സിന്ദാബാദ് സിന്ദാബാദ് ഏ മുഹബത്ത് സിന്ദാബാദ്' എന്ന ഗാനം ആരേയാണ് പിടിച്ചുകുലുക്കാതിരുന്നത്? റഫി ഏതാണ്ട് എല്ലാ പ്രശസ്ത ഗായകരോടുമൊപ്പം ഡ്യൂയറ്റ് പാടിയിട്ടുണ്ട്. പക്ഷേ, ഒരിക്കലും അദ്ദേഹം മറ്റുള്ളവരെ ശബ്ദത്തിലൂടെ 'ഒതുക്കാൻ' ശ്രമിച്ചിട്ടി

ല്ല. മാത്രമല്ല, പാട്ടുകേട്ടാൽ രണ്ടു ശബ്ദവും എങ്ങനെ ഭംഗിയായി ഇഴ പിരിയുന്നുവെന്ന് നമുക്ക് മനസ്സിലാകും. 'ഉദാ: 'ഗംഗാ കീ അന്ധേരീ രാത് മേം' (തലത്ത് മുഹമ്മദിനോടൊപ്പം 'സുശീല'യിൽ), 'തൂ ഹേ മേരാ പ്രേം ദേവതാ' (മന്നാഡെയോടൊത്ത് 'കല്പന'യിൽ), 'രമൈയാ വസ്താ വൈയാ' (മുകേശിനൊപ്പം ശ്രീ 420ൽ), ഗായികമാരൊത്തുള്ള ഡ്യൂയറ്റുകളിൽ 'ദേഖ് ഹമേം ആവാസ് ന ദേനാ' (ആശാ ഭോൺസ്ലെ - അമർദീപ്), 'ആംഖോം ഹീ ആംഖോം മേം ഇശാരാ ഹോ ഗയാ' (ഗീതാ ദത്ത് - സി.ഐ.ഡി.), 'ഗാഡീവാലേ ഗാഡീ ധീരേ ഹാക് രേ' (ശംശദ് ബേഗം - മദർ ഇന്ത്യ), 'ദിൽ ഏക് മന്ദിർ ഹെ' (സുമൻ കല്യാൺപൂർ - ദിൽ ഏക് മന്ദിർ), 'തേരീ ദുനിയാ സേ ദൂർ' (ലത - സബക്) എന്നിവ പ്രത്യേകം പരാമർശിക്കുന്നു.

റഫിയുടെ മറ്റുചില ഹിറ്റുകളാണ് 'യേ മഹലോം യേ തഖ്തോം യേ താജോം കീ ദുനിയാ' ('പ്യാസ' - എസ്.ഡി. ബർമൻ), 'ബസ്തീ ബസ്തീ പർബത് പർബത് ഗാതാ ജായേ ബൻജാരാ' (റെയിൽവേ പ്ലാറ്റ്ഫോം - മദൻ മോഹൻ), 'ചൗദ് വീം കാ ചാന്ദ്' (രവി), 'ഖോയയോ ഖോയാ ചാന്ദ്, ഖുലാ ആസ്മാൻ' (കാലാ ബാസാർ - എസ്.ഡി. ബർമൻ), 'ബഹാരോം ഫൂൽ ബർസാവോ മേരാ മെഹബൂബ് ആയാ ഹേ' (സൂരജ് - ശങ്കർ ജയ്കിഷൻ), 'സിന്ദഗീ ഭർ നഹി ഭൂലേ ഗീ വോ ബർസാത് കീ രാത്' (ബർസാത് കീ രാത് - രോശൻ), 'ആജാ തുഝ്കോ പുകാരേ മേരേ ഗീത്' (ഗീത് - കല്യാൺജീ ആനന്ദ്ജി), 'യേ ദുനിയാ യേ മെഹഫിൽ മേരേ കാം കി നഹി' (ഹീർ രാംഝാ - മദൻമോഹൻ), 'തേരീ പ്യാരീ സൂരത് കോ കിസീ കി നസർ നാ ലഗേ' (സസുരാൽ - ശങ്കർ ജയ്കിഷൻ), 'തേരീ ഗലിയോം മേം നരഖേം ഗേ കദം ആജ് കേ ബാദ്' (ഹവസ് - ഉഷാഖന്ന), 'യേ മേരാ പ്രേംപത്ര് പഠ്കർ' (സംഗം - ശങ്കർ ജയ്കിഷൻ), 'മൈ അപ്നേ ആപ്സേ ഘബ രാഗയാ ഹും' (ബിന്ദിയാ' - ഇക്ബാൽ കുറൈശി), 'ടൂട്ടേ ഹുഅേ ഖാബോം നേ' (മധുമതി - സലിൽ ചൗധരി), 'ജോ ബാത് തുഝ് മേം ഹേ, തേരീ തസ്വീർ മേം നഹി' (താജ്മഹൽ - രോശൻ)

ഒരു കയറ്റത്തന് ഒരു ഇറക്കം സ്വാഭാവികമാണല്ലോ. അറുപതുക ളുടെ അവസാനത്തിലും എഴുപതുകളുടെ തുടക്കത്തിലും റഫി, കിശോർകുമാറിന്റെ ഗ്രഹണത്തിൽ അകപ്പെട്ടുപോയി. റഫിയിലെ ഗായ കന് അല്പം മങ്ങലേറ്റു. 'പ്യാർ കാ മൗസം' എന്ന ചിത്രത്തിൽ റഫിയും കിശോറും 'തും ബിൻ ജാഊം കഹാം' എന്ന ഗാനം പാടി. റഫി ശശി കപൂറിനുവേണ്ടിയും കിശോർ ശശിയുടെ അച്ഛനായ ഭരത് ഭൂഷണുവേ

ണ്ടിയും പാടി. കിശോറിന്റെ ഗാനം പോപ്പുലറായി. കാരണം അത് കുറേക്കൂടി ഹൃദയാവർജകമായി കിശോർ പാടിയിരുന്നു. അതുപോലെ 'യാദോം കീ ബാരാത്തി'ലെ ടൈറ്റിൽ ഗാനത്തിലും കിശോർ റഫിക്ക് മങ്ങലേല്പ്പിച്ചു. ലക്ഷ്മീകാന്ത് പ്യാരേലാലാണ് ഒടുവിൽ റഫിയെ തിരിച്ചുകൊണ്ടുവന്നത്. 'ധരംവീറി'ലൂടെയും 'അമർ അക്ബർ ആന്റണി'യിലൂടെയും. രണ്ടാമത്തെ ചിത്രത്തിൽ റഫി പാടിയ 'പർദാ ഹേ പർദാ...' എന്ന കവ്വാലി ഹിറ്റായി. (ലക്ഷ്മി - പ്യാരേയുടെ ആദ്യചിത്രമായ 'ദോസ്തി'യിലൂടെ അവരെ സഹായിച്ചത് റഫിയായിരുന്നു. ഈ ചിത്രത്തിലെ ഗാനങ്ങളും – 'ചാഹൂംഗാ മൈ തുഝെ സാംഝ് സവേരേ', 'ജാനേവാലോ സരാ', 'കോയീ ജബ് രാഹ്ന പായേ' – പാടി ഹിറ്റാക്കിയത് റഫിയായിരുന്നു. റഫിയുടെ ഗാനധാര 1982ൽ നിലച്ചു.

പഴയവരും പുതിയവരുമായ ഗായകരും സംഗീതസംവിധായകരും ഇന്ന് സജീവമായി രംഗത്തുണ്ട്. അനുകരണവും ആത്മാനുകരണവും അപഹരണവും കൊടികുത്തിവാഴുന്ന ഹിന്ദി സിനിമാരംഗത്ത് ഇപ്പോൾ ഇൻസ്റ്റന്റ് ആവശ്യം നിറവേറ്റാൻ മ്യൂസിക് ബാങ്കും ലഭ്യമാണ്. ഗാനങ്ങൾ വാണിജ്യവൽക്കരിച്ച് മ്യൂസിക് കമ്പനികൾ നിരത്തുന്ന കാസറ്റ് കച്ചവടത്തിന്റെ കണക്കുകൾ വിശ്വസിച്ച് നമുക്ക് പറയാം – ഇന്നത്തെ ഗാനങ്ങൾ പഴയ ഗാനങ്ങളേക്കാൾ പോപ്പുലറാണ്. പക്ഷേ, ഈ പോപ്പുലാരിറ്റിയുടെ ആയുസ്സ് വളരെ ഹ്രസ്വമാണ്. നൈമിഷിക ഹരം സൃഷ്ടിക്കുന്ന ഇത്തരം പല ഗാനങ്ങളും മറ്റൊരു ഗാനത്തിന്റെ വരവോടെ വിസ്മൃതിയിലാവുന്നു. യഥാർത്ഥ സംഗീതപ്രേമികൾക്ക് അപ്പോഴും ആശ്വാസം നൽകുക റഫിയെപ്പോലുള്ള പഴയ ഗായകരുടെ, ഗാനത്തിന്റെ അർത്ഥവും സന്ദർഭവും ആത്മാർത്ഥമായി ഉൾക്കൊണ്ട് ആലപിച്ച, നിത്യഹരിതമെന്ന് വിശേഷിപ്പിക്കാവുന്ന ഗാനങ്ങളത്രെ.

റഫിയുമായുള്ള ശബ്ദസാദൃശ്യത്താൽ റഫിയുടെ പിൻഗാമി എന്ന് വിശേഷിപ്പിക്കുന്ന ഗായകനാണ് ശബ്ബീർ കുമാർ. 'ഏക് അകേലാ മൻ കാ പംഛീ' (സർദാർ), 'ബാദൽ ക്യോം ഗർജ്താ ഹേ' ('ബേതാബ്'ൽ ലതയൊന്നിച്ച്), 'മുബാറക് ഹോ തുഝ് കോ ഹജ് കാ മഹീനാ' (കൂലിയിൽ ബച്ചനുവേണ്ടി) എന്നിവ പാടിയ ഗായകൻ. ഉപ്പോളമാവില്ലല്ലോ ഉപ്പിലിട്ടത്.

പ്രധാനപ്പെട്ട പത്ത് ഗാനങ്ങൾ

1. യഹാം ബദ്‌ലാ വഫാ കാ ബേവഫാ കേ സിവാ ക്യാ ഹേ
(ചിത്രം - ജുഗ്നു - 1947)
2. ഓ ദുനിയാ കേ രഖ്‌വാലേ സുൻദർദ്ഭരീ മേരേ നാലേ
(ബൈജുബാവര - 1952)
3. യേ മഹലോം യേ തഖ്തോ യേ താജോം കീ ദുനിയാ
(പ്യാസാ - 1957)
4. സിന്ദാബാദ് സിന്ദാബാദ് യേ മുഹബ്ബത് സിന്ദാബാദ്..
(മുഗൾ-ഏ-അസം - 1960)
5. ചൗദ്‌വീം കാ ചാന്ദ്ഹോ
(ചൗദ്‌വീം കാ ചാന്ദ് - 1960)
6. സിന്ദഗീഭർ നഹീ ഭൂലേഗീ വോ ബർസാത് കീ രാത്
(ബർസാത് കീ രാത് - 1960)
7. തേരീ പ്യാരീ പ്യാരീ സൂരത് കോ
(സസുരാൽ - 1961)
8. രാധികേ തൂനേ ബൻസുരീ ബജായ്...
(ബേട്ടീ ബേട്ടേ - 1964)
9. തേരി ഗലിയോം മേം ന രഖേംഗം കദം
(ഹവസ് - 1974)
10. ക്യാ ഹുവാ തേരാ വാദാ.. ഏ കസം...
(ഹം കിസീ സെ കം നഹി - 1977)

മുകേശ്

സിനിമയിൽ പിന്നണി പാടാൻ അവസരം നോക്കി നടക്കുന്നവർക്ക് അവിശ്വസനീയമെന്ന് തോന്നിയേക്കാവുന്ന ഒരു സംഭവമുണ്ട്. മുകേശിന് പിന്നണി പാടാൻ ആദ്യ അവസരം നൽകിക്കൊണ്ട് സംഗീത സംവിധായകൻ അനിൽബിശ്വാസ് സ്റ്റുഡിയോയിലേക്ക് വിളിപ്പിച്ചു. പറഞ്ഞ സമയത്ത് മുകേശ് സ്റ്റുഡിയോയിലെത്തിയില്ല. അതേസമയത്ത് മദ്യപിച്ച് സുഹൃത്തുക്കളോടൊപ്പം ചീട്ട് കളിക്കുകയായിരുന്നു കഥാനായകൻ. നിശ്ചിതസമയത്ത് മുകേശിനെ കാണാതായപ്പോൾ അനിൽ ബിശ്വാസ് കാറുമെടുത്തുപോയി. മുകേശിനെ കോളറിൽ പിടിച്ചുയർത്തി കാറിലേക്ക് എറിഞ്ഞു. സ്റ്റുഡിയോയിലെ വാഷ്ബേസിനിൽ മുഖം താഴ്ത്തിപ്പിടിച്ച് ഛർദ്ദിപ്പിച്ചു. പിന്നെ, ആദ്യഗാനം റിക്കാർഡ് ചെയ്തു – 'ദിൽ ജാൽതാഹേ തോ ജൽനേ ദേ...' ഈ ഗാനത്തിലെ നിരാശാകാമുകന്റെ ഭാവം അദ്ദേഹത്തെ ഒറ്റരാത്രികൊണ്ട് താരമാക്കി. ചിത്രം 'പഹലീ നസർ' (1945).

രണ്ട് വർഷങ്ങൾക്കുശേഷം രാജ്കപൂറിന്റെ ആദ്യചിത്രമായ 'ആഗ്'ൽ 'സിന്ദാ ഹും ഇസ് തരഹ് കേ ഗമേ സിന്ദഗീ നഹീ...'യും പിന്നെ 'ബർസാതി'ൽ 'ഛോഡ് ഗയേ ബാലം മുഝേ ഹായ് അകേലാ ഛോഡ് ഗയേ...'യും പാടിയതോടെ മുകശ് രാജിന്റെ സ്ഥിരം ഗായകനാ

യി.

മുകേശിന്റെ ശബ്ദത്തിൽ ഒരു മധ്യവർഗ്ഗയുവാവിന്റെ സാരള്യവും നിരാശാപ്രേമിയുടെ വേദനയുമുണ്ട്. ഉദാഹരണങ്ങളിതാ.. 'തേരീ ദുനിയാ മേം ദിൽ ലഗ്താ നഹീ..' (ബാവരേ നൈൻ), 'ഹം തുംസേ മുഹബ്ബത് കർകേ സനം..' (ആവാരാ), 'ആംസൂ ഭരീ ഹേ യേ ജീവൻ കീ രാഹേം...' (പർവരിശ്), 'സാരംഗാ തേരീ യാദ് മേം..' (സാരംഗാ), 'മുഝ് കേ ഇസ് രാത് കീ തൻഹായി മേം ആവാസ് ന ദോ...' (ദിൽ ഭീ തേരാ ഹം ഭീ തേരേ...), ഭൂലീ ഹുയീ യാദോം മുഝെ ഇത്നാ ന സതാഓ...' (സംജോഗ്), 'തേരീ യാദ് ദിൽസേ ഭൂലാനാ ചാഹ്താ ഹൂം...' (ഹരിയാലീ ഔർ രാസ്താ), 'ഹം ഛോഡ് ചലേ ഹേ മഹ്ഫിൽ കോ...' (ജീ ചാഹ്താ ഹേ), മൈ തോ ഇക് ഖ്വാബ് ഹും ഇസ് ഖ്വാബ് സേ തൂ പ്യാർ ന കർ...' (ഹിമാലയ് കീ ഗോദ് മേം...), 'ജിസ് ഗലീ മേം തേരാ ഘർ ന ഹോ ബാൽമാ...' (കടീ പതംഗ്), 'കോയീ ജബ് തുമാരാ ഹൃദയ് തോഡ് ദേ..' (പൂരബ് ഔർ പശ്ചിം)

ഹിന്ദിസിനിമയിലെ ത്രിമൂർത്തികളായ ദിലീപ്കുമാർ - ദേവാനന്ദ് - രാജ്കപൂർ എന്നിവർക്ക് മിക്കവാറും യഥാക്രമം പാടിയിരുന്നത് മുഹമ്മദ് റഫി-കിശോർ കുമാർ-മുകേശ് എന്നിവരായിരുന്നു. എന്നാൽ വേദനയുടെ തീവ്രത കൂടുമ്പോൾ ദിലീപിനുവേണ്ടി 'യേ മേരാ ദീവാനാപൻ...' (യഹൂദി), ദേവാനന്ദിനുവേണ്ടി 'ചൽ രീ സജ്നീ അബ് ക്യാ സോചേ...' (ബംബയ് കാ ബാബു) തുടങ്ങിയ ഗാനങ്ങൾ പാടാൻ മുകേശിനെ തേടി സംഗീതസംവിധായകർ എത്തിയിരുന്നു. ശോകഗാനങ്ങൾ മാത്രമേ മുകേശ് പാടിയിട്ടുള്ളൂ എന്നല്ല ഇപ്പറഞ്ഞതിന് അർത്ഥം. 'ഇബ്ദിതായേ ഇശ്ക് മേം ഹം സാരീ രാത് ജാഗേ...', 'യേ മൗസം രംഗീൻ സമാം..', 'ഡം ഡം ഡിഗാ ഡിഗാ...', 'പ്യാര ന കൈസേ ഹോ...' പോലുള്ള റൊമാന്റിക്/ഉല്ലാസഭരിതഗാനങ്ങളും മുകേശിന്റെ ക്രെഡിറ്റിലുണ്ട്.

മനോജ്കുമാറിന്റെ ഇഷ്ടഗായകൻ മഹേന്ദ്രകപൂറാണ്. 'മേരേ ദേശ്കീ ധർതീ..' പോലുള്ള ഗാനങ്ങൾ ഉദാഹരണം. എന്നാൽ മുകേശിനെ പൂർണ്ണമായും ഒഴിവാക്കാൻ കഴിഞ്ഞില്ല. 'ഉപ്കാറി'ലെ'ദീവാനേം സേ യേ മത് പൂഛോ...' എന്ന പാട്ടിലെ 'ഔരോം കോ പിലാതേ രഹ്തേ ഹേ ഔർ ഖുദ് പ്യാസേ രഹ് ജാതേ ഹേ...' എന്ന വരിയും 'അനിത'യിലെ 'തും ബിൻ ജീവൻ കൈസേ ബീതാ പൂഛോ മേരേ ദിൽ സേ ഹായ്...', 'പൂരബ് ഔർ പശ്ചിമി'ലെ 'കോയീ ജബ് തുമാരാ ഹൃദയ് തോഡ് ദേ...' എന്നിവ കണ്ണുംപൂട്ടിയിരുന്നു കേട്ടാൽ ഇവ പാടുന്നത് മുകേശല്ല, സ്വയം മനോജ്കുമാറാണെന്ന് തോന്നും.

എഴുപതുകളിൽ കിശോർകുമാറിന്റെ തരംഗത്തിൽ എല്ലാ ഗായകരുടേയും സ്ഥാനങ്ങൾ ഇളകിയപ്പോൾ രാജേഷ്ഖന്നയ്ക്കുവേണ്ടി 'മൈനേ തേരേലിയേ ഹീ സാത് രംഗ് കേ സപ്നേ ചുനേ...' (ആനന്ദ്), ഫിറോസ്ഖാനുവേണ്ടി 'ജോ തും കോ ഹോ പസന്ദ് വഹീ ബാത് കരേംഗേ..' (സഫർ), ശത്രുഘ്നൻ സിന്ഹയ്ക്കുവേണ്ടി 'ബർഖാ റാണീ സരാ ജംകേ ബർസോ...' (സബക്), ദേവ് മുഖർജിക്കുവേണ്ടി 'ചെഹ്രേ സേ സരാ ആംചൽ ജബ് ആപ്നേ സർകായാ..'(ഏക് ബാർ മുസ്കുരാ ദോ), അനിൽധവാനുവേണ്ടി 'മേതോ ഹർ മോഡ് പർ തുഝ് കോ ഢൂംഢാ സദാ...' (ചേതന) തുടങ്ങിയ ഗാനങ്ങളിലൂടെ മുകേശ് തന്റെ അപ്രമാദിത്വം നിലനിർത്തി.

മുകേശിൽ വിശ്വാസമില്ലാതിരുന്ന പല സംഗീതസവിധായകരും പിന്നീട് മുകേശിനെ തേടിയെത്തിയ സന്ദർഭങ്ങളുണ്ടായിട്ടുണ്ട്. മുകേശ് നല്ല ഗായകനല്ല എന്നാണ് എസ്.ഡി. ബർമ്മൻ അഭിപ്രായപ്പെട്ടത്. 'ബംബയ് കാ ബാബു' എന്ന ചിത്രത്തിലെ എവർഗ്രീൻ ഹിറ്റായ 'ചൽ രീ സജ്നീ..' പാടാൻ ആദ്യം കിശോറിനെ ഏൽപ്പിച്ചു. എന്നാൽ കിഷോർ തന്ത്രപൂർവ്വം പിൻമാറി. കാരണം ഈ ഗാനം നായകനായ ദേവാനന്ദിനുവേണ്ടിയായിരുന്നില്ല. മുകേശിന് നൽകുന്നതിൽ എസ്.ഡി. ബർമ്മന് പൂർണ്ണ തൃപ്തി ഉണ്ടായിരുന്നില്ല. മുകേശ് തൃപ്തികരമായി പാടിയില്ലെങ്കിൽ പാട്ടുതന്നെ ഉപേക്ഷിക്കാനായിരുന്നു അദ്ദേഹത്തിന്റെ തീരുമാനം. ഒടുവിൽ മുകേശ് തന്നെ പാടി. പാട്ട് ഹിറ്റായി. മടിച്ചുകൊണ്ടാണങ്കിലും മുകേശിനെക്കൊണ്ട് എ.ഡി.ബി. ഒരിക്കൽക്കൂടി പാടാൻ ക്ഷണിച്ചു. 'ഡോ.വിദ്യ' (1962) എന്ന ചിത്രത്തിൽ 'ഏ ദിൽ ഏ ആവാരാ ചൽ..' എന്ന ഗാനം പാടാൻ. എസ്.ഡി.ബി. യുടെ മുകേശ് വിരുദ്ധ മനോഭാവം മകൻ ആർ.ഡി. ബർമ്മനുമുണ്ടായിരുന്നു. കിശോറിന് പ്രാധാന്യം കൊടുത്ത 'കടീപതംഗി'ൽ മുകേശിന് 'ജിസ് ഗലീ മേം...' എന്ന ഗാനം മാത്രം നൽകി.

മുകേശിൽ വിശ്വാസമില്ലാതിരുന്ന മറ്റൊരു സംഗീതസംവിധായകനുണ്ടായിരുന്നു - എസ്.ഡി.ബിയുടെ ചീഫ് അസിസ്റ്റന്റായിരുന്ന ജയദേവ്. മുകേശിനെ കേൾക്കുന്നത് തന്നെ സഹിക്കാത്ത ആൾ. പിന്നീട് ജയദേവിനുവേണ്ടി മുകേശ് പാടി. 'കിനാരേ കിനാരേ' എന്ന ചിത്രത്തിൽ 'ജബ് ഗം-ഏ-ഇശ്ക് സതാതാ ഹേ...'

ഹുസ്ന്ലാൽ-ഭഗത്റാം ടീമിന്റേയും ജയദേവിന്റെയും സംഗീതത്തിൽ പൊതുവായി ഒരു ഘടകമുണ്ട് - രണ്ടിലും മുകേശ് ഇല്ല. ഹുസ്ന്ലാൽ - ഭഗത്റാം ടീമിന്റെ ഏറ്റവും വലിയ റേഡിയോ

സിലോൺ ഹിറ്റായ 'കിസ്മത് ബിഗഡീ ദുനിയാ ബദലീ..' (അഫ്സാന) പാടാൻ ഒടുവിൽ മുകേശിനെ തന്നെ ആശ്രയിക്കേണ്ടിവന്നു.

പ്രതിഫലത്തിന്റെ കാര്യത്തിൽ ഹിന്ദിയിൽ ഒരുകാലത്ത് ഒന്നാം സ്ഥാനം നൗശാദിനായിരുന്നു. രണ്ടാം സ്ഥാനത്തിന് മത്സരിച്ചത് സി. രാമചന്ദ്രയും ഹുസ്ന്ലാൽ ഭഗത്രാമും. നല്ലൊരു ഗായകൻകൂടിയായ സി. രാമചന്ദ്ര മുകേശിന് അവസരം നൽകുന്ന കാര്യത്തിൽ ഹുസ്ന്ലാൽ ഭഗത്റാമിനോടൊപ്പമായിരുന്നു രാജ്കപൂറിന്റെ വിനീതമായ അപേക്ഷയെ തുടർന്നാണ് രാമചന്ദ്ര മുകേശിന് 'ശാരദ'യിൽ 'ജപ് ജപ് ജപ് ജപ് ജപ് രേ...' പാടാൻ അവസരം നല്കിയത്. അതൃപ്തനായ രാമചന്ദ്ര അതേ ചിത്രത്തിൽ മുകേശിനെ മാറ്റി മന്നാഡെയെക്കൊണ്ട് രാജ്കപൂറിനുവേണ്ടി 'ദുനിയാ നേ തോ മുഝ് കോ ഛോഡ് ദിയാ...' പാടിച്ചു. പിന്നീട്, 1967ൽ രാമചന്ദ്ര കുറ്റബോധത്തോടെ പറഞ്ഞു: 'ഇപ്പോൾ ഞാൻ മുകേശിനെ ഇഷ്ടപ്പെടുന്നു.' തുടർന്നുള്ള ചില ചിത്രങ്ങളിൽ മുകേശിന് അവസരം ലഭിച്ചു.

ആദ്യാവസാനം മുകേശിൽ വിശ്വാസമർപ്പിച്ച സംഗീതസംവിധായകനാണ് സലിൽ ചൗധരി. 'പുരുഷ പിന്നണി ഗായകരിൽ ഏറ്റവും നല്ല ആൾ' എന്നാണ് സലിൽ ദാ മുകേശിനെ വിശേഷിപ്പിച്ചത്. 1956ലെ ചിത്രമായ 'ജാഗ്തേ രഹോ'യിലെ 'സിന്ദഗീ ഖാബ് ഹേ, ഖാബ് മേം ഝൂഠ് ക്യാ...' മുതൽ 1974ലെ 'രജനീഗന്ധ'യിലെ 'കയീ ബാർ യും ഹീ ദേഖാ ഹേ...' വരെ മുകേശ് സലിൽ ദായോടൊപ്പമുണ്ടായിരുന്നു.

1923 ജൂലായ് 22ന് ജനിച്ച മുകേശ് (മുഴുവൻ പേര് മുകേശ് ചന്ദ് മാഥുർ) 1976 ആഗസ്ത് 27ന് അന്തരിച്ചു. മകൻ നിതിൻ മുകേശ് ഗായകനാണ്; പൗത്രൻ നീൽ നിതിൻ മുകേശ് അഭിനേതാവും.

'സുഖദുഃഖ്', 'നിർദോഷ്' എന്നീ ചിത്രങ്ങളിൽ നായകനായി അഭിനയിച്ച മുകേശ് ചില ചലച്ചിത്രേതര ഗസലുകൾക്ക് സംഗീതം നൽകിയിട്ടുണ്ട്.

പ്രധാനപ്പെട്ട പത്ത് ഗാനങ്ങൾ

1. ദിൽ ജൽതാ ഹേ തോ ജൽ നേ ദേ...

   (പഹ്ലീ നസർ - 1945)

2. തേരീ ദുനിയാ മേം ദിൽ ലഹ്താ നഹീ വാപസ് ബുലാ ലേ...

   (ബാവരേ നയ്ൻ - 1950)

3. ആവാരാ ഹും ആവാരാ ഹും...

   (ആവാരാ... 1951)

4. ആംസൂഭരീ ഹേ യേ ജീവൻ കീ രാഹേം...

(പർവരിശ് - 1958)

5. ആ ലൗട്ട് കേ ആജാ മേരേ മീത്

(റാണി രൂപ്മതി - 1959)

6. സാരംഗാ തേരീ യാദ് മേം...

(സാരംഗാ - 1960)

7. ഓ ജാനേവാലേ ഹോ സകേ തോ ലൗട്ട് കേ ആനാ...

(ബന്ദിനി - 1963)

8. ഓഹ്രേ താൽ മിലേ നദീ കേ ജൻമേ...

(അനോഖീരാത് - 1968)

9. കോയീ ജബ് തുമാരാ ഹൃദയ് തോഡ് ദേ...

(പൂരബ് ഔർ പശ്ചിം- 1970)

10. ഇക് പ്യാർ കാ നഗ്മാ ഹേ മൗജോം കീ രവാനി ഹേ...

(ലതാമങ്കേഷ്കറോടൊപ്പം- ശോർ - 1972)

കിശോർകുമാർ

‘തേരീ ദുനിയാ സേ ഹോകെ മജ്ബൂർ ചലാ, മൈ ബഹുത് ദൂർ... ബഹുത് ദൂർ ചലാ...’ എന്ന് പാടിയ കിശോർകുമാർ 1993 ഒക്ടോബർ 13ന് ഈ ലോകത്തോട് വിടപറഞ്ഞു. എന്നാൽ തന്റെ ശബ്ദം കൊണ്ടും അഭിനയംകൊണ്ടും വിചിത്രസ്വഭാവം കൊണ്ടും ഹിന്ദി സിനിമാരംഗത്ത് ഇന്നും നിറസാന്നിധ്യമായി തുടരുന്നു. കിശോറിന്റെ നാമം ഒഴിവാക്കിയാൽ ഹിന്ദി സിനിമാ സംഗീതരംഗം മൂകമാകും, സംഗീതത്തിന്റെ ചരിത്രം ദരിദ്രമാകും.

കിശോറിനെ സമ്മാനങ്ങൾകൊണ്ട് മൂടിയവർതന്നെയാണ് അദ്ദേഹത്തെ അരക്കിറുക്കനെന്നും പ്രത്യേക മൂഡുള്ള വ്യക്തിയെന്നും വിശേഷിപ്പിച്ചത്. അരക്കിറുക്കനെന്ന് മറ്റുള്ളവർക്ക് തോന്നുന്ന കിശോറിന്റെ ഓരോ പ്രവർത്തിക്ക് പിന്നിലും അദ്ദേഹത്തിന്റേതായ ന്യായീകരണമുണ്ട്. ഒരു ഉദാഹരണം പറയാം. താൻ പാടുന്ന പാട്ടുകൾ വെള്ളിത്തിരയിൽ പാടുന്നത് തൊപ്പിധരിച്ച കഥാപാത്രമാണെങ്കിൽ, സ്റ്റുഡിയോയിൽ റിക്കാർഡിംഗ് സമയത്ത് തൊപ്പി ധരിക്കാൻ ശഠിക്കും. ഇതിന് കിശോർ നൽകുന്ന വിശദീകരണം ഇങ്ങനെയാണ്. പാട്ടു പാടുമ്പോൾ അതിനനുസരിച്ചുള്ള മൂഡ് വേണം. എങ്കിലേ പാട്ടിന് ജീവനുണ്ടാകൂ. കിശോറിന്റെ ചില നിത്യഹരിതഗാനങ്ങൾ ഇതിന്റെ തെളിവാണ്. ശബ്ദ

ത്തിന്റെ ലാളിത്യം നേരെ ഹൃദയത്തിന്റെ അടിത്തട്ടിലെത്തും. കിശോറിനെ ആഴത്തിൽ മനസ്സിലാക്കിയാൽ, അദ്ദേഹത്തിന്റെ ഗാനങ്ങൾ മനസ്സിരുത്തി കേട്ടാൽ, കിശോറിനെപ്പറ്റിയുള്ള പല തെറ്റിദ്ധാരണകളും മാറും.

കെ.എൽ. സൈഗളിനെ കിശോർ ഗുരുവായി കണ്ടു. കുട്ടിക്കാലത്തെ സൈഗളിന്റെ ഗാനങ്ങൾ സ്വന്തം ശൈലിയിൽ പാടി. സൈഗളിന്റെ പ്രശസ്ത ഗാനമാണ് 'ദിൽ ജാൽതാ ഹേ തോ ജൽനേ ദേ..' കിശോർ ഈ പാട്ടിനെ തിരിച്ചിട്ട് ഇങ്ങനെ പാടി.. 'ലദീ ലജ്താ ഹേ തോ ലജ്നേ ദേ...' ഈ പാട്ട് കിശോർ അഞ്ച് വ്യത്യസ്ത രീതികളിൽ പാടുമായിരുന്നു. സ്കൂളിലെ പാഠങ്ങളും അദ്ദേഹം പാട്ടുരൂപങ്ങളിലാണ് ഓർത്തു വെച്ചിരുന്നത്.

ദേവാനന്ദ് നായകനായ 'ജിദ്ദി' (1948) എന്ന ചിത്രത്തിലാണ് കിശോർ ആദ്യമായി പാടിയത്. 'മർനേ കീ ദുആയേം കോൻ മാംഗൂം...' എന്നതാണ് ഗാനം. അടുത്ത ഗാനം അടുത്ത വർഷം തന്നെ ലഭിച്ച 'രിംഝിം' എന്ന ചിത്രത്തിലെ 'ജഗ്മഗ് ജഗ്മഗ് കർതാ നികലാ ചാന്ദ്..' അമ്പതുകളിൽ കിശോറിനെ പിന്നണി ഗാനരംഗത്ത് നിൽക്കാൻ സഹായിച്ചത് ദേവാനന്ദും സംഗീതസംവിധായകൻ എസ്. ഡി. ബർമ്മനുമായിരുന്നു. ഈ കൂട്ടുകെട്ടിൽ രൂപംകൊണ്ട അമ്പതുകളിലെ 'മുനീംജീ', 'പേയിംഗ് ഗസ്റ്റ്', 'ഫൺടൂഷ്', നൗ ദോ ഗ്യാരഹ്' എന്നീ ചിത്രങ്ങൾ ഗായകനെന്ന നിലയിൽ മേൽവിലാസമുണ്ടാക്കാൻ കിശോറിന് സഹായകമായി. 'ജീവൻ കേ സഫർ മേം രാഹീ..' (മുനീംജി), 'മാനാ ജനാബ് നേ പുകാരാ നഹി..' (പേയിംഗ് ഗസ്റ്റ്), 'ദുഖീമൻ മേരേ സുൻ മേരാ കഹ്നാ..' (ഫൺടൂഷ്), 'ആംഖോം മേം ക്യാ ജീ, രൂപ്ഹലാ ബാദൽ..' (നൗ ദോ ഗ്യാരഹ് – ലതയോടൊപ്പം) എന്നിവ മുകളിലെ പ്രസ്താവനക്ക് അടിവരയിടുന്നു.

1969ൽ 'ആരാധന' എന്ന ചിത്രത്തോടെയാണ് ഹിന്ദി സിനിമയിൽ കിശോർ യുഗം തുടങ്ങുന്നത്. ഇത് എഴുപതുകളിലും നിലനിന്നു. 'മേരേ സപ്നോം കീ റാണീ...' (ആരാധന – 1969), 'ജീവൻ സേ ഭരീ തേരീ ആംഖേൻ..' (സഫർ – 1970), 'കുഛ് തോ ലോഗ് കഹേം ഗെ..' (അമർ പ്രേം – 1971), 'മുസാഫിർ ഹും യാരോ..' (പരിചയ് – 1972), 'പൽ പൽ ദിൽ കേ പാസ് തും രഹ്തീ..' (ബ്ലാക്മെയിൽ – 1973), 'മേരാ ജീവൻ കോരാ കാഗസ്..' (കോരാ കാഗസ് – 1974), 'ദിൽ ഐസാ കിസീനേ മേരാ തോഡാ...' (അമാനുഷ് – 1975), 'മേരേ നൈനാ സാവൻ ഭാദോം...' (മെഹ്ബൂബ – 1976), 'ബച്നാ ഏ ഹസീ നോം ലോ മൈ ആഗയാ..'

(ഹം കിസീ സെ കം നഹി - 1977), 'ഫിർ വൊഹീ രാത് ഹേ..' (ഘർ - 1978), 'ഓ സാഥീ രേ തേരേ ബിനാ...' (മുകദ്ദർ കാ സികന്ദർ - 1979), 'ഹസാർ രാഹേം...' (ഥോഡീ സീ ബേവഫായ് - 1980), 'ഹമേം തുംസേ പ്യാർ കിത്നാ...' (കുദ്റത് - 1981), 'കിസീ ബാത് പർ മൈ കിസീ സേ...' (ബേമിസാൽ - 1982), 'ഹമേം ഔർ ജീനേ കീ ചാഹത്..' (അഗർ തും ന ഹോതെ - 1983), 'മൻജീലേം ആപ് കീ ജഗത്...' (ശരാബീ - 1984) എന്നിവ കിഷോർ സ്മരണയ്ക്കുള്ള പ്രാതിനിധ്യ ഗാനങ്ങളാണ്.

ഒരേ രീതിയിലുള്ള പാട്ടുപാടുന്നു എന്നായിരുന്നു കിശോറിനെതിരെയുള്ള ആരോപണം. എന്നാൽ ഗൗരവവും ഹാസ്യവും മാധുര്യവും ദുഃഖവും എല്ലാ ഭാവങ്ങളിലുമുള്ള ഗാനങ്ങൾ അദ്ദേഹം ആലപിച്ചിട്ടുണ്ട്. കിശോർ പാടിയ ഓരോ ഗാനവും വ്യത്യസ്തമായ നിറങ്ങൾ വിതറുന്നവയാണ്. 'ദിൻ ഹേ സുഹാനാ... ആജ് പഹ്‌ലീ താരിഖ് ഹേ...', 'ഈനാ മീനാ ഡീകാ...', 'കോയീ ലൗട്ടാ ദേ മേരെ ബീതേ ഹുയേ ദിൻ', 'ബേകരാർ ദിൽ തൂ ഗായേ ജാ...', 'ഖയീ കേ പാൻ ബനാറസ് വാലാ..', 'മേരാ ജീവൻ കോരാ കാഗസ്..' എന്നിവ ഉദാഹരണം. പലപ്പോഴും തന്റെ യാ... ഹൂ... ശൈലിയിൽ ഗാനത്തെ ഒരുക്കി മൂളിപ്പാടാൻ പാകത്തിലാക്കും. അത് അദ്ദേഹത്തന്റെ മാത്രം പ്രത്യേകതയാണ്.

സംഗീതസംവിധായകൻ എന്ന നിലയിലും കിശോർ തന്റെ കഴിവുകൾ തെളിയിച്ചു. സ്വതന്ത്രമായി നിർമ്മിച്ച 'ഝുംരു' (1961) എന്ന ചിത്രത്തിലൂടെയാണ് ഈ രംഗത്തെ തുടക്കം. 'കോയീ ഹം ദം ന രഹാ കോയീ സഹാരാ ന രഹാ' എന്ന അവിസ്മരണീയ ഗാനം ഈ ചിത്രത്തിലേതാണ്. ഈ ചിത്രത്തിലെ മറ്റു ഗാനങ്ങളാണ് 'ഠണ്ടീ ഹവായേ ചാന്ദ്നീ സുഹാനി', 'മേ ഹും ഝുംരു...' എന്നിവ. സ്വന്തം ചിത്രമായ 'ദൂർ ഗഗൻ കീ ഛാംവ്'ലെ 'ജിൻ രാതോം കീ ഭോർ...', 'കോയീ ലൗട്ടാ ദേ മേരേ ബീതേ ഹുയേ ദിൻ...' എന്നിവയും ശ്രദ്ധിക്കപ്പെട്ടു. ആസ്വാദകർ ഇന്നും കേൾക്കാൻ ആഗ്രഹിക്കുന്ന 'ആ ചൽകേ തുഝേ മൈ ലേകേ ചലൂം ഏക് ഐസേ ഗഗൻ കേ തലേ...' എന്ന ഗാനവും ഈ ചിത്രത്തിലേതാണ്.

നടനായിട്ടാണ് കിശോർകുമാർ സിനിമയിലേക്ക് കടന്നുവന്നത്. മൂത്ത സഹോദരനായ അശോക്കുമാർ അന്ന് അഭിനയരംഗത്ത് തിളങ്ങിനിൽക്കുന്ന കാലം. ദേവാനന്ദ് നായകനായ 'ജിദ്ദി'(1948)ൽ ഒരു ചെറിയ റോളാണ് കിശോറിന് ആദ്യമായി ലഭിച്ചത്. ഒരു തോട്ടക്കാ

രന്റെ റോൾ. അന്ന് പ്രായം 18. 'ആന്ദോളൻ' (1951) എന്ന ചിത്രത്തിലൂടെ നായകനായി. മൂന്നരപ്പതിറ്റാണ്ടിനിടയിൽ നൂറോളം ചിത്രങ്ങളിലഭിനയിച്ചെങ്കിലും കൂടുതൽ ഹാസ്യചിത്രങ്ങളായിരുന്നു. അമ്പതുകളിലെ മുൻനിര നായികമാരുടെയെല്ലാം ജോഡിയായി അഭിനയിക്കാൻ അവസരം ലഭിച്ചു. മീനാകുമാരി (ഇൽസാം, രുക്സാന, മേംസാഹബ്, നയാ അന്ദാസ്), വൈജയന്തിമാല (മിസ് മാല, പഹ്ലീ ഝലക്, ആശ, ന്യൂഡെൽഹി), ബീനാറായ് (മദ്ഭരേ നൈൻ), മധുബാല (ധാ കേ കാമൽമൽ), കാമിനി കൗശൽ (ആബ്രൂ), നൂതൻ (ദില്ലീ കാ തഗ്, കഭീ അന്ധേരാ കഭീ ഉജാലാ) എന്നിവ ഉദാഹരണം. 'ബാപ്രേ ബാപ്' (1955), 'ഭാഗംഭാഗ്' (1956), 'ദില്ലി കാ തഗ്' (1958), 'ചൽതീ കാ നാം ഗാഡി' (1958), 'ചാചാ സിന്ദാബാദ്' (1959), 'ബേവകൂഫ്' (1959), 'ഹാഫ്ടിക്കറ്റ്' (1962), 'നോട്ടീ ബോയ്' (1962), 'ദാൽ മേം കാലാ' (1964), 'മിസ്റ്റർ എക്സ് ഇൻ ബോംബെ' (1964), 'ഹം സബ് ഉസ്താദ് ഹെ' (1964), 'ശ്രീമാൻ ഫൺടൂഷ്' (1965), 'ലഡ്കാ ലഡ്കീ' (1966), 'ദുനിയാ നാചേഗി' (1967), 'ഹം ദോ ഡാകൂ' (1967), 'ദോ ദൂനീ ചാർ' (1968), 'സാധൂ ഔർ ശൈതാൻ' (1968), 'ശ്രീമാൻജീ' (1968), 'ഹംഗാമാ' (1971), 'പ്യാർ ദീവാനാ' (1972) എന്നിവയാണ് കിശോറിന്റെ ഹാസ്യചിത്രങ്ങൾ.

അമ്പതുകളിലും അറുപതുകളിലും പാടി അഭിനയിച്ച ഏക നടൻ കിശോർ മാത്രമാണ്. പിൽക്കാലത്ത് ഹിന്ദി സിനിമയിലെ ഡിമാന്റുള്ള സംഗീതസംവിധായകനായി മാറിയ ബപ്പി ലാഹ്രിയെ ഗായകനായി ആദ്യമായി സിനിമയ്ക്ക് പരിചയപ്പെടുത്തിയത് കിശോറാണ്. ചിത്രം – 'ബഢതീകാ നാം ദാഢീ' (1972), ഗാനം: 'യേ ജവാനീ ചാർദിൻ, പ്യാർ കർ ലേ മേരേ യാർ...'

നിർമ്മാതാവിന്റെയും സംവിധായകന്റെയും വേഷങ്ങൾ കിശോർ അണിഞ്ഞിട്ടുണ്ട്. പതിനാല് ചിത്രങ്ങൾ നിർമ്മിച്ചെങ്കിലും അവയിൽ ഏഴെണ്ണം മാത്രമാണ് പ്രദർശനത്തിനെത്തിയത്. ഇവയിൽ 'ചൽതീ കാ നാം ഗാഡി', 'ദൂർ ഗഗൻ കീ ഛാംവ് മേം' എന്നിവ മാത്രമാണ് പ്രദർശനവിജയം നേടിയത്.

കിശോർ സംവിധാനം ചെയ്ത ചിത്രങ്ങളാണ് 'ഝുംരൂ', 'ദൂർ ഗഗൻ കീ ഛാംവ് മേം', 'ദൂർ കാ രാഹി', 'ബഢതീ കാ നാം ദാഢീ', 'ശബാശ് ഡാഡി', 'ചൽതീ കാ നാം സിന്ദഗി', 'ദൂർ വാദിയോം മേം കഹീം' (പാട്ടില്ലാത്ത ചിത്രം)

1929 ആഗസ്ത് 4നാണ് കിശോർകുമാർ ജനിച്ചത്. നടന്മാരായ

അശോക്കുമാർ, അനൂപ്കുമാർ എന്നിവർ സഹോദരങ്ങൾ. കിശോർ നാലുതവണ വിവാഹം ചെയ്തു. ബംഗാളി നടി രുമാദേവിയായിരുന്നു ആദ്യഭാര്യ. ഗായകൻ അമിത്കുമാർ ഇവരുടെ സന്തതിയാണ്. ആദ്യ ഭാര്യയുമായി പിരിഞ്ഞശേഷം നടി മധുബാല കിശോറിന്റെ ഭാര്യയായി. രണ്ടാം ഭാര്യയുടെ മരണശേഷം നടി യോഗിതാബാല കിശോറിന്റെ ജീവിതത്തിലേക്ക് കടന്നുവന്നെങ്കിലും അവർ വേർപിരിഞ്ഞു. നടി ലീന ചന്ദവർക്കറായിരുന്നു കിശോറിന്റെ നാലാം ഭാര്യ.

പ്രധാനപ്പെട്ട പത്ത് ഗാനങ്ങൾ

1. കോയീ ഹം ദ ന രഹാ കോയീ സഹാരാ..
   (ഝുംരു - 1961)
2. ആ ചൽകേ തുഝെ...
   (ദൂർ ഗഗൻ കീ ഛാംവ് മേം - 1964)
3. പ്യാർ ദീവാനാ ഹോതാ ഹേ...
   (കടീ പതംഗ് - 1970)
4. ചിംഗാരീ കോയീ ഭഡ്കേ...
   (അമർപ്രേം - 1971)
5. മേരാ ജീവൻ കോരാ കാഗസ്...
   (കോരാ കാഗസ് - 1974)
6. മേരേ നൈനാ സാവൻ ഭാദോം ...
   (മെഹ്ബുബാ - 1976)
7. ചൽതേ ചൽതേ മേരേ യേ ഗീത്...
   (ചൽതേ ചൽതേ - 1976)
8. ഛൂകർ മേരേ മൻകോ കിയാ തൂനേ...
   (യാരാനാ - 1981)
9. ഹമേം തുംസേ പ്യാർ കിത്നാ...
   (കുദ്രത് - 1981)
10. ഹമേം ഔർ ജീനേ കീ ചാഹത്...
    (അഗർ തും ന ഹോത്തേ - 1983)

തലത്ത് മുഹമ്മദ്

ഹിന്ദി ചലച്ചിത്രസംഗീതത്തിന്റെ സുവർണ്ണയുഗമായ അമ്പതുകളിലെയും അറുപതുകളിലെയും പ്രതിഭാധനരായ സംഗീതസംവിധായകരെപ്പറ്റി ചർച്ച ചെയ്യുമ്പോൾ ഓർമ്മ വരിക എസ്.ഡി. ബർമ്മൻ, മദൻമോഹൻ, നൗഷാദ്, ശങ്കർ-ജയ്കിഷൻ, രോശൻ, ഓ.പി. നയ്യാർ എന്നീ പേരുകളാണ്. ഇവരുടെയെല്ലാം സംവിധാനത്തിൽ ഒന്നിനൊന്ന് മെച്ചപ്പെട്ട, മധുരമായ, ഭാവപൂർണ്ണമായ, അവിസ്മരണീയമായ ഗാനങ്ങൾ ആലപിക്കാനുള്ള സുവർണ്ണാവസരം ലഭിച്ച ഗായകനായിരുന്നു തലത്ത് മുഹമ്മദ്.

ക്ലാസിക്കൽ മ്യൂസിക്കിനെ ആധാരമാക്കി ഗസലിന് സ്വന്തമായ ശൈലിയുണ്ടാക്കിയ തലത്ത് 1939ൽ ഗസൽ ഗായകനായിട്ടാണ് സംഗീതരംഗത്ത് പ്രവേശിച്ചത്. ഗസൽ ഗായകരായി പ്രശസ്തി നേടി അന്ന് രംഗത്തുണ്ടായിരുന്നവരാണ് ബീഗം അക്തറും കെ.എൽ.സൈഗാളും. അന്നത്തെ ഗസൽ ശൈലി ഇന്നത്തേതിൽനിന്ന് വ്യത്യസ്തമായിരുന്നു. കുറേക്കൂടി ലളിതമായിരുന്നു എന്നുപറയാം. ലൈറ്റ് മ്യൂസിക് എന്നാണ് അന്ന് ഗസൽ അറിയപ്പെട്ടിരുന്നത്.

തുടക്കക്കാരിൽപ്പോലും സംഗീതത്തിൽ അഭിരുചി ജനിപ്പിക്കുംവിധം പാടി അവതരിപ്പിക്കുക എന്നതാണ് പ്രധാനം. തലത്ത് സാധിച്ചതും അതുതന്നെ. ക്ലാസിക്കൽ മ്യൂസിക്കിനെ ആധാരമാക്കുമ്പോൾ ഹെവി

ആകാതിരിക്കാൻ അദ്ദേഹം ശ്രദ്ധിച്ചു. ഉദാഹരണത്തിന് 'ഹോഠോം സേ ഗുൽഫിശൻ ഹേ വോ ആംഖോം സേ അശ്ക്ബാർ ഹം..' എന്ന തലത് ഗാനം എടുക്കാം. ദർബാരി രാഗത്തിൽ തലത്ത് തന്നെ സംഗീതം നൽകി ആലപിച്ച ഈ ഗാനത്തിൽ ഹെവിനസ് ഒഴിവാക്കാൻ ഇതോടൊപ്പം ബാഗേശ്രീയുമായി ഇടകലർത്തി ലളിതമാക്കി.

ഗസൽ ആലാപനത്തിൽ തലത്ത് ഊന്നൽ നൽകിയ കാര്യങ്ങൾ ഇവയാണ്. ഒന്ന്-കവിത. രണ്ട്-ഗായകൻ. കാവ്യാത്മകമായ ഉള്ളടക്കം നശിപ്പിക്കാതെ ഗസലിനെ ഭംഗിയായി അവതരിപ്പിക്കാൻ ഗായകന് കഴിയണം.

ചലച്ചിത്രങ്ങളിൽ പിന്നണി പാടാൻ കല്കത്തയിലെത്തിയ തലത്തിന്റെ ശബ്ദം പങ്കജ് മല്ലിക്കും കെ.എൽ.സൈഗളും ഹേമന്ത്കുമാറും ഇഷ്ടപ്പെട്ടു. കല്ക്കത്തയിൽ വെച്ച് തലത്ത് സഹകരിച്ച ചിത്രങ്ങളാണ് 'രാജലക്ഷ്മി' (1945), 'തും ഔർ മൈ' (1947), 'സമാപ്തി' (1949) എന്നിവ.

1949ൽ തലത്ത് ബോംബെയിലെത്തി ആദ്യമായി പിന്നണി പാടിയത് ദിലീപ്കുമാറിനുവേണ്ടി 'ആർസൂ' (1950) എന്ന ചിത്രത്തിലാണ്. സംഗീതം അനിൽ ബിശ്വാസ്. ഗായകരുടെ മുൻനിരയിലേക്ക് കടന്നുവന്ന് സ്വന്തമായ ഇരിപ്പിടം കരസ്ഥമാക്കാൻ തലത്തിന് എളുപ്പത്തിൽ കഴിഞ്ഞു. തലത്തിനെക്കൊണ്ട് പാടിക്കുന്നത് അനുഗ്രഹമാണെന്ന് കരുതിയ സംഗീതസംവിധായകരുണ്ട്. രണ്ട് ദശാബ്ദങ്ങൾ ഹിന്ദിസിനിമയിലെ എല്ലാ മുൻനിര നായകന്മാർക്കും ശബ്ദം നല്കാൻ ഗായകനായ തലത്തിന് കഴിഞ്ഞു. ദിലീപ് കുമാറിനുവേണ്ടി പാടിയ മറ്റു ചിത്രങ്ങളാണ് 'ബാബുൽ', 'ദാഗ്', 'തരാനാ', 'സംഗ്ദിൽ', 'ഫുട്പാത്ത', 'ശികസ്ത്', 'ദേവദാസ്' എന്നിവ. 'ദേവദാസി'ൽ ദിലീപിനുവേണ്ടി മദ്യപിച്ചു പാടുന്ന പാട്ടിന് പ്രത്യേക സംഗീതമില്ല; തലത്തിന്റെ ശബ്ദം മാത്രം. മുമ്പ് സൈഗൾ അഭിനയിച്ച 'ദേവദാസ്' പുറത്തുവന്നിരുന്നു. ഈ ചിത്രത്തേക്കാൾ ദിലീപിന്റെ ചിത്രം ശ്രദ്ധേയമായെങ്കിൽ അതിനു കാരണം ദിലീപിന്റെ അഭിനയവും തലത്തിന്റെ ഗാനവുമാണ്. ഈ ചിത്രത്തോടെ തലത്ത് കൂടുതൽ ശ്രദ്ധിക്കപ്പെട്ടു. രാജ്കപൂറിനുവേണ്ടി സ്ഥിരമായി പാടിയിരുന്നത് മുകേശാണ്. സംഗീതസംവിധായകരുടെ നിർബന്ധം മൂലം തലത്തും രാജിനുവേണ്ടി 'അൻഹോനി', 'പഹചാൻ', 'ആശിയാനാ' (മൈ പാഗൽ മേരാ മൻവാ പാഗൽ...' എന്ന ഗിറ്റ് ഗാനം), 'ബേവഫാ' എന്നീ ചിത്രങ്ങളിൽ പാടി.

നിത്യഹരിത നായകനായ ദേവാനന്ദിനും തലത്തിന്റെ ശബ്ദം

യോജിച്ചു. 'നാദാൻ', 'ടാക്സി ഡ്രൈവർ' (ജായേ തോ ജായേ കഹാം സമഝേഗാ കോൻ യഹാം..) എന്നിവ ഉദാഹരണം. ദിലീപ്, രാജ്, ദേവാനന്ദ് - ഈ ത്രിമൂർത്തികൾക്കുവേണ്ടിയും ഒരുപോലെ പാടാൻ കഴിയുമെന്ന് തലത്ത് തെളിയിച്ചു. ദേവാനന്ദിനുവേണ്ടി പാടിയ മറ്റു ചിത്രങ്ങളാണ് 'രൂപ് കീ റാണി ചോരോം കാ രാജാ', 'അമർഖാൻ', 'പാക്കേറ്റ്മാർ' (യേ നയീ പ്രീത് ഹേ തൂ ഹീ തോ മേരാ ഗീത് ഹെ...) എന്നിവ.

ആഗയ്ക്കുവേണ്ടി പാടിയ 'പതിത'യിലെ 'ഹേ സബ്സേ മധുർ വഹീ ഗീത് ജോ ഹം ദർദ് കേ സുർ മേം ഗാതേ ഹേ...' (ഇംഗ്ലീഷ് പഴംചൊല്ലായ അവർ സ്വീറ്റ് സോംഗ്സ് ആർ ദോസ് ദാറ്റ് ടെൽ ഓഫ് സാഡ് തോട്ട്സിന്റെ തർജ്ജമ)യും 'അന്ധേ ജഹാം കേ അന്ധേ രാസ്തേ...'യും പോപ്പുലർ ആയി. (ആഗയെ ഹീറോ ആക്കിയത് താനാണെന്ന് തലത്ത്).

ഷമ്മികപൂറിന്റെ യാഹൂ ശൈലി വരുന്നതിനുമുമ്പ് തലത്ത് അദ്ദേഹത്തിനുവേണ്ടി പാടിയിട്ടുണ്ട്. 'ഉദാ: 'ലൈലാ മജ്നു'വിലെ 'ചൽദിയാ കാരവാം രഹ് ഗയേ ഗം യഹാം..' സംഗീതസംവിധായകനായ ഗുലാം മുഹമ്മദ് ആദ്യമായി ഡ്രം ഉപയോഗിച്ചത് ഈ ഗാനത്തിലാണ്. ഷമ്മിക്കുവേണ്ടി പാടിയ മറ്റുചിത്രങ്ങളാണ് 'ഠോക്കർ' (ഏ ഗമേ ദിൽ ക്യാ കരും..' എന്ന പോപ്പുലർ ഗസൽ), 'ചോർ ബസാർ', 'മെഹബൂബാ', 'നകാബ്', 'മേം സാഹബ്' (കഹ്താ ഹേ ദിൽ തുംഹോ ആശാ..' ഹിറ്റ്), 'സിപ്ഹസാലാർ', 'മോടർ' എന്നിവ.

ഗുരുദത്തനുവേണ്ടി 'തുമീം തോ മേരീ പൂജാ ഹോ..' (ചിത്രം - സുഹാഗൻ), ഭാരത്ഭൂഷനുവേണ്ടി 'തേരീ ആംഖ് കേ ആംസൂ പീ ജാഉം..' (ജഹാം ആരാ), സഞ്ജയ്ഖാന് ലതയോടൊപ്പം 'മുഹബ്ബത് കീ കഹാനിയാം സുനാനേ ലഗീ ഹേ ജുബാനിയാം..' (വോ ദിൻ യാദ് കരോ), ശശികപൂറിനുവേണ്ടി 'യേ അന്ധേരേ യേ ഉജാലേ ന ഹോതേ...' (പ്രേമപത്ര്), മനോജ്കുമാറിനുവേണ്ടി 'ജബ് ഛായേ സാവൻ കീ ഘടാ രോ രോ...' (രേശ്മീ രുമാൽ) എന്നീ ഗാനങ്ങൾ പാടി. എല്ലാം ഹിറ്റ് ഗാനങ്ങൾ.

സുനിൽദത്തിനുവേണ്ടി പാടിയ 'ജൽതേ ഹേ ജിസ്കേ ലിയേ...' (സുജാത), 'ആസൂ സമഝ് കേ ക്യോം മുഝേ..' (ഛായാ) എന്നീ ഗാനങ്ങൾ ഏകാന്തതയിലെ ശ്രോതാവിനെ ഈറനണിയിക്കുന്നവയാണ്. ദത്തിനുവേണ്ടിത്തന്നെ 'ഉസ്നേ കഹാ ഥാ'യിൽ ലതയോടൊപ്പം പാടിയ 'ആഹാ രിംഝിം കേ യേ പ്യാരേ പ്യാരേ ഗീത് ലിയേ ആയീ

രാത്...' എന്ന ഗാനത്തിലെ 'ആഹാ... ആഹാ...' ഇന്നും ശ്രോതാക്കളുടെ കർണപുടങ്ങളിൽ രസമാധുരി ചൊരിയുന്നു. 'ഛായ'യിലെ 'ഇത്നാ ന മുഝ്സേ തൂ പ്യാർ ബഢാ...'യും ഏറെ പ്രശസ്തമായി. അശോക്കുമാറിനുവേണ്ടി തലത്ത് പാടിയ ചിത്രങ്ങളാണ് 'നൈനാബഹാർ', 'രാഗരംഗ്', 'നഗ്മാ', 'ലകീരേ', 'ഏക്സാൽ' (സബ് കുഛ് ലുടാ കേ ഹോശ്..) എന്നിവ.

ഈ ഗാനങ്ങളുടെ പ്രശസ്തി ഒരുകാര്യം വ്യക്തമാക്കുന്നു. എല്ലാവർക്കുവേണ്ടിയും പാടാൻ തലത്തിനു കഴിയും. എന്നാൽ അദ്ദേഹം കൂടുതൽ ഇഷ്ടപ്പെട്ടത് ദിലീപിനുവേണ്ടി പാടാനാണ്. ദിലീപിന്റെ പതിഞ്ഞ ശബ്ദത്തിന് അനുയോജ്യമാണ് തലത്തിന്റെ സ്വരം.

അമ്പതുകളുടെ ആരംഭത്തിൽ ഗായകരിൽ ഒന്നാമതായിരുന്നു തലത്ത്. തലത്തിനോടൊപ്പമെത്താൻ മുഹമ്മദ് റഫി അഞ്ച് വർഷത്തോളം നിരന്തരശ്രമം നടത്തി. മുകേശിന് പ്രത്യേകിച്ച് ആലാപനരീതിയുണ്ടായിരുന്നു. പക്ഷേ, അന്നും മുകേശ് രണ്ടാംസ്ഥാനക്കാരനായിരുന്നു. പെട്ടെന്നാണ് തന്റെ കാൽക്കീഴിലെ മണ്ണൊലിച്ചുപോകുന്നത് തലത്ത് മനസ്സിലാക്കിയത്. ഒന്നാമനായിരുന്ന അദ്ദേഹം തുല്യരിൽ ഒന്നാമനായി. പിന്നീട് ആ സ്ഥാനവും നഷ്ടപ്പെട്ടു.

തലത്തിന്റെ ഈ സ്ഥാനനഷ്ടത്തിന് മറ്റുചില കാരണങ്ങളുമുണ്ട്. പാടുന്നതോടൊപ്പം അഭിനയിക്കണമെന്ന മോഹവും ആദ്ദേഹത്തിനുണ്ടായി. സുന്ദരമായ മുഖത്തിനുടമയായ അദ്ദേഹം 'ആരാം' എന്ന ചിത്രത്തിൽ 'ശുക്രിയാ ശുക്രിയാ ആയ് പ്യാർ തേരേ...' എന്ന ഗാനംപാടി ഗസ്റ്റ് റോളിൽ അഭിനയിച്ചു. പിന്നീട് 'ദിൽ-ഏ-നാദാൻ' (1953)ൽ നായകനായി അഭിനയിച്ചുകൊണ്ടിരുന്ന കാലത്തുതന്നെയാണ് അദ്ദേഹം നിത്യഹരിതങ്ങളായ ഗാനങ്ങൾ പാടിയത്. അദ്ദേഹം അഭിനയിച്ച ചിത്രങ്ങളെല്ലാം സാമ്പത്തികമായി പരാജയപ്പെട്ടു. ഫലമോ, നായകസ്ഥാനം മാത്രമല്ല, ഒന്നാംനിരയിലെ ഗായകസ്ഥാനവും നഷ്ടപ്പെട്ടു. അഭിനയിക്കാൻ കൂടുതൽ താല്പര്യം കാട്ടുന്ന ഗായകന് പാടാൻ താൽപര്യമില്ലെന്ന് കരുതിയ സംഗീതസംവിധായകരെ കുറ്റപ്പെടുത്തരുതല്ലോ.

സിനിമാരംഗത്തെ ദ്രുതഗതിയിലുള്ള മാറ്റമാണ് മറ്റൊരു കാരണം. പഴയ തീമുകൾക്ക് പകരം എഴുപതുകളിലും എൺപതുകളിലും വീരസാഹസിക-ക്രൈം ചിത്രങ്ങളുടെ ആധിക്യമായിരുന്നു. ഇവയിൽ മൃദുലവും സെന്റിമെന്റലുകളുമായ ഗാനങ്ങൾക്ക് സ്ഥാനമില്ലായിരുന്നു.

തലത്തിന്റെ സ്വരത്തിന് ഒരു പരിമിതി ഉണ്ട് എന്ന് അംഗീകരിക്കണം. അതിനപ്പുറം കടക്കാൻ അദ്ദേഹത്തിന് കഴിയില്ല. അദ്ദേഹത്തിന്റെ

ആലാപനരീതിക്കനുസരിച്ച് ഗാനങ്ങൾ രചിക്കപ്പെടാത്ത അവസ്ഥ വന്നപ്പോൾ തലത്തിന് അവസരം കുറഞ്ഞു. പിന്നീട് ചലച്ചിത്രേതര ഗസലുകൾ പാടാൻ തുടങ്ങി.

വിവിധ സംഗീതസംവിധായകർക്കുവേണ്ടി തലത്ത് പാടിയ ഹിറ്റ് ഗാനങ്ങൾ ഇവയാണ്. 'ഹുസ്നുവാലോം കോ ന ദിൽ ദോ, യഹ് തോ മിടാ ദേതേ ഹേ...' (നൗഷാദ്, ചിത്രം - ബാബൂൽ), 'സിന്ദഗീ ദേനേവാലേ സുൻ...' (ഗുലാം മുഹമ്മദ്), 'മേരീ യാദ് മേം തൂ നാ ആംസൂ ബഹാനാ...' (മദൻമോഹൻ - മദ്ഹോശ്), 'മിത്വാ മിത്വാ യഹ് കൈസീ അൻബുഝ് ആഗ് രേ...' (എസ്.ഡി. ബർമൻ - ദേവസാദ്), 'സ്വപ്നോം കീ സുഹാനീ ദുനിയാ കോ...' (ശങ്കർ - ജയ്കിഷൻ, ശികസ്ത്), 'മൊഹബ്ബത് ഹീ ന ജോ സമഝേ..' (സി. രാമചന്ദ്ര - പർഛായിയാം), 'ഏ ദിൽ മുഝേ ഐസാ ജഗഹ് ലേ ചലേ...' (അനിൽ ബിശ്വാസ് - ആർസൂ), 'യേ ഹവാ യേ രാത് യേ ചാന്ദ്നീ...' (സജ്ജദ് - സംഗ്ദിൽ), 'ശമാ ഏഗം കീ കസം...' (ഖയ്യാം - ഫുട്ട്പാത്ത്), 'ഫിർവഹീ ശാം വഹീ ഗം, വഹീ തൻഹായീ...' (മദൻമോഹൻ - ജഹാം ആരാ), 'മുഝെ ദേഖോ ഹസ്രത്രീ...' (ഓ.പി. നയ്യാർ - ബാജ്), 'ബദൽ ജായേ ദുനിയാ...' (ചിത്രഗുപ്ത് - ക്യാപ്റ്റൻ കിശോർ), 'ആംസൂ ഛുപായേ ആംഖോം മേം...' (ജയദേവ് - ഹമാരേ ഗം സേ മത് ഖേലോ), 'യാദോം കാ സഹാരാ ന ഹോതാ..' (എൻ ദത്ത - പത്ഥർ കാ ഖാബ്).

ഹിന്ദി, അസമിയ, അവധി, ബംഗാളി, ഭോജ്പുരി, ഗുജറാത്തി, മാർവാഡി, മറാത്തി, മലയാളം, ഒറിയ, പഞ്ചാബി, സിന്ധി, തെലുങ്ക് എന്നീ പതിമൂന്ന് ഭാഷകളിൽ തലത്ത് ചലച്ചിത്രഗാനങ്ങൾ പാടിയിട്ടുണ്ട്.

നല്ലൊരു നടനായ തലത്ത് അഭിനയിച്ച ചിത്രങ്ങൾ ഇവയാണ് - 'രാജലക്ഷ്മി' (1945), 'തും ഔർ മൈ' (1947 - കാനൻദേവി), 'സമാപ്തി' (1949 - ഭാരതീദേവി), 'ആരാം' (1951 - ഗസ്റ്റ്), 'ദിൽ ഏ നാദാൻ' (1953 - ശ്യാമ), 'ഡാക് ബാബു' (1954 - നാദിറ), 'വാരിസ്' (1954 - സുരയ്യ), 'രഫ്താർ' (1955 - നാദിറ), 'ദീവാലീ കീ രാത്' (1956 - രൂപ്മാല), 'ഏക് ഗാവ് കീ കഹാനി' (1957 - മാലാസിഹ്ന), 'ലാലാരുഖ്' (1958 - ശ്യാമ), 'മാലിക്' (1958 - സുരയ്യ), 'സോനേ കീ ചിഡിയാ' (1958 - നൂതൻ).

പ്രധാനപ്പെട്ട പത്ത് ഗാനങ്ങൾ

1. മേരീ യാദ് മേം തൂ നാ ആംസൂ ബഹാനാ
(മദ്ഹോശ് - 1951)
2. മൈ പാഗൽ മേരാ മൻവാ പാഗൽ
(ആശിയാന - 1952)
3. ശമാ ഏ ഗം കീ കസം
(ഫുട്ട്പാത്ത് - 1953)
4. ജായേ തോ ജായേ കഹാം സമഝേഗാ കോൻ യഹാം
(ടാക്സി ഡ്രൈവർ - 1954)
5. തുമീം തോ മേരീ പൂജാ ഹോ
(സുഹാഗൻ - 1954)
6. കഹ്താ ഹേ ദിൽ തും ഹോ ആശാ
(മേം സാഹബ് - 1956)
7. ജൽതേ ഹേ ജിസ്കേലിയേ
(സുജാത - 1959)
8. ആഹാ രിംഝിം കേ യേ പ്യാരെ പ്യാരെ ഗീത് ലിയേ
(ഉസ്നേ കഹാ ഥാ - 1960)
9. ഇത്നാ ന മുഝ്സേ തൂ പ്യാർ ബഢാ..
(ഛായാ - 1961)
10. ഫിർ വഹീ ശാം വഹീ തൻഹായി
(ജഹാം ആര - 1964)

ജഹാം ആര കജ്ജൻ

സാമൂഹികമായ പ്രതിബന്ധങ്ങളും വിലക്കുകളും നിലനിന്നിരുന്ന കാലത്ത് പുരോഗമനചിന്ത പുലർത്തിയിരുന്ന, പാറ്റ്നയിലെ ഒരു കുടുംബത്തിലായിരുന്നു ജഹാന്റെ ജനനം. മുതിർന്നപ്പോൾ 'അദ' എന്ന തൂലികാനാമത്തിൽ കവിതകളെഴുതിയിരുന്ന ജഹാൻന്റെ കവിതകൾ പലയിടങ്ങളിലായി പ്രകാശിതമായതോടെ, സംഗീതത്തിലും താല്പര്യം ജനിച്ചു. പാറ്റ്നയിലെ ഉസ്താദ് ഹുസ്നുഖാൻ സംഗീതം പഠിപ്പിച്ചു. ഇതിനിടയിലെപ്പോഴോ ജഹാന് ഹിന്ദുസ്ഥാനിലെ കുയിൽ എന്ന ബഹുമതി ലഭിച്ചു. നേട്ടങ്ങളുടെ പടവുകൾ കയറിയ ജഹാൻ കല്ക്കത്തയിലെത്തി. കല്ക്കത്ത ജീവിതം ജഹാന്റെ ജീവിതത്തിൽ വഴിത്തിരിവ് സൃഷ്ടിച്ചു. പ്രശസ്തമായ പാർസി നാടകക്കമ്പനി മദൻ തിയേറ്റേർസ് കല്ക്കത്തയിൽ നാടകം അവതരിപ്പിക്കാൻ വന്നപ്പോൾ തങ്ങളുടെ നാടകത്തിൽ പ്രാദേശിക പുതുമുഖങ്ങളെ പരിചയപ്പെടുത്താൻ തീരുമാനിച്ചു. തെരഞ്ഞെടുക്കപ്പെട്ട ജഹാൻ ചില നിബന്ധനകൾവെച്ചു. ഓരോ ഷോവിനും 250 രൂപ പ്രതിഫലം വേണം. സ്വന്തം പട്ടണത്തിൽ ഈ കമ്പനിയുടെ മൂന്ന് ഷോയിൽ അഭിനയിച്ചു. മൂന്നും വൻവിജയം. ജഹാൻ അറിയപ്പെടുന്ന കലാകാരിയായി. മദൻ അവരുമായുള്ള കരാർ ദീർഘിപ്പിച്ചു കല്ക്കത്തയിലേക്ക് ക്ഷണിച്ചു.

ജഹാന്റെ പരിപാടികൾ പ്രേക്ഷകരെ ഇളക്കിമറിച്ചു. പാശ്ചാത്യനൃത്തം പഠിപ്പിക്കുന്ന രുകയ്യാ ഖാതുവിനെ കല്ക്കത്തയിൽവെച്ച് പരിചയപ്പെട്ടു. നീണ്ടുമെലിഞ്ഞ ആ പെൺകുട്ടി കല്ക്കത്ത ക്ലബ്ബിലെ സ്ഥിരം നർത്തകിയായി. അവളുടെ സാമീപ്യം പട്ടണത്തിലെ പണക്കാരുടെ സ്വപ്നമായി. പറ്റ്നയിലെ അജ്ഞാതതെരുവുകളിൽനിന്ന് ജനറൽമാരുടേയും കമ്മീഷണർമാരുടെയും കൂടെ കറങ്ങുന്ന ജഹാം ആര അപ്പോൾ മിസ് കജ്ജൻ എന്ന പേരിൽ അറിയപ്പെട്ടു.

കജ്ജന്റെ സൗന്ദര്യത്തിലും പ്രതിഭയിലും വിശ്വാസമുള്ള മദൻ തിയേറ്റേർസ് അവരെ സ്ഥിരം കലാകാരിയായി നിയമിച്ചു. 1931ൽ മദന്റെ 'ശീരി ഫർഹാദ്' എന്ന ചിത്രത്തിന്റെ ക്രെഡിറ്റിൽ നായികയായി കജ്ജന്റെ പേര് തെളിഞ്ഞു. ഈ നിർമ്മാണക്കമ്പനിയുടെ 'ശകുന്തള' (1931), 'സത്യവാദീ ഹരിശ്ചന്ദ്ര്) (1931), 'ലൈലാ മജ്നു' (1931), 'ഛത്ര് ബകാവലി' (1932), 'വില്വമംഗൽ' (1932), 'വിഷ്ണുമായ' (1932), 'ആലി ബാബ ഔർ ചാലീസ് ചോർ' (1932), 'ഗുൽരൂ സറീന' (1932), 'ആംഖ് കാ താരാ' (1932), 'ഇന്ദ്രസഭ' (1932), 'ആംഖ് കാ നിശാനാ' (1933), 'ധ്രുവ്' (1933), 'പ്രേം കാ നശാ' (1933), 'ജഹരീസാംപ്' (1933), 'അനോഖാ പ്രേം' (1933), 'ഗരീബ് കി ദുനിയാ' (1934), 'ശകീ ലുടേരാ' (1934), 'ജഹാം ആരാ' (1935), 'മേരാ പ്യാരാ' (1935), 'മിസ് മനോരമ' (1935), 'പ്രേം കീ രാഗിനി' (1935), 'രാശിദാ' (1935), 'പരിവർത്തൻ' (1936), 'രാജ് ദുലാരി' (1936), 'ശൈതാൻ കാ പാശ്' (1936), 'സ്ട്രഗിൾ' (1936) എന്നീ ചിത്രങ്ങളിലും നായികയായി. സ്റ്റാർ പദവിയിൽ തിളങ്ങി.

'ഇന്ദ്രസഭ' എന്ന ചിത്രത്തിന്റെ സംഗീതസംവിധായകൻ നാഗർദാസ് നായിക് ചിത്രത്തിലെ എഴുപത്തിയൊന്ന് പാട്ടുകളിൽ ഇരുപത് സോളോഗാനങ്ങൾ ജഹാനെക്കൊണ്ട് പാടിച്ചു. രണ്ട് യുഗ്മഗാനങ്ങൾ – 'സുർതിയാ ദിഖായേം...', 'ഖിൽവത് മേം രഹ്താ ഹേ..'.. മാസ്റ്റർ നിസാറിനോടൊപ്പം പാടി. ജഹാം ആരാ കജ്ജൻ എന്ന പേരിൽ പ്രശസ്തയായ ജഹാൻ ആരാ 'കടീ രാത് ഖിൽവത് മേം സാരീ.. ബൈഠേ മേരേ പഹലൂം മേം പ്യാരീ..' എന്ന ഗാനം ഹൃദയാവർജകമായി പാടി ശ്രോതാക്കളുടെ ഹൃദയമിടിപ്പായി.

സംഗീതത്തിലുള്ള ജ്ഞാനം ജഹാനെ പ്രശസ്തിയുടെ കൊടുമുടിയിലെത്തിച്ചു. 'ഗുൽഗൂ സരീന'യുടെ സംഗീതസംവിധായകൻ ബൃജലാൽ വർമ്മ അവരുടെ പ്രതിഭയെ പൂർണ്ണമായും ഉപയോഗിച്ചു. ഈ ചിത്രത്തിലെ മുപ്പത്തി ഒമ്പത് ഗാനങ്ങളിൽ പത്തൊൻപത് സോളോയും

കജ്ജൻ പാടി; നാല് യുഗ്മഗാനങ്ങൾ മാസ്റ്റർ നിസാറിനോടൊപ്പവും. 'മേരീ ജാൻ ക്യാ ഹോ ഗയീ ജുദായി..' കജ്ജന്റെ പ്രതിഭയുടെ പ്രശസ്തിപത്രമായി.

മാസ്റ്റർ നിസാർ അക്കാലത്തെ തിളങ്ങുന്ന താരമായിരുന്നു. റോൾസ് റോയ്സ് വാങ്ങിയ ആദ്യ സിനിമാക്കാരൻ അദ്ദേഹമായിരുന്നു. അദ്ദേഹത്തിന്റെ ആരാധകരുടെ നിര നീണ്ടതായിരുന്നു. നിസാറിനോടൊപ്പം അഞ്ച് ചിത്രങ്ങളിൽ അഭിനയിച്ചതോടെ ജഹാന്റെ തലവര തെളിഞ്ഞു. എന്നാൽ 1933ൽ പുറത്തിറങ്ങിയ 'സഹരേ സാംപി'ൽ ഹീറോ സോരബ്ജി കേർവാലാ ആയിരുന്നു. ഈ ചിത്രം പണ്ഡിറ്റ് നാരായൺ പ്രസാദ് ബേതാബിന്റെ നാടകത്തെ ആധാരമാക്കിയതായിരുന്നു. ഇതിലെ ഗാനങ്ങളും ബേതാബിന്റേതായിരുന്നു. 'അനോഖാ പ്രേമി' (1934)ൽ ജഹാന്റെ നായകൻ ജഗദീശ് സേഠിയായിരുന്നു. ചിത്രം വിജയിച്ചു.

കജ്ജൻബായി അപ്പോഴേക്കും മിസ് കജ്ജൻ ആയി മാറിയിരുന്നു. പ്രതിഫലം ചോദിച്ചുവാങ്ങാൻ പ്രാപ്തിയുള്ളവളായി.

ഇതിനിടയിൽ ആകാശവാണി പിച്ചവെച്ചുതുടങ്ങിയിരുന്നു. റേഡിയോവിനും സിനിമയ്ക്കും തുല്യ സ്ഥാനമായിരുന്നു. ഇന്ന് ചിലപ്പോൾ അവിശ്വസനീയമെന്ന് തോന്നുമെങ്കിലും അന്ന് റേഡിയോ ശ്രോതാക്കളുടെ എണ്ണം സിനിമാപ്രേക്ഷകരേക്കാൾ കൂടുതലായിരുന്നു. തങ്ങളുടെ കലാകാരന്മാരും സംഗീതജ്ഞരുമാണ് കഴിവുള്ളവരെന്ന് രണ്ട് മാധ്യമക്കാരും അവകാശപ്പെട്ടു. സിനിമാനിർമ്മാതാക്കൾ പ്രതിഭകളെത്തേടി ആകാശവാണിയുടെ പരിസരത്ത് കറങ്ങുമായിരുന്നത്രേ. ആകാശവാണിയിലെ കലാകാരന്മാർക്ക് സമൂഹമാധ്യമത്തിൽ ആദരണീയമായ സ്ഥാനമാണുണ്ടായിരുന്നത്.

സിനിമയിൽ വരുന്നതിനുമുമ്പ് ജഹാം ആര കജ്ജൻ റേഡിയോയിൽ ജോലി ചെയ്യാൻ ആഗ്രഹിച്ചിരുന്നു. ഇന്റർവ്യൂവിലൂടെ തെരഞ്ഞെടുക്കപ്പെട്ട കജ്ജന് ഖുർശിദ്ബായി, ഗൗഹർ സുൽത്താൻ, ബേനസീർബായി, തലത് മഹമൂദ്, അർശേ മുനീർ, ജഗേശ്വരീ ബായി, അബ്ദുൽ ഹയീ (പിന്നീട് സാഹിർ ലുധിയാൻവി) തുടങ്ങിയ വലിയ കലാകാരന്മാരുടെ കൂട്ടുകിട്ടി. കൂട്ടത്തിൽ ശഹനായി വിദ്വാൻ ബിസ്മില്ലാഖാനും ഉണ്ടായിരുന്നു.

1945ലായിരുന്നു ജഹാന്റെ മരണം. ആ മരണം പല ഹൃദയങ്ങളേയും മുറിപ്പെടുത്തി. ഹൃദയസ്പർശിയായ ഗാനം കേൾക്കാനോ കറുപ്പും വെളുപ്പും യുഗത്തിൽ നീലക്കണ്ണുകളാൽ പുതിയ നിറം നൽകാൻ കണ്ണുകൾ കാണാനോ ഇനി കിട്ടില്ല.

പ്രധാനപ്പെട്ട പത്ത് ഗാനങ്ങൾ

1. തേരീ കുദ്‌രത് കാ ജൽവാ ദേഖ്കർ
(ലൈലാ മജ്നു - 1931)
2. ദിൽ ഏ കഹ്താ ഹേ ദിൽരുബാ തുഹേ
(ലൈലാ മജ്നു - 1931)
3. തപിശ് ഹേ രംജ് ഹേ ഗം ഹേ
(ലൈലാ മജ്നു - 1931)
4. രാഹത് കാ ഇസ് തരഹ് സേ ജമാനാ ഗുസർ ഗയാ
(ലൈലാ മജ്നു - 1931)
5. ദിൻ പായാ ബഹാർ കാ
(ഗുലരൂ സറീന - 1932)
6. ഹോ രീ മുഝെ ഖേൽ കോ ദേതൂ മാംഗാ ദേ
(ഗുലരൂ സറീന - 1932)
7. മോരേ മൻ സമായീ ഗയീ
(ഗുലരൂ സറീന - 1932)
8. കടീ രാത് മജേം മേം സാരീ
(ഇന്ദ്രസഭ - 1932)
9. ബൈഠേ മേരേ പഹലൂം മേം പ്യാരി
(ഇന്ദ്രസഭ - 1932)
10. മേരാ പ്യാരാ ദിലാരാ ദുലാരാ സജൻ
(മേരാ പ്യാരാ - 1935)

നൂർജഹാൻ

ശ്രോതാക്കളുടെ ഹൃദയത്തിൽ കഠാരപോലെ ആഴ്ന്നിറങ്ങുന്ന ശബ്ദത്തിന്റെ ഉടമ, ഭാവങ്ങളുടെ പ്രകടനം പൂർണ്ണമായും ഉൾക്കൊള്ളുന്ന മുഴക്കമുള്ള ശബ്ദത്തിന്റെ ഉടമ; കേൾവിക്കാരെ മത്തു പിടിപ്പിക്കുന്ന സ്വരത്തിന്റെ ഉടമ - അതായിരുന്നു ശബ്ദത്തിൽ പ്രേമവും ഗാനത്തിൽ സൗന്ദര്യവും ഉൾക്കൊള്ളിച്ച നൂർജഹാൻ. ശാരീരസൗന്ദര്യവും ശരീരസൗന്ദര്യവും ഒത്തുചേർന്ന നൂർജഹാൻ; നായികയും ഗായികയുമായ നൂർജഹാൻ.

സുരയ്യ, ഖുർശിദ്, കാനൻബാല, അമീർബായി തുടങ്ങിയ 'സിംഗിംഗ് സ്റ്റാർ'സും ശംശാദ് ബേഗം, ജൊഹരാബായി അംബാലേവാലി, രാജകുമാരി, രോശൻ ആരാ തുടങ്ങിയ പിന്നണി ഗായികമാരും സമകാലീനരായി ഉണ്ടായിരുന്നപ്പോഴും നൂർജഹാന്റെ സ്ഥാനം എല്ലാവർക്കും മുകളിലായിരുന്നു. കൽക്കണ്ടം പോലെ മധുരമുള്ളതാണ് നൂർജഹാന്റെ ശബ്ദം. 'ബദ്നാം മുഹബ്ബത് കോൻ കരേ...', 'കൈസേ ഭൂലേഗാ മേരാ ദിൽ ഉൻകാ ഖയാൽ ആജ് ആയാ ഹുവാ...', 'ആവാസ് ദേ കഹാം ഹേ..', 'ഹമേം തോ ശാമേം ഗം മേം കാട്നീ ഹേ സിന്ദഗീ അപ്നീ..' തുടങ്ങിയ ഗാനങ്ങളിൽ നൂർജഹാന്റെ ശബ്ദം, ശബ്ദമല്ല. മാധുര്യമുള്ള

ഒരു അത്ഭുതാകർഷണമാണ്, എടുത്തുപറയേണ്ട കാര്യം, ശാസ്ത്രീയ സംഗീതതതിലുള്ള അവരുടെ അവഗാഹമാണ്. ഭാവങ്ങളുടെ ആവിഷ്കാരത്തിന് എത്രത്തോളം മാധുര്യമാകാമോ അത്രത്തോളം മധുരമായി ആലപിച്ച് വിജയിപ്പിക്കാൻ നൂർജഹാന് പ്രത്യേക കഴിവുണ്ട്. ലാഹോറിലെ 'കോഠാശൈലി'യിൽനിന്നാണ് നൂർജഹാൻ ആലാപനശൈലി സ്വായത്തമാക്കിയത്. 'ദിയാ ജലാകർ ആപ് ബുഝായാ...' തുടങ്ങിയ ദുഃഖഗാനങ്ങളിലും 'ഉമംഗേം ദിൽ കീ മചലീ മുസ്കുരാതീ സിന്ദഗീ അപ്നീ...' തുടങ്ങിയ ചപല ഗാനങ്ങളിലും ഈ ശൈലി ഒളിമിന്നുന്നത് കാണാം.

നൂർജഹാനെ തങ്ങളുടെ ചിത്രങ്ങളിൽ പാടിക്കാനും അഭിനയിപ്പിക്കാനും ഓരോ നിർമ്മാതാവും ആഗ്രഹിച്ച കാലമുണ്ടായിരുന്നു. ഒരിക്കൽ കേട്ടാൽ, കണ്ടാൽ നൂർജഹാനിൽ അനുരക്തരായിപ്പോകുന്ന ഒരവസ്ഥയായിരുന്നു അന്ന്.

നൂർജഹാനുവേണ്ടി പ്രാണൻ പോലും നൽകാൻ തയ്യാറുള്ളവർ ധാരാളം. ഒടുവിൽ വിജയിച്ചത് ശൗകത് ഹുസൈൻ റിസ്വ് എന്ന നിർമാതാവാണ്. (പഞ്ചോളി സംവിധാനം ചെയ്ത 'ഖാൻദാൻ' എന്ന ചിത്രത്തിന്റെ നിർമ്മാതാവ്) അവർ വിവാഹിതരായി. കസൂറിൽ ജനിച്ച നൂറി (കുട്ടിക്കാലത്തെ നൂർജഹാന്റെ പേര്) കുടുംബസമേതം കല്ക്കത്തയിലെത്തി. ആറാം വയസ്സിൽ സംഗീതപഠനം തുടങ്ങി. ചില സ്റ്റേജ് പരിപാടികളിൽ പങ്കെടുത്തു. പിന്നീട് കസൂറിലേക്കു തന്നെ മടങ്ങി. പത്താം വയസ്സിൽ നൂറി ലാഹോറിലെത്തി. 'ഗുൽബക്കാവലി'യിൽ പാടിയ പാട്ടുകളോടെ പ്രശസ്തയായി. 'ശാല ജാവനിയാം മാനേ...' എന്ന ഗാനത്തോടെയാണ് നൂറിന്റെ കരിയറിന്റെ തുടക്കം.

1933ൽ 'മിർസാ സാഹിബാ' എന്ന ചിത്രത്തിൽ നായികയായാണ് നൂർ ഇന്ത്യയിൽ അഭിനയത്തിന് തുടക്കം കുറിച്ചത്. (നായകൻ ബച്ചു) തുടർന്ന് 'ശാനേശുഭൻ' (1933 – നായകൻ – അസീസ്), 'കാലാബാഘ്' (1934 – നവീൻ ചന്ദ്ര), 'കിസ്മത് കീ കസൗട്ടി' (1934 – ഖലീൽ), 'നേക്കാ താജ്' (1934 – ഇബ്രാഹിം), വാമൻ അവ്താർ' (1934 – ഫിറോസ് ദസ്തൂർ), 'വീർ ഭാരത്' (1934 – ബോമൻ ശ്രോഫ്), 'ആജ്കാ അലാദീൻ' (1935 – രൺജിത്), 'ഘർജമായി' (1935 – ജം ഷേട്ജി), 'ജാനേ ആസം' (1936 – ജീവൻ), 'ശാൻ ചോർ' (1936 – നവീൻചന്ദ്ര), 'തോപേ കാഗോല' (1936 – ജയന്ത്), 'ആദർശ മഹിളാ' (1937 – സഹനടി), 'ബിസ്മിൽ കീ ആർസൂ' (1937 – സർദാർ അഖ്തർ), 'ചാബുക് സ്വർ' (1937 – സഹനടി), 'ജവഹീരേ ഹിന്ദ്' (1937 – സഹനടി), 'റോയൽ കമാൻഡർ' (1938 – ആഷഖ് ഹുസൈൻ), 'ശരീഫ് ഡാക്കൂ' (1938 – നവീൻചന്ദ്ര), 'സജനീ' (1937 – പൃഥ്വീരാജ്), 'സസുരാൽ' (1941 –

മോത്തിലാൽ), 'ഉമ്മീദ്' (1941 – ഈശ്വർലാൽ), 'ചാന്ദ്നീ' (1942 – സഹനടി), 'ധീരജ്' (1942 – ഈശ്വർലാൽ), 'ഫരിയാദ്' (1942 – ഈശ്വർലാൽ), 'ഖാൻദാൻ' (1942 – ഗുലാം മുഹമ്മദ്), 'ദുഹായി' (1943 – കുമാർ), 'നാദാൻ' (1943 – മസൂദ്), 'നൗകർ' (1943 – ചന്ദ്രമോഹൻ'), 'ദോസ്ത്' (1944 – സുരേന്ദ്), 'ബഡീമാം' (1945 – ഈശ്വർലാൽ), 'ഭായീ ജാൻ' (1945 – കരൺ ദീവാൻ), 'വില്ലേജ് ഗേൾ' (1945 – നസീർ), 'സെഫ്നത്ത്' (1945 – യാക്കൂബ്), 'അൻമോൽ ഘഡി' (1946 – സുരേന്ദ്ര്), 'ദിൽ' (1946 – അബ്ദുൾ ലത്തീഫ്), 'ഹം ജോളി' (1946 – ജയരാജ്), 'ജുഗ്നു' (1947 – ദിലീപ് കുമാർ), 'മിർസാ സാഹിബാ' (1947 – ത്രിലോക് കപൂർ) എന്നീ ചിത്രങ്ങളിൽ അഭിനയിച്ചു.

നായിക എന്ന നിലയിലല്ല, ഗായിക എന്ന നിലയിലാണ് നൂറിന്റെ പേര് ഇന്ത്യൻ സിനിമയുടെ ചരിത്രത്തിൽ അനശ്വരത നേടുന്നത്. നൂർ പാടിയ ഗാനങ്ങൾ ശ്രദ്ധിച്ചാൽ ഏത് സംഗീതപ്രേമിയും ഈ സത്യം അംഗീകരിക്കും. 'ദിയാ ജൽകർ ആപ് ബുഝായാ...', 'കിസീ തരഹ് സേ മൊഹബത്...', 'ആ ഇംതസാർ ഹേ തേരേ...', 'പ്രേം ഹം കോ ബൂലോ ബൈഠേ...' (എല്ലാ ഗാനങ്ങളും 'ബഡീ മാം' എന്ന ചിത്രത്തിൽനിന്ന്. സംഗീതം – കെ ദത്ത). 'ലോ ചൽ ദിയേ തേരേ ബഗൈർ..' ('ഗുൽനാർ' – ഗുലാം ഹൈദർ), 'ബൈഠീ ഹും തേരീ യാദ് കാ ലേകർ സഹാരാ..' (ഗാംവ് കീ ഗോരി – ശ്യാം സുന്ദർ), 'യഹാം ബദലാ വഫാ കാ ബേവഫായി കേ സിവാക്യാ ഹെ..' (റഫിയോടൊപ്പം പാടിയത്), 'ഹമേം തോ ശാമം യേ ഗംമേം...', 'തും ഭീ ഭൂലാ ദോ...' ജുഗ്നു – ഫിറോസ് നിസാമി), 'ആജാ തുഝെ അഫ്സാനാ ജുദായീ കാ സുനാദേ...', 'ഹാഥ് സീനേ പേ രഖ് തോ തോ കരാർ ആജായേ...' (കൂടെ പാടിയത് ദുരാനി – 'മിർസാ സാഹിബാ' – പണ്ഡിറ്റ് അമർനാഥ്), 'ആഹേം ന ഭരീ ശിക്വേ ന കിയേ...' (സീനത്ത് – ഹഫീസ് ഖാൻ), 'ബദ്നാം മൊഹബ്ബത്ത് കോൻ കരേ..' (ദോസ്ത് – സജ്ജാദ്), 'ഖാമോശ് ക്യോം ഹോ താരോ ഉമ്മീദ് കേ സഹാരാ...' (അലീഫ് ലൈല – ശ്യാം സുന്ദർ), 'ആവോ മേരേ പ്യാരേ സംവരിയാ...' (ലാൽ ഹവേലി – സംഗീതസംവിധാകൻ മീർ സാഹബ് ആണെങ്കിലും ഈ ഗാനത്തിന് ഈണം നൽകിയത് സഹായിയായ സി രാമചന്ദ്ര), 'മേരേ ലിയേ ജഹാൻ മേം ചൈൻ ഹേ ന കരാർ ഹേ..' (ഖാൻദാൻ – ഗുലാം ഹൈദർ), 'ബുൽബുലോ മത്രോ യഹാം...', 'ആംന്ധിയാം ഗം കീ...', 'നാചോ നാചോ സിതാരോ നാചോ...' (സീനത്ത് – ഹഫീസ് ഖാൻ) എന്നീ ഗാനങ്ങൾക്ക് അനശ്വരത നൽകിയത് നൂറിന്റെ ശബ്ദമാണ്.

നൗഷാദിന്റെ സംവിധാനത്തിൽ നൂർജഹാൻ പാടിയ 'അൻമോൽ

ഘഡി'യിലെ ഗാനങ്ങൾ പ്രത്യേക പരാമർശമർഹിക്കുന്നു. 'ജഹാം ഹേ മൊഹബ്ബത് ഹസീ ഹേ സമാനാ...', 'ആവാസ് ദേ കഹാം ഹേ ദുനിയാ മേരീ ജവാം ഹേ...' (കൂടെ പാടിയത് സുരേന്ദ്ര), 'ക്യാ മിൽഗയാ ഭഗവാൻ തുമേം ദിൽകോ ദുഖാകേ...', 'ആജാ മേരീ ബർബാദ് മൊഹബ്ബത് കേ സഹാരേ..', 'മേരേ ബച്പൻ കേ സാഥീ മുഝെ ഭൂൽനാ ജാനാ..' എന്നീ ഗാനങ്ങൾ അന്ന് തെരുവിൽപ്പോലും മുഴങ്ങിക്കേട്ടവയാണ്. നൂർ തന്മയത്വത്തോടെ പാടിയ ഈ പാട്ടുകൾ സംഗീതപ്രേമികൾ ഇന്നും കാതോർത്തിരുന്നു കേൾക്കും. പ്രശസ്തിയുടെ ഔന്നത്യത്തിൽ നിൽക്കുമ്പോഴാണ് നൂർജഹാൻ വിഭജനത്തെത്തുടർന്ന് കുടുംബസമേതം ലാഹോറിലേക്ക് പോയത്. ഇന്ത്യയുടെ നഷ്ടം പാക്കിസ്ഥാന്റെ നേട്ടമായാണ് നാം പിന്നീട് കാണുന്നത്. നൂറും ഭർത്താവ് റിസ്വിയും ചേർന്ന് പാക്കിസ്ഥാനിൽ ശാഹനൂർ എന്ന പേരിൽ ഒരു സ്റ്റുഡിയോ സ്ഥാപിച്ചു. മുഴുവൻ സമയവും തിരക്കുപിടിച്ച ജീവിതം. പല ഹിറ്റ് ചിത്രങ്ങളിലും നൂർ അഭിനയിച്ചു. പാക്കിസ്ഥാനിൽ നിർമ്മിച്ച നൂറിന്റെ ആദ്യചിത്രമായ 'ദുപ്പട്ട' 1951 മാർച്ച് 3ന് റിലീസ് ചെയ്തു. പിന്നീട് 'ഗുൽനാർ', 'ചാനവെ', 'തഖ്തേ ജിഗർ', 'ഇന്തസാർ', 'നൂരൻ, ഛൂമന്തർ' 'നിനാദ്', 'അനാർക്കലി', 'കോയൽ', 'പർദേസൽ', 'ഗാലിബ്' എന്നീ ചിത്രങ്ങൾ പുറത്തിറങ്ങി. നടി എന്ന നിലയിൽ അവരുടെ അവസാനത്തെ ചിത്രമാണ് 'ഗാലിബ്'. '1951ൽ 'ചാനവെ' എന്ന ചിത്രം സംവിധാനം ചെയ്ത നൂർജഹാൻ പാക്കിസ്ഥാനിലെ ആദ്യ സംവിധായികയായി.

വിഭജനാനന്തരം രണ്ടു രാജ്യങ്ങൾക്കുമിടയിൽ ഒരു മതിലുയർന്നതുപോലെയായി. ഇന്ത്യയിലെ ചിത്രങ്ങൾ പാക്കിസ്ഥാനിലേക്കു പോയില്ല. അവിടത്തെ ചിത്രങ്ങൾ ഇങ്ങോട്ടും വന്നില്ല. എങ്കിലും 'ബൻ പതംഗ് ഉർജാ ഉൽ...', 'ഛമാ ഛം നാച്ചേ ജിയാ...', 'തും സിന്ദഗീ കോ ഗം കാ ഫസാനാ...", 'മേരേ മൻ കാ രാജാ...' എന്നീ ഗാനങ്ങളിലൂടെ നൂറിന്റെ സാന്നിദ്ധ്യം പാക്കിസ്ഥാനിൽ നിന്ന് ഇന്ത്യയിലും അനുഭവപ്പെട്ടു. നൂർ സ്വരമാധുരികൊണ്ട് സമ്പന്നമാക്കിയ മറ്റു ചില പാക്കിസ്ഥാൻ ഗാനങ്ങളാണ് 'മുഝ് സേ പഹലീ സീ മുഹബ്ബത് മേരെ മെഹബൂബ് ന മാംഗ്...'

'അബ് യഹാം കോയീ നഹീ കോയീ നഹീ ആയേഗാ...' 'പത്താ പത്താ ബൂട്ടാ ബൂട്ടാ ഹാൽ ഹമാരാ ജാനേ ഹേ...' എന്നിവ.

സ്വയം സംഗീതത്തിന് സമർപ്പിച്ച ഗായികയാണ് നൂർജഹാൻ. പാക്കിസ്ഥാനിൽ അവർക്ക് ലഭിച്ച സ്നേഹവും ബഹുമാനവും മറ്റു കലാകാരന്മാരിൽ അസൂയ ഉളവാക്കുന്നവയാണ്. പാക്കിസ്ഥാൻ സർക്കാർ അവർക്ക് നൽകിയ 'മലികാ ഏ തരന്നും' എന്ന ബഹുമതി

തന്നെ ഇതിന് ഉദാഹരണമായി എടുക്കാം. രണ്ട് ഗുരുക്കന്മാരോടുള്ള കടപ്പാട് നൂർജഹാൻ രേഖപ്പെടുത്തിയിട്ടുണ്ട്. സംഗീതത്തിന്റെ പ്രാരം ഭിക ശിക്ഷണം നൽകിയ ഉസ്താദ് ഗുലാം മുഹമ്മദിനോടും മൈക്രോ ഫോണിനു മുന്നിൽ എങ്ങനെ പാടണമെന്നു പഠിപ്പിച്ച ഉസ്താദ് ഗുലാം ഹൈദറിനോടും.

1959ൽ ശൗകത് ഹുസൈൻ റിസ്‌വി നൂറിനെ മൊഴിചൊല്ലി. പിന്നീട വർ രണ്ടാംകിട സിനിമാനടനായ ഏജാജ് ദുറാനിയെ കല്യാണം കഴി ച്ചു. പുതിയ ഭർത്താവ് അവരുടെ അഭിനയത്തിന് നിയന്ത്രണം ഏർപ്പെ ടുത്തി. എന്നാൽ പാടാൻ സ്വാതന്ത്ര്യം നൽകി. നൂർ എപ്പോഴും പറയുമാ യിരുന്നു. പാട്ടുനിർത്തുന്ന ദിവസം ഞാൻ മരിക്കും. പാടിക്കൊണ്ട് മരി ക്കാനാണ് അവർ ആഗ്രഹിച്ചത്. കാരണം പാട്ട് അവർക്ക് പൂജയാണ്. അറുപത് വർഷങ്ങൾക്കുശേഷവും തിരക്കും പ്രശസ്തിയും നൂറിനെ കൈവിട്ടില്ല. ഒരു ഹൃദയശസ്ത്രക്രിയയ്ക്കുശേഷം സ്വരമാധുരി അല്പം കുറഞ്ഞുപോയെങ്കിലും ശ്രോതാക്കളെ പഴയതുപോലെ ആകർഷിക്കാൻ അവർക്കു കഴിഞ്ഞു. ഇതിനിടയിൽ ഏജാജിന്റെ മൂന്ന് പെൺമക്കളുടെ അമ്മയായി. ശൗകത് ഹുസൈനിൽ അവർക്ക് രണ്ട് ആൺകുട്ടികളും ഒരു പെൺകുട്ടിയും ഉണ്ട്. നാലിൽ മൂന്ന് പെൺകുട്ടികളും വിവാഹം കഴിഞ്ഞ് ഒരു വർഷത്തിനകം മൊഴിചൊല്ലപ്പെട്ടപ്പോൾ നൂർ തകർന്നു. അവർ പുറമേയ്ക്ക് സന്തോഷവതിയായി കാണിക്കാൻ ശ്രമിച്ചെങ്കിലും അവർ മരണം വരെയും (23 ഡിസംബർ 2000) ദുഃഖിതയും ഏകാകിയു മായിരുന്നു.

പ്രധാനപ്പെട്ട പത്ത് ഗാനങ്ങൾ

1. ആഹേം ന ഭരീ ശികവേ ന കിയേ
   (സീനത്ത് - 1945)
2. ജവാം ഹേ മുഹബ്വത് ഹസീ ഹേ ജമാനാ
   (അൻമോൽ ഘഡീ - 1946)
3. ആവാസ് ദേ കഹാം ഹേ ദുനിയാ മേരീ ജവാം ഹേ
   (അൻമോൽ ഘഡീ)
4. ക്യാ മിൽഗയാ ഭഗവാൻ തുമേം ദിൽ കോ ദുഖാ കേ
   (അൻമോൽ ഘഡി)
5. ആജാ മേരീ ബർബാദ് മൊഹബ്വത് കേ സഹാരേ
   (അൻമോൽ ഘഡി)

6. ഹമേം തോ ശാമേം ഗം മേം കാട്നീ ഹേ സിന്ദഗീ

(ജുഗ്നു - 1947)

7. യഹാം ബദ്‌ലാ വഫാകാ ബേവഫായീ കേ സിവാ ക്യാ ഹേ..

(ജുഗ്നു)

8. കഹീം കാ ദീപക് കഹീം കീ ബാതി

(ആഗ് - 1948)

9. കാഹേ കോയൽ ശോർമചായേ രേ

(ആഗ്)

10. ഖാമോശ് ക്യോം ഹോ താരേ ഉമ്മീദ് കേ സഹാരേ..

(അലിഫ് ലൈല - 1953)

ബേഗം അഖ്തർ

30 ഒക്ടോബർ 1974. ഹിന്ദുസ്ഥാനി സംഗീതത്തിന്റെ ചരിത്രത്തിൽ ഒരു കറുത്ത ദിനം. അന്നാണ് മലികാ–ഏ–ഗസൽ ബേഗം അഖ്തർ അലഹബാദിൽ അന്തരിച്ചത്. അലഹാബാദിലെ ആരാധകരുടെ നിരന്തരമായ അഭ്യർത്ഥന മാനിച്ചാണ് അഖ്തർ അനാരോഗ്യവും ഡോക്ടർമാരുടെ വിലക്കും അവഗണിച്ച് സംഗീതപരിപാടിയിൽ പങ്കെടുത്തത്. ശ്രോതാക്കളെ കോരിത്തരിപ്പിച്ച ആലാപം അഖ്തറിന്റെ ഹംസഗാനമായി. ഒരു ദേശം മുഴുവൻ ആ വിയോഗത്തിൽ അഗാധമായി ദുഃഖിച്ചു. 'ഉർദുശായരി'യെ പ്രണയിച്ച 'ലക്നോ സംസ്കാര'ത്തിന്റെ പ്രിതീകമായിരുന്നു അഖ്തർ.

കലയിലോ സംഗീതത്തിലോ താല്പര്യമില്ലാത്ത കുടുംബത്തിൽ 1914 ഒക്ടോബർ 7നാണ് അഖ്തർ ജനിച്ചത്. അഖ്തരി എന്നാണ് ആദ്യകാലങ്ങളിൽ അറിയപ്പെട്ടിരുന്നത്. സംഗീതത്തിലുള്ള മകളുടെ താല്പര്യത്തെ ആദ്യഘട്ടത്തിൽ എതിർത്ത മാതാവ് പിന്നീട് മനസ്സു മാറ്റി. സഹോദരന്റെ വീട്ടിൽ സംഗീതാഭ്യാസത്തിനുള്ള അവസരമൊരുക്കി. 'തൻരാസ് ഘരാന'യിലെ പ്രശസ്ത സംഗീതജ്ഞനായ അത മുഹമ്മദ് ഖാന്റെ ശിഷ്യയാകാൻ കഴിഞ്ഞതിന് അഖ്തർ അമ്മാവനോട് കടപ്പെട്ടിരുന്നു. ഭാവിയിലെ അഖ്തറിനെ ശബ്ദത്തിലൂടെ രൂപപ്പെടുത്തിയത് മുഹമ്മദ് ഖാനാണ്. ക്ലാസിക്കൽ സംഗീതത്തിൽ പരിശീലനം

നേടുന്നതിനിടയിൽ തന്നെ ലൈറ്റ് ക്ലാസിക്കൽ സംഗീതത്തിലും ആകൃഷ്ടയായി. ഗുരുവും അമ്മയും അറിയാതെയും പിന്നീട് അവരുടെ എതിർപ്പിനെ അവഗണിച്ചും തുംരി, ഗസൽ, ദാദ്ര എന്നിവയിൽ പരിശീലനം നേടി. കുടുംബം സാമ്പത്തികമായി ബുദ്ധിമുട്ടിലായപ്പോൾ അമ്മയും മകളും കല്കത്തയിലേക്ക് പോയി. അമ്മയുടെയും ഗുരുവിന്റെയും താല്പര്യങ്ങൾക്ക് വിരുദ്ധമായി അഖ്തർ തന്റെ ഗാനങ്ങൾ കമേർഷ്യൽ ആവശ്യത്തിനായി ആദ്യമായി റെക്കോർഡ് ചെയ്തു. ആദ്യറെക്കോർഡ് വൻവിജയമായതോടെ, റിക്കോർഡ് പുറത്തിറക്കിയ മെഗാഫോൺ റിക്കോർഡ് കമ്പനി കൂടുതൽ റിക്കാർഡുകൾ പുറത്തിറക്കാൻ അഖ്തറുമായി കരാറിൽ ഒപ്പുവെച്ചു.

ഇക്കാലത്താണ് അഖ്തരി ഗായികയായും നായികയായും വെള്ളിത്തിരയിലെത്തുന്നത്. ചിത്രം - 'ഏക് ദിൻ കീ ബാദ്ശാഹത്' (1933). സിനിമയിലുള്ള അഖ്തരിയുടെ താല്പര്യം കണ്ട ഗുരു, അവർക്ക് നൽകുന്ന പരിശീലനം അവസാനിപ്പിക്കുമെന്ന് ഭീഷണിപ്പെടുത്തി. ഹിന്ദുസ്ഥാനി സംഗീതത്തിലെ പ്രഗത്ഭരായ ഗൗഹർജാൻ, മൽകാജാൻ എന്നിവരെ കേൾക്കാനായത് അഖ്തറുടെ ജീവിതത്തിൽ വഴിത്തിരിവുണ്ടാക്കി. ഗായിക എന്ന നിലയിൽ അഖ്തറിൽ പുത്തനുണർവുണ്ടായി. സിനിമയിലും അവസരങ്ങൾ തേടിയെത്തി. 'നൾ-ദയമന്തി' (1933), 'മുംതാസ് ബേഗം' (1934), 'ജവാനി കാ നശാ' (1935), 'നസീഹ് കാ ചക്കർ' (1936), എന്നീ ചിത്രങ്ങളിലൂടെ അഖ്തർ തിളങ്ങുന്ന താരമായി.

ഇന്ത്യൻ സിനിമയിലെ ക്ലാസിക്കുകളിൽ ഒന്നായി കണക്കാക്കുന്ന മെഹബൂബിന്റെ 'റോട്ടി' (1942)യിലെ നായിക അഖ്തറാണ്. ഈ ചിത്രത്തിൽ അനിൽ ബിശ്വാസിന്റെ സംവിധാനത്തിൽ അഖ്തർ പാടിയ 'ഉൽഝ് ഗയേ നൈൻവാ, വോ ഹംസ് രഹേ ഹൈ ആഹ് കിയേ ജാ രഹാ ഹും മൈം', 'ഫിർ ഫസലേ ബഹാർ ആയീ ദിലേ ദീവാനാ', 'ചാർ ദിനോം കീ ജവാനീ മത്‌വാലേ പീലേ', 'ഏ പ്രേം തേരീ ബലിഹാരി ഹോ', 'രഹ്‌നേ ലഗാ ഹേ ദിൽ ദിൽ മേംഅന്ധേരാ തേരേ ബഗൈർ' എന്നീ ഗാനങ്ങൾ ഠുമരി, ഗസൽ ശൈലികളുടെ ആരാധകരായ സംഗീതപ്രേമികളുടെ സ്വകാര്യ ശേഖരത്തെ ഇന്നും അലങ്കരിക്കുന്നു.

1943ൽ ലക്നോവിലേക്ക് മടങ്ങിവന്ന അഖ്തർ അന്നത്തെ രാംപൂർ നവാബായ രാസാ അലിഖാന്റെ കൊട്ടാരം ഗായികയായി. മാസശമ്പളം രണ്ടായിരം രൂപ. ഇവിടെവെച്ചാണ് അഖ്തർ വക്കീലായ ഇഷ്തിയാവ് അലിഖാനെ പരിചയപ്പെടുന്നതും, പിന്നീട് അവർ വിവാഹിതരാവു

ന്നതും. താളപ്പൊരുത്തമില്ലാത്തതായിരുന്നു ആ ബന്ധം. സംഗീതജീവിതത്തിനുതന്നെ വിരാമമിടാൻ നിർബന്ധിതയായി. ഭർത്താവിന്റെ ആജ്ഞയ്ക്ക് കീഴടങ്ങി കുടുംബിനിയുടെ റോളിലേക്ക് ഒതുങ്ങി. എന്നാൽ അസമയത്തുള്ള വിരമിക്കൽ അഖ്തറിനെ രോഗിണിയാക്കി. ഡോക്ടർമാരുടെ ഉപദേശപ്രകാരം, മടിച്ചുകൊണ്ടാണെങ്കിലും ഭർത്താവ് സംഗീതജീവിതം തുടരാൻ അനുമതി നൽകി.

വ്യതിരിക്തമായ ആലാപനശൈലി സ്വായത്തമാക്കിയ അഖ്തറിന് പ്രേരണയായ രണ്ട് വ്യക്തികളാണ് ജദ്ദൻബായിയും (നടി നർഗീസിന്റെ മാതാവ്) ബർകൻ അലിഖാനും (ബഡേ ഗുലാം അലിഖാന്റെ നിർഭാഗ്യവാനായ സഹോദരൻ) ഗാലിബിന്റെയും ഫെയ്സ് അഹമ്മദ് ഫെയ്ജിന്റെയും ജിഗർ മൊറാദാബാദിയുടെയും ഗസലുകൾ കാവ്യഭംഗി ചോരാതെ ആലപിക്കാൻ കഴിഞ്ഞത് സാഹിത്യരൂപത്തിലുള്ള അഭിരുചി മൂലമാണ്.

അവസാനകാലംവരെ നിലനിർത്തിയ (അന്ത്യം അറുപതാം വയസ്സിൽ) യൗവ്വനപ്രസരിപ്പുള്ള ശബ്ദവും ശബ്ദത്തിന്റെ ഹിപ്നോട്ടിക് ക്വാളിറ്റിയും സ്വാഭാവികവും അനർഗളവുമായ ശൈലിയും ശ്രോതാക്കളെ അഖ്തറിലേക്ക് അടുപ്പിച്ച ഘടകങ്ങളാണ്. ബേഗത്തിന്റെ ശബ്ദമാധുര്യം അനുഭവിക്കാനുള്ളതാണ്; വർണ്ണിക്കാനുള്ളതല്ല. ഉച്ചസ്ഥായിയിൽ ചിലപ്പോൾ അനുഭവപ്പെടുന്ന ഇടർച്ച, മറ്റു ഗായികമാർക്ക് ഗൗരവമേറിയ പോരായ്മയാണെങ്കിൽ അഖ്തറിനെ സംബന്ധിച്ചിടത്തോളം അത് സുന്ദരമായ മുഖത്തെ ബ്യൂട്ടി സ്പോട്ടാണ്.

പ്രധാനപ്പെട്ട പത്ത് ഗാനങ്ങൾ

1. വോ അസരേ ദാമേ ബാ ഹും
   (ഏക് ദിൻ കീ ബാദ്ശാഹത് - 1933)
2. പായീ ഫോകട് കീ ദൗലത് അപ്നീ ഖുൽ ഗയീ കിസ്മത്
   (ജഹാം ആരാ - 1935)
3. കൽയുഗ് ഹേ ജബ്സേ ആയാ മായാ നേ ജാൽ ബിഛായാ
   (നസീബ് കാ ചക്കർ - 1936)
4. ഉൽഝ് ഗയേ നൈന്വാ വോ ഹംസ് രഹേ ഹേ
   (റോട്ടി - 1942)
5. ഫിർ ഫസലേ ബഹാർ ആയീ
   (റോട്ടി)

6. ചാർ ദിനോം കീ മത്‌വാലീ മത്‌വാലേ

(റോട്ടി)

7. ഏ പ്രേം തേരീ ബലിഹാരീ ഹോ

(റോട്ടി)

8. രഹ്നേ ലഗാ ഹേ ദിൽ ദിൽ മേം

(റോട്ടി)

9. ഏ ഇശ്ക് മുഝെ ഔർ തോ കുഛ്

(ദാനാ പാനി - 1953)

10. ഹമേം ദിൽമേം ബസാ ലോ യേ കഹ്തേ ഹേ

(എഹ്സാൻ - 1954)

ശംശാദ് ബേഗം

ഏതെങ്കിലും വ്യക്തിയുടെ മരണവാർത്ത തെറ്റായി വരികയാണെങ്കിൽ പ്രസ്തുത വ്യക്തിക്ക് ദീർഘായുസ്സായിരിക്കുമെന്ന് വിശ്വസിക്കുന്നവരുണ്ട്. ഇന്നലെകളുടെ പിന്നണിഗായികമാരുടെ പ്രതിനിധിയായ ശംശാദ് ബേഗത്തിന്റെ മരണവാർത്ത ഇത്തരം വിശ്വാസികളുടെ രക്ഷയ്ക്കെത്തി. 1998ലാണ് ഗായിക ശംശാദ് ബേഗം അന്തരിച്ചതായി മാധ്യമങ്ങൾ അറിയിച്ചത്. അന്ന് അന്തരിച്ചത് പ്രശസ്ത നടൻ ദിലീപ്കുമാറിന്റെ ഭാര്യയും നടിയുമായ സൈരാബാനുവിന്റെ മുത്തശ്ശി ശംശാദ് ബേഗമായിരുന്നു. (ഈ ശംശാദും ഗായികയായിരുന്നു; സിനിമയിൽ പാടിയിട്ടില്ല). ഗായിക ശംശാദ് ബേഗം നമ്മോടൊപ്പം ഉണ്ടായിരുന്നു; 2013 ഏപ്രിൽ 23 വരെ.

വ്യതിരിക്തവും അനുഗ്രഹീതവുമായ ശബ്ദത്തിനുടമയായ ശംശാദ് ഹിന്ദി, പഞ്ചാബി, ബംഗാളി, മറാത്തി, ഗുജറാത്തി, തമിഴ് ഭാഷകളിലായി ആറായിരത്തിലേറെ ഗാനങ്ങൾ ആലപിച്ചു. ആയിരത്തിത്തൊള്ളായിരത്തി നാല്പതുകൾ മുതൽ എഴുപതുകൾ വരെയാണ് ശംശാദിന്റെ സംഗീത കാലഘട്ടം.

തലമുറകൾ തരണം ചെയ്ത് താലോലിച്ച ശംശാദിന്റെ പോപ്പുലർ ഗാനങ്ങളാണ് ഇന്ന് ഏറ്റവും കൂടുതൽ റീമിക്സ് ചെയ്യപ്പെടുന്നത്.

1919 ഏപ്രിൽ 14ന് ലാഹോറിൽ ജനിച്ച ശംശാദിന് കുട്ടിക്കാലം മുതലേ

പാട്ടിൽ താല്പര്യമുണ്ടായിരുന്നു. പ്രൈമറി സ്കൂളിൽ പഠിക്കുമ്പോൾ ശംശാദിന്റെ ശബ്ദത്തിന്റെ 'ഗുണം' തിരിച്ചറിഞ്ഞ പ്രിൻസിപ്പാൾ ക്ലാസ്റൂം പ്രാർത്ഥനയുടെ പ്രധാന ഗായികയാക്കി. ഔപചാരികമായി ഒരു പരിശീലനവും ലഭിക്കാത്ത ശംശാദിന്റെ പാടാനുള്ള ആഗ്രഹത്തിന് ആദ്യ എതിർപ്പുണ്ടായത് കുടുംബത്തിൽനിന്നുതന്നെ. ഗസലും കവ്വാലിയും ആസ്വദിക്കുന്ന ഒരമ്മാവനാണ് പന്ത്രണ്ടുകാരിയായ ശംശാദിനെ രഹസ്യമായി ഫോണൽ മ്യൂസിക് കമ്പനിയിൽ ഓഡിഷനു കൊണ്ടുപോയത്. ലാഹോർ അധിഷ്ഠിത മ്യൂസിക്ക് കംപോസറായ ഗുലാം ഹൈദറായിരുന്നു വിധികർത്താവ്. കവിയും ഭരണാധിപനുമായ ബഹാ ദൂർഷാ സഫറിന്റെ 'മേരാ പ്യാർ മുഝെ മിലേ അഗർ...' എന്ന ഗസലാണ് ശംശാദ് ആലപിച്ചത്. സംപ്രീതനായ ഹൈദർ പന്ത്രണ്ട് ഗാനങ്ങൾ പാടാനുള്ള കോൺട്രാക്റ്റ് നൽകി; ഒന്നാംകിട ഗായികയ്ക്കുള്ള എല്ലാ സൗകര്യങ്ങളും. പിതാവിന്റെ എതിർപ്പിനെ സമ്മതമാക്കാൻ അമ്മാവന് കഴിഞ്ഞു. രണ്ട് നിബന്ധനകളാണ് പിതാവ് മുന്നോട്ടുവെച്ചത്. ഒന്ന് പാടുമ്പോൾ ബുർക്ക ധരിക്കണം. രണ്ട്, ഫോട്ടോ എടുക്കരുത്. ഒരു പാട്ടിന് 15 രൂപയായിരുന്നു പ്രതിഫലം. കോൺട്രാക്ട് തീരുമ്പോഴേക്കും അത് അയ്യായിരത്തിലെത്തി.

1973ൽ പേഷ്വാരിലേയും ലാഹോറിലെയും ആകാശവാണികളിൽ പാടിയതോടെ ശംശാദിന്റെ പ്രശസ്തി വർധിച്ചു. നിർമ്മാതാവ് ദിൽസുഖ് പഞ്ചോളിക്ക് തന്റെ ചിത്രത്തിൽ ശംശാദ് അഭിനയിക്കണമെന്ന് മോഹം. ബേഗം തയ്യാറായി. സ്ക്രീൻ ടെസ്റ്റ് നടത്തി; തെരഞ്ഞെടുക്കപ്പെട്ടു. കുപിതനായ പിതാവ് അഭിനയമോഹം വെടിഞ്ഞില്ലെങ്കിൽ പാടാൻ അനുവദിക്കുകയില്ലെന്ന് ഭീഷണി മുഴക്കി. കാമറക്കുമുന്നിൽ വരില്ലെന്ന് ശംശാദ് പിതാവിന് വാക്കുകൊടുത്തു. റേഡിയോ പരിപാടി തുടർന്ന് ശംശാദ് ഒരിക്കലും കാമറക്ക് പോസ് ചെയ്തില്ല. അതുകൊണ്ടുതന്നെ 1970 വരെ ശംശാദിന്റെ ഫോട്ടോ ആരും കണ്ടില്ല.

എ.ഐ.ആർ. ലാഹോറിൽ തുടർച്ചയായി പാടാൻ കഴിഞ്ഞത് ശംശാദിന് സിനിമയിൽ പാടാൻ അവസരം കൊടുത്തു. ശംശാദിന്റെ 'ക്രിസ്റ്റൽ ക്ലിയർ' ശബ്ദം സാരംഗി വിദ്വാനായ ഹുസൈൻ ബഷ്ക് വാലെ സാഹേബിന്റെ ശ്രദ്ധയിൽപ്പെട്ടു. അദ്ദേഹം ശംശാദിനെ ശിഷ്യയാക്കി.

സംഗീതസംവിധായകൻ ഗുലാം ഹൈദറും ശംശാദും തമ്മിലുള്ള കൂടിക്കാഴ്ചയെപ്പറ്റി മുകളിൽ സൂചിപ്പിച്ചിരുന്നു. 'ഹഥ് ജോ ഡാ പഖിയാം ദാ..' എന്ന ആദ്യഗാനം ഹിറ്റായതോടെ ശംശാദിനെക്കൊണ്ട് ഇരുന്നൂറിലേറെ ഗാനങ്ങൾ ഒരുവർഷം ഹൈദർ റിക്കോർഡ് ചെയ്തു. എല്ലാം കാസ്നാ ഫോൺ കമ്പനിക്കുവേണ്ടി.

ശംശാദിന്റെ ശബ്ദമാധുര്യം സമർത്ഥമായി ചൂഷണം ചെയ്തത് ഗുലാംഹൈദറാണ്. ഈ സംഗീതസൗഹൃദത്തിൽ പിറന്ന ഗാനങ്ങൾ ഹിന്ദിസിനിമയുടെ ഗാലറിയിൽ ഇടം നേടിയവയാണ് പഞ്ചാബി ചിത്ര മായ 'യമലാ ജട്' (1940)ലെ 'ചിച്ചീ വിച്ച് പാ കേ ഛല്ല..' എന്ന ഹിറ്റ് ഗാനത്തിലാണ് തുടക്കം.

ഹിന്ദി സിനിമാ സംഗീതമേഖലയിൽ വിപ്ലവകരമായ മാറ്റം വരുത്തിയ ചിത്രമാണ് പഞ്ചോളിയുടെ 'ഖജാഞ്ചി' (1941) പഞ്ചാബി റിഥത്തോടൊപ്പം ഡോലകിന്റെയും തബലയുടേയും മാന്ത്രികമിശ്രിതം ശ്രോതാക്കളെ ആസ്വാദനത്തിന്റെ പുതിയ ആകാശത്തെത്തിച്ചു. പഴയ ദർബാരി, പഞ്ചാബി വാദകരെ (ഉദാ: പാട്യാല ഘരാനയിലെ സിതാർ വാദകൻ ഫത്ഹ് അലിഖാൻ, ക്ലാരിനെറ്റ് വാദകൻ സോണിഖാൻ) സഹകരിപ്പിച്ച ഓർക്കസ്ട്ര ഇളംതെന്നൽപോലെ സംഗീതപ്രേമികളെ സ്പർശിച്ചു. ഈ ചിത്രത്തിൽ സൈക്കിൾ സവാരി നടത്തുന്ന കോളേജ് കുമാരികൾക്ക് വേണ്ടി ശംശാദും, സംഘവും പാടിയ 'സാവൻ കേ നസാരേ ഹേ ലല.. ലല..' എന്ന പാട്ട് ഓരോ വീട്ടിലേയും പാട്ടായി. പിന്നെ, 'മോഹെ, ഭാഭീ ലാദോ ഭൈയാ...', 'ഏക് കലീ നാജോം കീ പലീ..', 'ലൗട് ഗയീ പായൽ അന്ധിയാരീ...', 'പീനേ കേ ദിൻ ആയെ പിയേ ജാ...' പാരമ്പര്യ നാടോടി ശൈലിയിലുള്ള 'ദീപാവലി ഫിർ ആ ഗയീ സജനീ..' എന്നീ ഗാനങ്ങളി ലൂടെ ശംശാദ് ഹിന്ദി സിനിമയിലെ ഒന്നാംകിട ഗായികയായി. 'പൂംജി' (1943) എന്ന ചിത്രത്തിൽ ശംശാദ് പാടിയ, പഞ്ചാബിന്റെ തനത് നാടോടി റിഥത്തിലുള്ള 'ഗാഡീവാലേ ദുപ്പട്ടാ ഉഡാ ജായേ.. രേ...', 'ക്യാ മസ്ത ഹവായേം ഹേ', 'ബലംവാ രേ ജബ് സേ നൈനാ സേ നൈനാ ലഗേ...', 'കാൻ മേം ബാലിയാം സുമർവാലിയയാം, ടോപ് ഹിറ്റായ 'അബ് ജാഗ് ഉഠേ ഹേ ഹം..' എന്നീ ഗാനങ്ങളിലൂടെ ഗുലാം ഹൈദർ തന്റെ ആധി പത്യം സ്ഥാപിച്ചു. ഹ്രസ്വകാലത്തേക്കാണെങ്കിലും ഹിന്ദി സിനിമയിലെ ഗായികമാരിൽ ഒന്നാം സ്ഥാനം അലങ്കരിക്കാൻ ശംശാദിന് കഴിഞ്ഞത് ഹൈദരുടെ സംഗീത സഹായത്താൽ മാത്രമാണ്. ആകാശത്തിലെഴു തിയ അക്ഷരമായ ലതാമങ്കേഷ്കറുടെ ആഗമനത്തോടെ ശംശാദിന്റെ സിംഹാസനത്തിന് ഇളക്കം സംഭവിച്ചു. ലതയോട് എതിരിടാൻ ശംശാദ് കണ്ടെത്തിയ പോംവഴി ശാസ്ത്രീയഗാനപഠനമായിരുന്നു. ഇതറിഞ്ഞ ഹൈദർ ശംശാദിനെ ശകാരിച്ചു. ശംശാദിന്റെ സ്വരത്തിലെ ഐഡന്റിറ്റി നഷ്ടപ്പെടുമെന്നാണ് അദ്ദേഹം പറഞ്ഞത്. മുഗൾ പശ്ചാത്തലത്തിലുള്ള മെഹ്ബൂബ് പ്രൊഡക്ഷൻസിന്റെ 'ഹുമയൂൺ' (1945) എന്ന ചിത്രത്തിൽ ശംശാദും കൂട്ടുകാരും പാടിയ 'ഹുസ്ന് കഹ്താ ജാ രഹാ ഹൈ..' എന്ന ഗാനം കഥാന്തരീക്ഷത്തെ സജീവമാക്കാൻ സഹായകമായി. ശംശാദിന്റെ

സ്വരസാന്നിധ്യത്താൽ ഗുലാം ഹൈദർ പ്രശസ്തിയുടെ പടവുകൾ കയറിയ മറ്റു ഗാനങ്ങളാണ് ചരിത്രചിത്രമായ 'ബൈരംഖാനു' (1946)ലെ പഞ്ചാബി ശൈലിയിലുള്ള 'ജബ് ചാന്ദ് ജവാൻ ഹോഗാ..', 'യേ ചാന്ദ്നീ രാതോം മേം ഛുപ് കേ മുലാകാതേം..', പ്രാർത്ഥനാ ഗാനമായ 'ബേചൈൻ ജുദായീ മേം ഹും സർക്കാരേ മദീനാ..' (ഖാൻ മസ്താനോടൊപ്പം മിനർവയുടെ 'ശമാം' (1946) എന്ന ചിത്രത്തിലെ മെലഡി പ്രധാനമായ 'ഇക് യാദ് കിസീ കീ യാദ് രഹീ..' (ദുറാനിയോടൊപ്പം), 'ഇക് തേരാ സഹാരാ..' എന്നിവ. 'ദിൽ ഠണ്ഡീ ഹവാ മേം...'(ഹമീദയോടൊപ്പം)യിൽ 'ഹാം ഹാം ഹാം...' എന്ന പ്രയോഗത്തിലൂടെ ഹൈദർ പഴയ 'ഖജാംചി' ടൈപ്പ് മാജിക് ഉണർത്താൻ ശ്രമിച്ചു.

ഗുലാം ഹൈദറിൽമാത്രം ഒതുങ്ങാതെ മറ്റു സംഗീതസംവിധായകർക്കുവേണ്ടിയും ശംശാദ് പാടിയിട്ടുണ്ട്. റഫീക് ഗജനവി സംഗീതം നൽകിയ മെഹ്ബൂബ് പ്രൊഡക്ഷൻസിന്റെ 'തക്ദീർ' (1943) നായിക എന്ന നിലയിൽ നർഗീസിന്റെ ആദ്യചിത്രമാണ്. നർഗീസിന്റെ പ്രായം 14. ഈ ചിത്രത്തിനുവേണ്ടി പാടാൻ മെഹ്ബൂബിന്റെ ആഗ്രഹത്താൽ ശംശാദ് ബോംബെയിലെത്തി. ഈ ചിത്രത്തിൽ അരിവാൾ കൈയിലേന്തിയ നർഗീസിനുവേണ്ടി പാടിയ 'മേരീ ഭാരത് മാതാ..' (കൂടെ മോതീലാലും സംഘവും പാടി) എന്ന ഗാനം ദൃശ്യത്തോടൊപ്പം ശ്രദ്ധിക്കപ്പെട്ടു. മൃദംഗത്തിന്റെ 'ബീറ്റ്സ്' കൊണ്ട് ആകർഷകമായ ഗാനമാണ് 'ഛം ഛം ഛം ഘലൻ ഘോർ ഘടാ യേ ഛായീ..' (ശംശാദും മോതീലാലും സംഘവും) അതുപോലുള്ള പുതുപ്രയോഗമാണ് 'ആപ് ക്യൂം ക്യൂം, ആപ് ക്യൂം ആയേംഗേ..' (ശംശാദ്, മോതീലാൽ) എന്ന ഗാനത്തിലും കാണുന്നത്. ആദ്യത്തെ 'ക്യൂം' നു ശേഷം നേരിയ ഇഴച്ചിലും പാട്ടിന്റെ പകിട്ടേറ്റി. 'ബാബുജി ദാരോഗാജി...' എന്ന ഗാനം ശംശാദിനുവേണ്ടി സൃഷ്ടിക്കപ്പെട്ടതാണ്.

സംഗീതസംവിധായകൻ പണ്ഡിറ്റ് അമർനാഥ് ഗോരീ പിക്ചേഴ്സ് ലാഹോറിന്റെ 'നിശാനി' (1942) എന്ന ചിത്രത്തിൽ ശംശാദിന് നൽകിയ രണ്ട് ഗാനങ്ങളും പഞ്ചാബി ലയത്തിലധിഷ്ഠിതമാണ്. 'ഹുയീ ദിൽ മേം പൈദാ ജലൻ മീഠീ മീഠീ...', 'ശ്യാം ദിൽ ലേകേ രൂംഗയേ...' എന്നിവയാണ് ഗാനങ്ങൾ. 'ശീ രീ ഫർഹാദ്' (1945) എന്ന ചിത്രത്തിൽ ശംശാദിനെക്കൊണ്ട് പാടിച്ച 'യേ ദിൽ യേ മേരേ പ്യാർ കാ ഘർ തേരേ ലിയേ ഹേ...' (ബാതിശിനോടൊപ്പം) പൂർണമായും മറവിയിലാണ്. അമർനാഥിന്റെ ഏറ്റവും ശ്രദ്ധേയമായ ചിത്രം 'മിർസാ സാഹിബാൻ' (1947) ആണ്. ഈ ചിത്രത്തിൽ ശംശാദും നൂർജഹാനും ജൊഹാരബായിയും സംഘവും പാടിയ 'ഹഹായ് രേ ഉഡ് ഉഡ് ജായേ മോരാ രേശ്മീ ദുപട്ടാ', 'രാത്

രംഗീലീ ആയീ, ചാന്ദ്നീ, ഛായീ..' എന്നീ ഗാനങ്ങൾ അക്കാലത്ത് വളരെ പോപ്പുലർ ആയിരുന്നു.

മുകളിൽ പറഞ്ഞ 'ശീരീ ഫർഹാദ്' എന്ന ചിത്രത്തിൽ അമർനാഥിനെ ക്കൂടാതെ രശീദ് അത്രെ എന്ന മറ്റൊരു സംഗീതസംവിധായകൻ കൂടി ഉണ്ടായിരുന്നു. ശംശാദിനെക്കൊണ്ട് രശീദ് പാടിച്ച 'അർമാനോം കീ ബസ്തി മേം..' എന്ന ഗാനം പാശ്ചാത്യ ഓർഗന്റെ പ്രഭാവത്താലും 'തൂ ഹീ തോ ആസ്രാ മുഝ്കോ ഹേ തേരീ യാദ് കാ ഭീ...' എന്ന ഗാനം മെലഡിയുടെ മാധുര്യം കൊണ്ടും സംഗീതാസ്വാദകരുടെ ചുണ്ടിലേറി.

ഹിന്ദി സംഗീതപ്രേമികൾ ഇന്നും കേട്ടാൽ കൂടെപ്പാടുന്ന ഗാനമാണ് 'പാക്കീസ' (1971)യിൽ ഗുലാം മുഹമ്മദിനുവേണ്ടി ലതാമങ്കേഷ്കർ പാടിയ 'ഇനീം ലോഗോം നേ ലേ ലീനാ ദുപ്പട്ടാ മേരാ..' ഇതേ ഗാനം ഇതേ രാഗത്തിൽ വർഷങ്ങൾക്കുമുമ്പ് 1941ൽ 'ഹിമ്മത്' എന്ന ചിത്രത്തിൽ സംഗീതസംവിധായകൻ പണ്ഡിറ്റ് ഗോവിന്ദരാമിനുവേണ്ടി ശംശാദ് പാടിയിട്ടുണ്ട്. അക്കാലത്തെ നക്ഷത്ര വേശ്യാലയങ്ങളിൽ പ്രചാരത്തിലുണ്ടായിരുന്ന ഗാനത്തിന് സിനിമയിൽ ഇടം നൽകുകയായിരുന്നു. ഗോവിന്ദ രാമിന്റെ സംഗീതസംവിധാനത്തിൽ ശംശാദ് പാടിയ 'പഗലീ' (1943)യിലെ 'ഉമ്മീദ് തഡ്പതീ ഹേ രോതീ ഹേ തമ്മനായേം..', 'ജൊ ഹരയോടൊപ്പം 'സസ്സിപുന്നു' (1946)വിൽ പാടിയ 'മൊസം ബഹാർ ആയാ ക്യാ ഖുശ് ഗവാർ ആയാ..' എന്നിവ ജനശ്രദ്ധ നേടിയെങ്കിലും രാംകമലാനിയോടൊപ്പം 'ദൂസരീ ശാദി' (1947)യിൽ പാടിയ 'ഓ ഭഗിയേ കേ രാജാ മേരാ നന്നാ സാ ദിൽ ബഹ് ലാ ജാ..' സിനിമയിലെ മികച്ച ഹാസ്യഗാനങ്ങളിൽ ഒന്നായി കണക്കാക്കപ്പെടുന്നു.

'ഘർകീ ഇസതി' (1946)ൽ ജൊഹരയോടൊപ്പം പാടിയ 'ബാഗ് മേം കോയലിയാ യഹീ ഗായേ രേ...' സംഗീതപ്രേമികളെ നിരാശപ്പെടുത്തിയില്ല. ഹോവിന്ദറാമിന്റെ തികച്ചും വ്യത്യസ്തമായ 'പ്രേം കേ സുഹാനേ ഗീത് ഗാ...' (റഫിയും ശംശാദും) പാശ്ചാത്യ സിംഫണിയുടെ ശ്രവണസുഖം പ്രദാനം ചെയ്തു.

സംഗീതസംവിധായകൻ ബുലോ സി റാണി 'അൻജുമാൻ' (1948) എന്ന ചിത്രത്തിലൊരുക്കിയ ഗാനം അക്കാലത്ത് പ്രചാരത്തിലുണ്ടായിരുന്ന ശൈലിക്കനുസരിച്ചായിരുന്നു. മുകേശിനോടൊപ്പം ശംശാദ് പാടിയ 'കൈസേ ബതാഉം ഉൻസേ ഇസ് ദിൽ കോ പ്യാർ ക്യൂം ഹേ...' ഉദാഹരണം ഹിന്ദി സിനിമയിൽ പിൽക്കാല വില്ലത്തിനടിയായ ശശികല നായികയായി അഭിനയിച്ച 'നജാരേ' (1949) എന്ന ചിത്രത്തിൽ ശംശാദ് പാടിയ ഗസൽ ശൈലിയിലുള്ള 'ദിൽ സേ തേരാ ഖയാൽ നജായേ തോ ക്യാ കരേ...', 'ഛുപാ രഖീ ഹേ സീനേ സേ തുമാരീ യാദ് ബർസോം മേം..',

ദുരാനിയോടൊപ്പം പാടിയ 'കോയീ ഹേ ജോ കിരായേ പേലേ ലേ, മേരേ ദിൽ കാ ബംഗളാ ഖാലീ ഹേ..' എന്നീ ഗാനങ്ങളും പ്രശസ്തമായി. ബുലോ സി റാണിയെ ടോപ്പിലെത്തിച്ച ചിത്രമാണ് 'ജോഗൻ' (1950). ഈ ചിത്രത്തിൽ ശംശാദ് പാടിയ മുജ്‌രാ ശൈലിയിലുള്ള 'കാ ഹേ നൈ നോം മേം നൈനാ ഡാൽ രേ...', 'ജിൻ ആംഖോം കീ നീര് ഹരാം ഹുയീ..' എന്നീ ഗാനങ്ങളുടെ മാധുര്യം ഇന്ന് വിസ്മൃതിയിലാണ്ടുപോയിരിക്കുന്നു.

സംഗീതസംവിധായകൻ നൗശാദ് ശംശാദിനെക്കൊണ്ട് ആദ്യമായി പാടിച്ചത് 'ശാഹ്ജഹാൻ' (1947) എന്ന ചിത്രത്തിലാണ്. മുഗൾ പശ്ചാത്തലത്തിലുള്ള കഥാന്തരീക്ഷത്തിന് അനുയോജ്യമായിരുന്നു ശംശാദ് പാടിയ 'ജബ് ഉസ്നേ ഗേസ്ത്രഞ്ചി ഖരായേ..', 'ജവാനീ കേ ദാമൻ കോ രംഗീൻ...', ജൊഹാരയോടൊപ്പമുള്ള 'ഉഡൻ ഖടോലേ സേ ഉഡ് ജാഉം' എന്നിവ. 'ദർദ്' എന്ന ചിത്രം വാസ്തവത്തിൽ ഗായിക സുരയ്യയുടേതാണെങ്കിലും ഈ ചിത്രം ഇന്നും ഓർമ്മിക്കപ്പെടുന്നത് ഉമാദേവി എന്ന ടുൻടുൻ പാടിയ ദുഃഖാർദ്രമായ 'അഫ്സാന ലിഖ് രഹീ ഹും ദിലേ ബേകരാർ കാ...' എന്ന ഗാനത്തിലൂടെയാണ്. ഈ ചിത്രത്തിൽ ശംശാദ് പാടിയ 'ഹം ദർദ് കാ അഫ്സാനാ ദുനിയാ കോ സുനാ ദേംഗേ...' എന്ന ഗാനവും പ്രചാരത്തിൽ പിന്നിലായില്ല.. മെഹബൂബിന്റെ 'അനോഖീ അദാ' (1948)യിൽ സുരേന്ദ്രയോടൊപ്പം പാടിയ 'ക്യും ഉനേം ദിൽ ദിയാ..' എന്ന ഗാനം വയലിന്റെ ഹമ്മിംഗ്കൊണ്ട് മികച്ച ഗാനമായി. നൗശാദിന്റെ സംഗീതവും ശംശാദിന്റേയും മുകേശിന്റേയും ആലാപനവുംകൊണ്ട് ഹിന്ദി സിനിമാചരിത്രത്തിൽ ഇടംനേടിയ ചിത്രമാണ് വാഡിയാ ഫിലിംസിന്റെ 'മേള' (1948) ഗ്രാമീണ കഥാന്തരീക്ഷത്തിനനുയോജ്യമായ നാടൻ റിഥത്തിന്റെ അകമ്പടിയുള്ള 'ആയീ സാവൻ രുത് ആയീ..' (മുകേശ്, ശംശാദ്), 'മോഹൻ കീ മുരലിയാ ബാജേ...' (ശംശാദ്), 'പർദേസ് ബലം തും ജാരോ ശേ..' (ശംശാദ്), തിലംഗ് ആധാരമായ 'തക്ദീർ ബനീ ബൻകർ ബിഗഡീ ദുനിയാ നേ ഹമേം ബർബാദ് കിയാ' (ശംശാദ്) തുടങ്ങിയ മധുരഗാനങ്ങൾ ഒരു വശത്ത്, മറുവശത്ത് ദ്രുതതാളത്തിലുള്ള 'മൈ ഭാവരാ തൂ ഹേ ഫൂൽ..', ഹൃദയസ്പർശിയായ 'മേരാ ദിൽ തോഡ്നേവാലേ മേരേ ദിൽ കീ ദുവാ ലേനാ..' എന്നീ ഗാനങ്ങളിലൂടെ ഈ ഗായകർ ശ്രോതാക്കളെ കോരിത്തരിപ്പിച്ചു. 'മേള'യിലെ ഏറ്റവും ശ്രേഷ്ഠമായ ഗാനം മിശ്രശിവരഞ്ജിനിയിലുള്ള മെലഡിയായ 'ധർതീ കോ ആകാശ് പുകാരേ..' (മുകേശ്, ശംശാദ്) ആണ്. തലത് മുഹമ്മദ് നൗശാദിനുവേണ്ടി പാടിയ ആദ്യചിത്രമാണ് 'ബാബുൽ'. ഈ ചിത്രത്തിൽ ശംശാദിനോടൊപ്പം പാടിയ 'മിൽതേ ഹീ ആംഖേം ദിൽ ഹുവാ..'

ഇന്നും ആഘോഷിക്കപ്പെടുന്ന ഗാനമാണ്. Lores of Carmom എന്ന ചിത്രത്തെ ആധാരമാക്കി നിർമ്മിച്ച 'ജാദു' (1951) എന്ന ചിത്രത്തിനു വേണ്ടി നൗശാദ് ചില ഗാനങ്ങളിൽ ജിപ്സി സ്പാനിഷ് നാടൻ ശൈലികളിലുള്ള സംഗീതം ഉപയോഗിച്ചു. നൗശാദിന്റെ മറ്റു ചിത്രങ്ങളിൽനിന്ന് ഈ ചിത്രം വേറിട്ടുനിൽക്കുന്നു. ഈ ചിത്രത്തിൽ ശംശാദും കൂട്ടരും പാടിയ 'ജബ് നൈന് മിലേ നൈ നോം സേ..' എന്ന ഗാനത്തിലെ 'ലാരാ ലുരാ' എന്ന ഭാഗം സ്പാനിഷ് റിഥത്തിന്റെ സമർത്ഥമായ സന്നിവേശത്താൽ ഇന്നും ഓർക്കപ്പെടുന്നു. ശാസ്ത്രീയഗാനങ്ങൾ ജനപ്രിയമാക്കാമെന്ന് നൗശാദ് തെളിയിച്ച ചിത്രമാണ് 'ബൈജു ബാവര' (1952). ഈ ചിത്രത്തിലെ നിത്യഹരിത ഗാനങ്ങളിലൊന്നായ 'ദുർ കോയീ ഗായേ..' ലതയോടൊപ്പം പാടിയത് ശംശാദാണ്.

ലതാമങ്കേഷ്കറെക്കൊണ്ട് മനഃപൂർവ്വം പിന്നണി പാടിക്കാതെ ദീർഘകാലം മുൻപന്തിയിൽ നിന്ന ഹിന്ദിസിനിമയിലെ ഏകസംഗീത സംവിധായകനാണ് ഓംകാർ പ്രസാദ് നൈയർ എന്ന ഓ.പി. നൈയർ. 'നയാ അന്ദാസി' (1956)ൽ നയ്യർ ഒരുക്കിയ 'ചനാ ജോർ ഗരം ബാബു മൈ ലായാ മജേദാർ..' എന്ന ഗാനം കിഷോർകുമാറിന്റെയും ശംശാദിന്റെയും സ്വരങ്ങളിൽ ആസ്വാദകരെ ആനന്ദത്തിന്റെ ആകാശോന്നതത്തിലെത്തിച്ചു. Walts ശൈലിയുടെ പരിവർത്തിത രൂപത്തിൽ പിയാനോയും വയലിനും ചേർന്ന 'മേരീ നീന്ദ് മേം തും ഖാബോം മേ തും' (കിശോർ, ശംശാദ്) എന്ന ഗാനവും ശ്രോതാക്കളെ നിരാശപ്പെടുത്തിയില്ല.

സ്വന്തം പേരിനു പുറകെ രാംചന്ദ് ചിതൽക്കർ, അന്നാസാഹേബ് എന്നീ പേരുകളിലും അറിയപ്പെട്ട സംഗീതസംവിധായകനാണ് സി. രാമചന്ദ്ര. 1944ലെ ഏറ്റവും ടോപ് ഗാനം സി. രാമചന്ദ്ര 'പതംഗ' എന്ന ചിത്രത്തിനുവേണ്ടി ശംശാദിനോടൊപ്പം പാടിയ 'മേരേ പിയാ ഗയേ രംഗൂൺ വഹാം സേ കിയാ ഹേ ടെലി ഫൂൺ..' എന്ന ഗാനമാണ്. ബീറ്റ്സിനിടയിൽ മെലഡിയെ സുരക്ഷിതമാക്കുന്നതിൽ സി.ആർ. വിജയിച്ചു. ഹാസ്യഗാനവും ശംശാദിന് വഴങ്ങും എന്ന് ഈ ചിത്രത്തിലെ 'നമസ്തേ പഹലേ തോ ഹോ ഗയീ നമസ്തേ..' (കൂടെ പാടിയത് റഫിയും ചിതൽകറും) യിലൂടെ സി.ആർ. തെളിയിച്ചു. 'ശഹ്നായി' (1948) എന്ന ചിത്രത്തിൽ സി.ആറിന്റെ പാശ്ചാത്യശൈലിയിലുള്ള 'ആനാ മേരീ ജാൻ സണ്ടേ കേ സണ്ടേ.. (ശംശാദ്, ചിതൽക്കർ, മിനാകപൂർ) ഒകു തലമുറ മുഴുവൻ താലോലിച്ച ഗാനമാണ്.

ഹിന്ദി സിനിമയിലെ നിത്യഹരിതസംഗീതസംവിധായകനായിരുന്നു സചിൻദേവ് ബർമ്മൻ. 'ശബ്നം' (1949) എന്ന ചിത്രത്തിൽ ശംശാദ് പാടിയ ബഹുഭാഷാ ഗാനമായ 'യേ ദുനിയാ രൂപ് കീ ചോർ...', 'അബ്

ദേഖ മജാ...' എന്നീ ഗാനങ്ങളിലൂടെയാണ് ബർമ്മന്റെ സംഗീതത്തിൽ ആദ്യമായി ആധുനികതയുടെ നിഴൽ വീണത്. 'ബാജി' (1951)യിൽ ഗീതാ ബാലിയുടെ ക്ലബ് ഡാൻസിനുവേണ്ടി ശംശാദ് പാടി 'ശർമായേ കാനവി ഘബരായേ കാ ഹെ ന്യൻ മേരേ രാജാ...' എന്ന ഗാനം 'സൈയാ ദിൽ മേം ആനാ രേ...' ഇന്നും ആവശ്യപ്പെട്ട ഗാനങ്ങളുടെ മുൻനിരയിലുണ്ട്.

ഗസൽ സാമ്രാട്ടായ മദൻമോഹൻ ശംശാദിന് 'ദാനാപാനി', 'മസ്താനാ' എന്നീ ചിത്രങ്ങളുടെ നൽകിയത് സാധാരണ ഗാനങ്ങളാണ് ശബിസ്താനി' (1951)ൽ പാടിയ ചിംച് പോകലീ...' (കൂടെ പാടിയത് മദൻമോഹൻ) എന്ന ഹാസ്യഗാനമാണ് ഓർമയിൽ നിൽക്കുന്നത്.

രാജ്കപൂറിന്റെ 'ആവാരാ' (1951) എന്ന പ്രശസ്ത ചിത്രത്തിൽ സംഗീതംസവിധായക ജോഡി ശങ്കർ - ജയ്കിഷൻ നൈറ്റ് ക്ലബ്ബിന്റെ അന്തരീക്ഷം സജീവമാക്കുന്ന 'ഏക് ദോ തീൻ ആജാ മൗസം ഹേ രംഗീൻ...' എന്ന ഗാനം ആലപിക്കാൻ ശംശാദിനെ തെരഞ്ഞെടുത്തത് ഈ ഗായികയ്ക്ക് ലഭിച്ച അപൂർവ്വ സൗഭാഗ്യമായി. ഈ ഗാനം അനശ്വരതയുടെ ചിറകിലേറി ഇന്നും സഞ്ചരിക്കുന്നു.

1955നും 1957നും ഇടയിൽ റിലീസായ 'സി.ഐ.ഡി.', 'നയാ അന്ദാസ്', 'മിസ്റ്റർ ആന്റ് മിസ്സിസ് 55', 'ബരാദരി' എന്നീ ചിത്രങ്ങളുടെ തുടർച്ചയായി ഹിറ്റ് ഗാനങ്ങൾ പാടാൻ ശംശാദിന് അവസരം ലഭിച്ചു. ശംശാദ് പ്രശസ്തിയുടെ കൊടുമുടിയിൽ വിരാജിക്കുമ്പോഴാണ് ലതാമങ്കേഷ്കർ പാടാൻ തുടങ്ങിയത്. ഭർത്താവിന്റെ അപകടമരണത്തിനുശേഷം ബേഗത്തിന്റെ സംഗീതയാത്രയിൽ ബ്രേക്ക് വന്നു. ഒരു വർഷത്തോളം ഏകാന്തജീവിതം. ഈ കാലയളവിൽ പ്രശസ്ത ഗാനങ്ങളെല്ലാം ലതയുടെ എക്കൗണ്ടിൽ പോയി. ശംശാദിന്റെ തിരിച്ചുവരവിന് വഴിയൊരുക്കിയത് മെഹബൂബ് ഖാനാണ്. 'മദർ ഇന്ത്യ'യിലെ നായിക നർഗീസിനുവേണ്ടി 'ഫുൾ ത്രോട്ടഡ്' ശബ്ദം വേണം. തൽഫലമായി ലഭിച്ച ഗാനമാണ് 'പീ കേ ഘർ ആജ് പ്യാരീ ദുൽഹനിയാ ചലീ...' രണ്ടാം വരവിൽ ശ്രദ്ധേയഗാനങ്ങൾ നൽകിയ ചിത്രങ്ങളാണ് 'മുഗൾ - ഏ അസം', 'ഹൗറാ ബ്രിഡ്ജ്', 'ജാലി നോട്ട്', 'ലവ് ഇൻ സിംല', 'ബ്ലഫ് മാസ്റ്റർ', 'ഘരാന', 'റസ്തം - ഏ ഹിന്ദ്' തുടങ്ങിയവ.

1965 മുതൽ ശംശാദിന് പാടാനുള്ള അവസരം കുറഞ്ഞപ്പോൾ സ്വയം റിട്ടയർ ചെയ്യുകയാണെന്ന് പ്രഖ്യാപിച്ചു. ചില സംഗീതസംവിധായകരുടെ നിർബന്ധത്താൽ പിന്നീട് പാടിയ ചിത്രങ്ങളാണ് 'ഡാകുമംഗൾ സിംഗ്', 'ഉപകാർ', 'കിസ്മത്' (1969), 'ഹീർ രാംഝാ' (1970), 'ജോഹർ മെഹമൂദ് ഇൻ ഹോങ്കോംഗ്' (1971), 'തേരീ മേരീ ഇക് സിന്ദഗീ' (1975), 'മൈ പാപിതു ബക് ശൻഹാർ' (1976). ശംശാദ് ബേഗം എന്ന സിംഗിംങ്ങ്

ലജന്റിനുള്ള നിത്യസ്മാരകമാണ് 'കിസ്മത്' എന്ന ചിത്രത്തിലെ 'കജ്രാ മുഹബ്ബത് വാലാ' എന്ന ഗാനം.

കലാകാരന്മാർക്ക് മരണമില്ല എന്ന് വിശ്വസിച്ച കലാകാരിയായിരുന്നു ശംശാദ്. പാട്ടിലൂടെ ഓർമ്മിക്കപ്പെടണം എന്നായിരുന്നു അവരുടെ ആഗ്രഹം. ആയിരക്കണക്കിന് ആരാധകർ അവരുടെ ആഗ്രഹം അനുദിനം സഫലമാക്കുന്നു.

പ്രധാനപ്പെട്ട പത്ത് ഗാനങ്ങൾ

1. സാവൻ കേ നസാരേ ഹേ ലല ലല...
(ഖജാഞ്ചി - 1941)
2. കാഹേ കോയൽ ശോർ മചായേ രേ
(ആഗ് - 1948)
3. മേരേ പിയാ ഗയേ രംഗൂൺ കിയാ ഹേ
വഹാം സേ ടെലിഫൂൻ
(പതംഗാ - 1949)
4. ഛോഡ് ബാബുൽ കാ ഘർ മോഹേ പീ കേ നഗർ
(ബാബുൽ - 1950)
5. ഇക് ബേവഫാ സേ പ്യാർ കിയാ
ഉസ് സേ നസർ കോ ചാർ കിയാ
(ആവാരാ - 1951)
6. ബച്പൻ കേ ദിൻ ഭൂലാ ന ദേനാ
ആജ് ഹസേ കൽ രൂലാ ന ദേനാ
(ദീദാർ - 1951)
7. സൈയാ ദിൽ മേം ആനാ രേ ആ കേ
ഫിർ നാ ജാനാ രേ
(ബഹാർ - 1951)
8. കഭീ ആർ കഭീ പാർ ലഗാ തീരേ നസർ
(ആർപാർ - 1954)
9. ലേ കേ പഹലാ പഹലാ പ്യാർ ഭർകേ ആംഖോം മേം
(സി.ഐ.ഡി. - 1956)
10. കജ്രാ മുഹബ്ബത്‌വാല് അഖിയോം മേം..
(കിസ്മത് - 1968)

ജൊഹരാബായി അംബാലാവാലി

പഴയകാലത്തേക്ക് ഒന്ന് തിരിഞ്ഞുനടക്കാം. ഇന്ത്യാ-പാക് വിഭജനത്തിനുമുമ്പ് 1937 കാലഘട്ടം. ആൾ ഇന്ത്യ റേഡിയോയുടെ ദൽഹി, ലാഹോർ, പേശാവർ എന്നീ കേന്ദ്രങ്ങളിൽനിന്ന് ചെറുപ്പക്കാരിയും സുന്ദരിയുമായ ഒരു ഗായികയുടെ ഗാനങ്ങൾ പ്രക്ഷേപണം ചെയ്തിരുന്നു - ജോഹരാ ജാൻ ഓഫ് അംബാല എന്ന പേരിൽ. സുന്ദരമായ ഈ ശബ്ദം അംബാല പട്ടണത്തിന്റെ അതിരുകൾ ഭേദിച്ച് ബോംബെയിലെ സിനിമാലോകത്ത് എത്തിയപ്പോൾ പേരുമാറി - ജൊഹരാബായി അംബാലാവാലി.

ജൊഹരയെപ്പോലെ ജന്മസ്ഥലത്തിന്റെ പേര് സ്വന്തം പേരിനോടൊപ്പം ചേർത്ത് പ്രശസ്തരായ മറ്റു ഗായികമാരാണ് അമീർ ജാൻ (പിന്നീട് ബായി) കർണ്ണാടകി, അവരുടെ സഹോദരി ഗൗഹർജാൻ കർണ്ണാടകി, സിതാരാ കാൻപുരി എന്നിവർ.

1937-ൽ ലഖ്നോവിലെ സംഗീതസംവിധായകൻ നൗശാദ് അലി (നൗശാദ്) സിനിമാരംഗത്ത് പ്രവേശിച്ചപ്പോൾ ആർ.സി. ബോറൽ, അനിൽ ബിശ്വാസ്, പങ്കജ് മലിക് എന്നിവരായിരുന്നു അരങ്ങ് വാണിരുന്നത്. അക്കാലത്ത് ലാഹോറിൽ നിന്ന് ഒരു സംഗീതസംവിധായകൻ ബോംബെയിലെത്തി - മാസ്റ്റർ ഗുലാം ഹൈദർ. പ്രശസ്തരായ

നായികാ-നായകനേക്കാൾ കൂടുതൽ പ്രതിഫലം പറ്റുന്ന സംഗീതസംവിധായകനായിരുന്നു ഗുലാം ഹൈദർ. ലതാമങ്കേഷ്കറെ രൂപപ്പെടുത്തിയ സംഗീതസംവിധായകർ ഏറെയാണ് - നൗശാദ്, ഹുസ്ന്‌ലാൽ, അനിൽ ബിശ്വാസ്, സി. രാമചന്ദ്ര് തുടങ്ങിയവർ. എന്നാൽ ലതയിൽ വിശ്വാസമർപ്പിക്കുകയും ലത ഭാവിയിൽ ഒന്നാംകിട ഗായികയാകുമെന്നും വിശ്വസിച്ച സംഗീതസംവിധായകൻ ഗുലാം ഹൈദറാണ് 'മജ്ബൂർ' (1948) എന്ന ചിത്രത്തിൽ ലതയെക്കൊണ്ട് 'ദിൽ മേരാ തോഡാ..' എന്ന ഗാനം പാടിച്ച് ലതയെ ഹിറ്റ് ഗായികമാരുടെ ശ്രേണിയിലെത്തിച്ചത് 'ഖജാംചി' (1941)യിലൂടെ സുധാ മൽഹോത്രയേയും ശംശാദ് ബേഗത്തേയും കൊണ്ടുവന്ന ഹൈദർ തന്നെയാണ് ജോഹരാജാൻ ഓഫ് അംബാലയെ ജൊഹരാബായി അംബാലവാലി എന്നപേരിൽ സിനിമയിൽ അവതരിപ്പിച്ചത്.

ജൊഹാര രംഗപ്രവേശം ചെയ്യുന്ന കാലത്ത് സുന്ദരികളായ നടികൾ തന്നെയായിരുന്നു പിന്നണിയിൽ പാടിയിരുന്നത്. ഉദാ: സുരയ്യ, നൂർജഹാൻ, ശാന്താ ആപ്തേ തുടങ്ങിയവർ. പിന്നണിരംഗത്ത് മാത്രം ശോഭിച്ചവരുമുണ്ട്. ഉദാ: ശംശാദ് ബേഗം, അമീർ ബായി കർണ്ണാടകി, ഗീതാദത്ത്, ഒരു പരിധിവരെ സുരീന്ദർകൗറും ലളിതാ ദേവൽകറും. ഇവരുടെയൊക്കെ സമകാലീനയായി രംഗപ്രവേശം ചെയ്ത ജൊഹരയ്ക്ക് തിരസ്ക്കാരത്തിന്റെ വേദനയോ സംഘർഷത്തിന്റെ വിഷമങ്ങളോ സഹിക്കേണ്ടി വന്നില്ല. കാരണം ജൊഹര സ്വയം രംഗത്ത് വന്നതല്ല. വരുത്തപ്പെട്ടതാണ്.

ജൊഹര ഹൈദർ സാഹിബിന്റെ കണ്ടുപിടുത്തമാണെങ്കിലും സിനിമയിൽ ആദ്യമായി പാടുന്നത് സാഗർ മൂവീടോണിന്റെ 'ഗ്രാമഫോൺ സിംഗർ' (1938) എന്ന ചിത്രത്തിൽ അനിൽ ബിശ്വാസിന്റെ സംഗീതസംവിധാനത്തിലാണ്. പിന്നണി പാടാനായി സ്റ്റുഡിയോയിലെത്തി മൈക്ക് കൈയിലെടുത്ത് ജൊഹര പാടിയ 'പിയാർ ഘർ നാഹീ അകേലീ മോഹേ ഡർ ലാഗോ...' ആണ് ആദ്യഗാനം. ഈ ഗാനത്തിന്റെ രചന നിർവ്വഹിച്ചത് ഹിന്ദി സാഹിത്യകാരനായ പണ്ഡിറ്റ് സുദർശനാണ്. മറ്റു ഗാനങ്ങൾ ജിയാ സർഹദിന്റേതും. ഈ ചിത്രത്തിൽ സുരേന്ദ്ര പാടിയ 'കഹേ അകേലാ ഡോലത് ബാദൽ മോഹേ ഭീ സംഗ് ലേ ജാ...'യും ശ്രദ്ധിക്കപ്പെട്ടു.

ആദ്യചിത്രത്തിനുശേഷം ജൊഹര പാടിയ ചിത്രങ്ങളിൽ ശ്രദ്ധേയമായവയാണ് 'ബഹുറാണി' (1940), 'ഹിമ്മത്' (1941), 'റിട്ടേൺ ഓഫ് തൂഫാൻ മെയിൽ' (1942), 'തലാശ്' (1943), 'വിജയലക്ഷ്മി' (1943) എന്നിവ. ജൊഹരയുടെ നാമം ആകാശത്തോളം ഉയർത്തിയ ചിത്രമാണ്

'രതൻ' (1944). 'ഈ ചിത്രത്തിന്റെ ഗാനരചയിതാവ് ഡി.എൻ.മധോകും സംഗീതസംവിധായകൻ നൗശാദുമാണ്. ഈ ചിത്രത്തിലെ പതിനൊന്ന് ഗാനങ്ങളിൽ രണ്ടെണ്ണം അമീർബായി കർണ്ണാടകിയും രണ്ടെണ്ണം മൻജുവും പാടി. ബാക്കി ഏഴ് ഗാനങ്ങൾക്കും സ്വരം നൽകിയത് ജൊഹ രയാണ്.

ആസ്വാദകരിൽ പുതിയ ഓളങ്ങൾ സൃഷ്ടിച്ച ഗാനങ്ങൾ. റേഡി യോയിൽ ചലച്ചിത്രഗാനങ്ങൾ അധികം പ്രക്ഷേപണം ചെയ്യാതിരുന്ന ആ കാലത്ത് ഗ്രാമഫോൺ സ്വന്തമാക്കുക എന്നത് സമ്പന്നതയുടെ അടയാളമായിരുന്നു. ഗ്രാമഫോൺ സ്വന്തമാക്കിയ സംഗീതപ്രേമിക ളിൽ 'രത'ന്റെ റെക്കോർഡ് കരസ്ഥമാക്കാത്തവർ ഉണ്ടായിരുന്നില്ല. പഴയ തലമുറ ഇന്നും മൂളിപ്പാടുന്ന 'രതനി'ലെ ഗാനങ്ങൾ ഇവയാണ്.

1. 'രിം ഝിം ബർ സേ ബാദരവാ മസ്ത് ഹവായേം ആയീ...'
2. 'പർദേസീ ബാല്മാ ബാദൽ ആയാ...'
3. 'അഖിയാം മിലാകേ ജിയാ ഭർമാകേ ചലേ നഹീ ജാനാ..'
4. 'ആയീ ദീവാലീ ആയീ...'
5. 'സാവൻ കേ ബാദലോ ഉൻസേ യേ ജാ കഹോ..'

'രത'ന്റെ നിർമാണച്ചെലവ് എഴുപത്തയ്യായിരം രൂപയാണ്. പാട്ടിന്റെ റെക്കോർഡ് വിറ്റ് കുട്ടിയ തുക മൂന്നരലക്ഷം രൂപയും!

1944ലെ തന്നെ 'പഹലേ ആപ്' എന്ന ചിത്രത്തിൽ നൗശാദിന്റെ സംവിധാനത്തിൽ ജൊഹര പാടിയ 'ചലേ ഗയേ ഹായ് വാ ചലേ ഗയേ..' എന്ന ഗാനവും എവർഗ്രീൻ പട്ടികയിൽപ്പെടുന്നു. 1945ൽ 'സന്യാസി' എന്ന ചിത്രത്തിൽ നൗശാദ്, ജൊഹരയോടൊപ്പം അമറി നേയുംകൊണ്ട് പാടിച്ച രണ്ട് യുഗ്മഗാനങ്ങളും പ്രശസ്തമായി.

'പീപൽ കേ ഛാംവ് തലേ'യും 'സുനോ ജീ പ്യാരീ കോയലിയാ ബോലെ'യും. ഈ ചിത്രത്തിലൂടെ മറ്റൊരു മധുരസ്വരവും ഉയർന്നുവ ന്നു. 'രാത് ഭർ രഹിയോ സവേര ചലേ ജായിയോ..' എന്ന ഗാനം പാടിയ നസീം അഖ്തർ. ജൊഹരയും നസീമും ഒന്നിച്ച മറ്റൊരു ചിത്ര മാണ് നൗശാദിന്റെ സംഗീതത്താൽ ശ്രദ്ധിക്കപ്പെട്ട കാർദാർ പ്രൊഡ ക്ഷൻസിന്റെ 'ശാഹ്ജഹാം' (1946) – ഗാനം – 'ആഗ് ലഗീ ദിൽ മേം...'

നായികയ്ക്കുവേണ്ടി മാത്രം പാടാനാണ് ജൊഹര ഇഷ്ടപ്പെട്ടിരുന്ന തെങ്കിലും 'രത'നിൽ കരൺ ദീവാനോടൊപ്പം 'സാവൻ കേ ബാദലോം..' എന്ന ഗാനവും 'അൻമോൽ ഘഡീ'യിൽ (1946) ശംശാദ് ബേഗത്തോ ടൊപ്പം 'ഉഡൻ ഖടോലേ പേ ഉഡ് ജാഉം...' എന്ന ഗാനവും 'രത'നിൽ 'രിം ഝിം ബർസേ ബാദരവാ...' എന്ന കോറസും പാടേണ്ടിവന്നു. 'മിർസാ സാഹേ ബാൻ' (1947)ലെ 'ഉഡ് ഉഡ് ജായേ മേരാ രേശ്മി ദുപ

ട്ടാ..' എന്ന സംഘഗാനം പാടിയത് നൂർജഹാനും സംഘവുമൊപ്പമാണ്. ഇതിനുമുമ്പ് 1945ൽ 'സീനത്' എന്ന ചിത്രത്തിൽ നൂർജഹാൻ, കല്യാണി, മധുബാല ഝവേരി എന്നിവരോടൊപ്പം നിത്യഹരിത കവ്വാലിയായ 'ആഹേം ന ഭരീ ശിക്വേ ന കിയേ, കുഛ് ഭീ ന ജബാം സേ കാം ലിയാ...' (രചന - നഖ് ശബ്) ജൊഹര പാടിയിട്ടുണ്ട്.

ഗസലുകളുടെ ആശയഭംഗി ചോരാതെ ആലപിക്കാനുള്ള അപാരമായ കഴിവിനുടമയായിരുന്ന ജൊഹര. ഉദാഹരണം, 'നാഗിൻ' (പ്രദീപ്കുമാറും വൈജയന്തിമാലയും അഭിനയിച്ച ചിത്രമല്ല), എന്ന ചിത്രത്തിലെ ഈ ഗാനം - 'ക്യാ ബതായേ കിതനീ ഹസരത് ദിൽകേ അഫ്സാനേ മേം ഹേ/സുബഹ് ഗുൽശൻ മേം ഹുയീ ഔർ ശാം വീരാനേ മേം ഗേ..' (രചന - ശകീൽ ബദായൂംനി), ശകീലിന്റെ തന്നെ മറ്റൊരു ഗസൽ 'മേല' (1948) എന്ന ചിത്രത്തിൽ നൗശാദിന്റെ സംവിധാനത്തിൽ ജൊഹര ആലപിച്ചിട്ടുണ്ട് - 'ശായദ് വോ ജാ രഹേ ഹൈ ഛുപ്കർ മേരീ നസർ സേ...', 'ദൂസരീ ശാദി'(1947)യിൽ ഗസൽ ശൈലിയിൽ പാടിയ ഗാനമാണ് 'ടൂടാ ഹുആ ദിൽ ഗായേഗാ ക്യാ ദിൽ കാ ഫസാനാ/ഹർ ബാത് മേം ഢൂം ഢേഗാ ലോ രോനേ കാ ബഹാനാ..'

വിവിധ സംഗീതസംവിധായകർക്കുവേണ്ടി ജൊഹര പാടിയ പ്രശസ്തവും അപ്രശസ്തവുമായ ഗാനങ്ങളുണ്ട്. റഫീക് ഗജനവിക്കുവേണ്ടി 'ഫരീദ് ക്യൂം മേരീ ജവാനീ പേ തുഝെ രഹം ആയാ...' (ചിത്രം - 'ലൈലാമജ്നു' - 1945) അനിൽ ബിശ്വാസിനുവേണ്ടി 'ആയീ മിലൻ കീബഹാർ രേ...', 'സാവൻ ഭാദോം നൈൻ ഹമാരേ..' (ചിത്രം - 'നൈയാ' - 1947) ജ്ഞാൻ ദത്തയ്ക്കുവേണ്ടി സുരേന്ദ്രയോടൊപ്പം പാടിയ 'തും മീത് ഹമാരേ ഹോ..' (ചിത്രം - ദുഃഖിയാരീ' - 1948), ഗോവിന്ദരാമിനുവേണ്ടി ശംശാദിനോടൊപ്പം പാടിയ 'മൗസം ബഹാർ ആയാ, ക്യാ ഖുശ്ഗവാർ ആയാ..' (സസ്സി പുന്നു' - 1946), ശ്യാം ബാബു പാഠകിനുവേണ്ടി മുകേശ്, ഗീതാദത്ത് എന്നിവരോടൊപ്പം പാടിയ 'ഏക് തരഫ് ജൽ രഹാ ദീപക്..'ഉം 'പായൽ ബേലേരേ..'യും മുകേശിനോടൊപ്പം പാടിയ 'മൈ ഹും പിയാ നദിയാ, തും ഹോ കിനാരാ...' (ചിത്രം - 'പ്രീത് കാ ഗീത്..' - 1950), ഖേംചന്ദ് പ്രകാശിനുവേണ്ടി 'ഹമേം ഭൂൽമത് ജയിയോ ഹോ രാജാ ജീ....' (അസീസിനോടൊത്ത് പാടിയ റൊമാന്റിക് ഗാനം - ചിത്രം - 'ശഹൻശാഹ് ബാബർ - 1944), രശീദ് അത്രേയുടെ ഏറ്റവും ശ്രദ്ധേയ ചിത്രമായ 'നതീജ' (1947)യിൽ നഖ്ശബ് ജാർചവി എഴുതിയ ഗസൽ 'ഉനേം ഭീ രാജേ ഉൽഫത് കീ ന ഹോനേ ദീ ഖബർ മൈനേ..', ഏ.ആർ. ഖുറൈശിക്കുവേണ്ടി 'ഫരിയാദ് ന കർ ആംസൂ ന ബഹാ..' (ചിത്രം - ഘർ - 1945), ഹുസ്ന്ലാൽ

– ഭഗത്‌രാമിനുവേണ്ടി 'രാത് രംഗീലീ ആയീ..' (മിർസാ സാഹേബാൻ – 1947), രാം ഗാംഗുലിക്കുവേണ്ടി 'സദ്‌മേ ഖായേ ജാ..' (ദിപക് – 1951 – ഇതേ ഗാനം അമീർബായിയും പാടി) എന്നിവ ഉദാഹരണം.

ഒരു ഗായിക എന്ന നിലയിൽ ജൊഹരയുടെ കഴിവിനെ പരമാവധി ചൂഷണം ചെയ്ത സംഗീതസംവിധായകരാണ് അമർനാഥ്, ഫിറോസ് നിസാമി, ഹാഫിസ് ഖാൻ, ബുലോ സി. റാണി, നൗശാദ് എന്നിവർ. അമർനാഥിന്റെ 'രാഗിനി (1945)യിൽ പാടിയ 'ഉറ് സോയേ ഹുയേ ഹുസ്ന് തുഝെ ഇശ്ക് ജഗായേ..' മറവിയിൽപ്പെട്ടുപോയെങ്കിലും 'മിർസാ സാഹിബാനി'ലെ (1947) 'ഹായ് രേ ഉഡ് ഉഡ് ജായേ മേരാ രേശ്മീ ദുപട്ടാ..' (നൂർജഹാൻ, ശംശാദ് സംഘത്തോടൊപ്പം).

'ഖായേഗീ ഠോകരേ യേ ജവാനീ കഹാം കഹാം...' (മുകളിൽ പറഞ്ഞ ഗായകർ). 'രാത് രംഗീലീ ആയീ, ചാന്ദ്നീ ഛായീ..' (മുകളിൽപറഞ്ഞ ഗായകർ). സാമ്നേ ഗലീ മേം മേരാ ഘർ ഹേ...' എന്നീ ഗാനങ്ങൾ ഇന്നും ജൊഹരയുടെ ഓർമ്മകൾ ഉണർത്തുന്നു. ഫിറോസ് നിസാമിയുടെ 'പിയാ മിലൻ' (1945) എന്ന ചിത്രത്തിൽ വ്യത്യസ്ത ഭാവങ്ങൾ ഉൾക്കൊള്ളുന്ന രണ്ട് ഗാനങ്ങളാണ് ജൊഹരയ്ക്ക് ലഭിച്ചത്. ഭാരതീയ നാരികൾക്കുള്ള ഉണർത്തുപാട്ടായ 'ജാഗ് ഉഠോ നാരിയോം ദേശ് കീ ദുലാരിയോം..', പ്രിയ സമാഗമത്താൽ ആഹ്ലാദം തിരയടിക്കുന്ന നായിക പാടുന്ന 'ആയേ ദിൻ പിയാ മിലൻ കേ ആയേ..' എന്നിവ.

1943ലെ ചിത്രങ്ങളായ 'രാഹ്ഗീർ' (യേ സിന്ദഗീ ഹംസാ ദേ, ഹർ ചീസ് ഹംസ് രഹീ യേ..' അയാസിനോടൊപ്പം പാടിയത്), 'തലാശ്' (സുഹാനീ സുഹാനീ ഹോ ഗയീ സുഹാനീ സജൻ മസ്താനോടൊപ്പം പാടിയത്) എന്നീ ചിത്രങ്ങളിൽ അക്കാലത്ത് പ്രചാരത്തിലുണ്ടായിരുന്ന ശൈലിയിൽ സംഗീതം നൽകിയ ഹാഫിസ്ഖാന് ഇന്ത്യൻ സിനിമാ സംഗീതരംഗത്ത് അനശ്വരസ്ഥാനം നൽകിയ ചിത്രമാണ് 'സീനത്' (1945). ഈ ചിത്രത്തിലെ 'ആഹേം ന ഭരീ ശിക്‌വേ ന കിയേ..' ആണ് ഇന്ത്യൻ സിനിമയിലെ ആദ്യത്തെ കവ്വാലി. പാടിയത് ജൊഹര, നൂർജഹാൻ, കല്യാണി എന്നിവർ. ഈ കവ്വാലിയുടെ സ്വാധീനം പിൽക്കാലത്ത് രവിയുടെ 'ചൗദഹ്‌വീം കാ ചാന്ദ്'ലെ 'ശർമാ കേ ക്യൂം ഫിർ പർദാനശീ ആംചൽ കോ സംവാരാ കർതേ ഹേ..'യിൽ കാണാം.

ഒരു ചിത്രത്തിലെ പത്തിൽ പത്ത് ഗാനങ്ങളും ജൊഹരയെക്കൊണ്ട് പാടിച്ച് റെക്കോഡ് സൃഷ്ടിച്ച സംഗീതസംവിധായകനാണ് ബുലോ സി റാണി. ചിത്രം 'ബേല' – (1947). ഈ ചിത്രത്തിലെ ചില ഗാനങ്ങൾ ഇവയാണ്: 'മോഹേ ബാംരാ ബലം ലഗേ പ്യാരാ..', 'ഭീഗീ ഭീഗീ പലകേം ഹേ..' ബുലോയ്ക്കുവേണ്ടി പാടിയ മറ്റുഗാനങ്ങളാണ്

'ആംഖോം മേം ഇംതസാർ കീ ദുനിയാ ലിയേ ഹിയേ..' (ചിത്രം - 'കാരവാം' - 1944), 'ഏ ഏ ഏ ഹിചകീ ആയീ രേ..' (കൂടെപ്പാടിയത് എ.ആർ. ഓദ്ധോയും സംഘവും) - ചിത്രം - 'കോന് ഹമാരാ' (1947). നൗശാദ്-ജൊഹര കോമ്പിനേഷനിൽ ഹിറ്റായ രണ്ട് ഗാനങ്ങൾ കൂടി സൂചിപ്പിക്കാനുണ്ട്. കവ്വാലി ടൈപ്പിൽ പാടിയ 'ക്യാ ബതായേം..' (ചിത്രം - 'നാടക്' - 1943). അറബിശൈലിയിൽ പാടിയ 'സാഥീ ദിൽ ബുഝ് ഹീ ഗയാ..' (ചിത്രം - 'ഗീത്' - 1944).

ഗാനങ്ങൾ ഒറ്റയ്ക്ക് പാടണം, നായികമാർക്കു മാത്രമേ പാടുകയുള്ളൂ, ഒരു ഗാനത്തിന് രണ്ടായിരം രൂപ പ്രതിഫലം വേണം - ഇവയായിരുന്നു ജൊഹയുടെ ഡിമാന്റുകൾ. സ്വന്തം ഡിമാന്റുകളിൽ ഉറച്ചുനിന്ന ഗായികയ്ക്ക് പുതിയ ഗായികമാരുടെ വരവോടെ രംഗം ഒഴിഞ്ഞുകൊടുക്കേണ്ടിവന്നു.

പിന്നണി ഗായിക എന്ന നിലയിൽ ജൊഹരയുടെ കാലഘട്ടം ഹ്രസ്വമാണ്. 1941 മുതൽ 1950 വരെ. ഇതിനിടയിൽ 1229 ഗാനങ്ങൾ ആലപിച്ചു. 1953ൽ കേവലം ഒരു ചിത്രമാണ് ലഭിച്ചത് - 'തീൻ ബത്തീ ചാർ രാസ്താ." ഒരു ഗാനത്തിലെ ഏതാനും വരികൾ മാത്രം പാടി. ഇതിന്നുശേഷം ഗാനരംഗത്തോട് വിടപറഞ്ഞ ജൊഹര 1990 ഫിബ്രുവരി 21ന് ഭൂമിയോടും വിടപറഞ്ഞു.

പ്രധാനപ്പെട്ട പത്ത് ഗാനങ്ങൾ

1. അഖിയാം മിലാ കേ ജിയാ ദർമാകേ ചലേ നഹി ജാനാ
   (രതൻ - 1944)
2. ചലേ ഗയേ ഹായ് വോ ചലേ ഗയേ
   (പഹലേ ആപ് - 1944)
3. ആഹേം ന ഭരീ ശിക്വേ ന കിയേ
   (സീനത് - 1945)
4. ആഗ് ലഗീ ദിൽ മേം
   (ശാഹ്ജഹാൻ - 1946)
5. ടൂടാ ഹുവാ ദിൽ ഗായേഗാ ക്യാ ദിൽ കാ ഫസാനാ
   (ദൂസരി ശാദി - 1947)
6. ശായദ് വോ ജാ രഹാ ഹേ ഛുപ്കർ മേരീ നസർ സേ
   (മേല - 1948)
7. തും മീത് ഹമാരീ ഹോ
   (ദുഖിയാരി - 1948)

8. മൈ ഹൂം - പിയാ നദിയാ തും ഹോ കിനാരാ

(പ്രീത് കാ ഗീത് - 1950)

9. സദ്മേ ഖായേജാ

(ദീപക് - 1951)

10. ക്യാ ബനായേ കിത്നീ ഹസരത് ദിൽ കേ

(നാഗിൻ - 1954)

ലതാ മങ്കേഷ്കർ

ആഘോഷങ്ങൾക്കും ആചാരങ്ങൾക്കും സംഗീതത്തെ ആശ്രയിക്കുന്ന ഭാരതീയരുടെ ദേശീയസമ്പത്താണ് ലതാമങ്കേഷ്കർ. വിവിധ മുഖങ്ങൾക്ക് - അമ്മ, സഹോദരി, നാത്തൂൻ, ചപല, വിരഹിണി, കാമുകി, ദരിദ്ര, ബാലിക - സ്വരം നൽകി 36 ഇന്ത്യൻ ഭാഷകളിലും ഇംഗ്ലീഷ്, റഷ്യൻ, ഡച്ച്, നേപ്പാളി, സ്വാഹിലി എന്നീ വിദേശഭാഷകളിലുമായി മുപ്പതിനായിരത്തിലേറെ ഗാനങ്ങളാലപിച്ച് ഗിന്നസ് ബുക്ക് ഓഫ് വേൾഡ് റിക്കോർഡ്സിൽ പേരെഴുതിച്ചേർത്ത ഗായികയാണ് ലത.

1929 സപ്തംബർ 28ന് ജനിച്ച ലതയിൽ സംഗീതത്തിന്റെ ആദ്യകിരണങ്ങൾ തിരിച്ചറിഞ്ഞത് പിതാവായ ദീനാനാഥ് മങ്കേഷ്കറാണ്. പ്രഗത്ഭരായ ഗുരുക്കന്മാരിൽനിന്ന് സംഗീതത്തിൽ ശിഷ്യത്വം ലഭിച്ച ലത, അഞ്ചാം വയസ്സിൽ നായികനടിയായി. 'ഭാവബന്ധൻ' എന്ന ആ നാടകത്തിൽ ലത അവതരിപ്പിച്ച കഥാപാത്രത്തിന്റെ പേര് 'ലതിക' എന്നായിരുന്നു. 'ലതിക'യെ ചുരുക്കി 'ലത' എന്നാക്കി തന്റെ ഒറിജിനൽ പേരായ ഹേമാ മങ്കേഷ്കറെ ലതാമങ്കേഷ്കറായി സ്വീകരിച്ചു. പിതാവിന്റെ മരണാനന്തരം കുടുംബഭാരം - അഞ്ച് സന്താനങ്ങൾ - നാല് പെണ്ണും ഒരാണും - മുതിർന്ന സന്തതിയായ ലതയുടെ ചുമലിലായി.

1942ൽ 'പഹലീ മംഗൾഗൗർ' എന്ന മറാത്തി ചിത്രത്തിലൂടെയാണ്

ലതയുടെ ആദ്യഗാനം പുറത്തുവന്നത്. 'നടാലി ചൈത്രായി നവലായി..'യാണ് പ്രസ്തുതഗാനം. ഈ ചിത്രത്തിൽ ലത അഭിനയിച്ചിട്ടുണ്ട്. ലതയുടെ ആദ്യ ഹിന്ദിഗാനം 'ഗജാഭാഉ' (1943) എന്ന മറാത്തിചിത്രത്തിലെ 'മാതാ ഏക് സപൂത് കീ ദുനിയാ ബദൽ ദേ തൂ..' ആണ്. ലത പിന്നണി പാടിയ ആദ്യഹിന്ദി ചിത്രമാണ് 'ആപ് കീ സേവാ മേം' (1946). ഈ ചിത്രത്തിൽ ദത്താ ജാവേദ്കർ എഴുതിയ വസന്ത് ജോഗേൽകർ സംഗീതം നൽകി ലത പാടിയ ഗാനമാണ് 'പാ ലഗൂൻ കർ ജോരീ..'

ലതാമങ്കേഷ്കർ പിന്നണി ഗായികയായി രംഗത്തുവരുമ്പോൾ നൂർജഹാൻ ആയിരുന്നു ഇന്ത്യയിലെ ഒന്നാംകിട ഗായിക. ലതയെ സംബന്ധിച്ചിടത്തോളം നൂർജഹാന്റെ ശബ്ദം അനുകരണീയവും ആദർശപരവുമായിരുന്നു. അതുകൊണ്ടുതന്നെ ആദ്യകാലങ്ങളിൽ ലത നൂർജഹാനെ അനുകരിച്ചപ്പോൾ സംഗീതസംവിധായകർ നിരുത്സാഹപ്പെടുത്തിയില്ല. അവർക്ക് ലതയിലൂടെ നൂർജഹാന്റെ ഫലം ലഭിക്കുമായിരുന്നു. നൂർജഹാന്റെ സ്കൂളിൽ തന്നെയാണ് ലതയ്ക്കും സ്ഥാനം. കഥാസന്ദർഭത്തിനനുസരിച്ച് 'ട്യൂൺ ഫുൾ എക്സ്പ്രഷൻ' നല്കാൻ ലത പഠിച്ചതും നൂർജഹാനിൽ നിന്നാണ്. (നൂർജഹാൻ പിന്നീട് പാക്കിസ്ഥാനിലേക്ക് പോയി.). ലതയുടെ കഴിവിനെ വികസിപ്പിച്ചെടുക്കുന്നതിൽ ഇവിടത്തെ 'പഞ്ചാബിസ്കൂൾ' സംഗീതസംവിധയകരും പ്രത്യേകം ശ്രദ്ധിച്ചിരുന്നു. നൂർജഹാൻ ഇന്ത്യയിൽത്തന്നെ ഉണ്ടായിരുന്ന കാലത്താണിത്, നൗശാദിന്റെ സംവിധാനത്തിൽ 'ഷാജഹാനി'(1946)ൽ ശംശാദ് ബീഗം പാടിന 'ജബ് ഉസിനേ ഗേസു ബിഖരായേ ബാദൽ ആയാ ഝും കേ...' എന്ന ഗാനം തരംഗം സൃഷ്ടിച്ചപ്പോൾ തന്നെ ലതയും ഗായിക എന്ന നിലയിൽ ഉയർന്നുവന്നിരുന്നു.

മുമ്പ് പറഞ്ഞ 'ആപ്കീ സേവാ മേം' എന്ന ചിത്രത്തോടുകൂടിയാണ് ലത അറിയപ്പെട്ടു തുടങ്ങിയത്. ഗുലാം ഹൈദറിന്റെ 'മജ്ബൂർ' (1948), നൗശാദിന്റെ 'അന്ദാസ്' (1929) എന്നീ ഹിറ്റ് ചിത്രങ്ങൾ ലതയുടെ ശബ്ദമാധുരിക്ക് പുതിയ മാനങ്ങൾ നൽകി. ലതയ്ക്ക് പ്രശസ്തി നൽകുന്നതിൽ ഖേംചന്ദ്പ്രകാശും ('മഹൽ' - 1949), ശങ്കർ ജയ്കിശനും ('ബർസാത്' - 1949) നൽകിയ സംഭാവനകളും നിസ്സാരമല്ല. ഖേചന്ദിന്റെ സംവിധാനത്തിൽ 'മഹലി'ൽ ലത തന്മയത്വമായി പാടിയ 'ആയേഗാ ആയേഗാ ആയേഗാ ആനേവാലാ...' തലമുറകളെ സ്വാധീനിച്ച അനശ്വരഗാനമാണ്.

ലത നൂർജഹാന്റെ നിഴലിൽനിന്ന് പൂർണ്ണമായും സ്വതന്ത്രമായത്

1953ലാണ്. 1957ലേക്ക് എത്തുമ്പോഴേക്കും ലത 'ആയേഗാ ആയേഗാ..'യിൽനിന്ന് 'ആ ജാ രേ പർദേശി...' (മധുമതി - 1958 - സലിൽ ചൗധരി)യോളം പക്വത നേടിയിരുന്നു. നൂർജഹാന്റെ 'ലാഹോർ റെപ്ലിക്ക'യിൽനിന്ന് മോചനം നേടിയ ലത നൂർജഹാന്റെ വിടപറയലോടെ 'ഹം പ്യാർ മേ ജൽനേവാലോം കോ ചൈൻ കഹാം." (ജെയ്‌ലർ - 1958 - മദൻമോഹൻ)യുടെ നിലയിലെത്തിയിരുന്നു. കംപോസർമാരെ തിരസ്കരിക്കാനും സ്വീകരിക്കാനുമുള്ള കഴിവിന്റെ ഉടമയായിരുന്നു. ഇന്ത്യയിലെ നമ്പർവൺ ഗായികയായിത്തീർന്ന ലതാമങ്കേഷ്കർക്ക് പിന്നീട് തിരിഞ്ഞുനോക്കേണ്ടി വന്നിട്ടില്ല.

പഴയ തലമുറയിലേയും പുതിയ തലമുറയിലേയും ഗായകരോടൊപ്പം ലത ഡ്യൂയറ്റ് പാടിയിട്ടുണ്ട്. ലതയുടെ ഭക്തിഗാനങ്ങളും ദേശഭക്തിഗാനങ്ങളും ഒരുപോലെ ഭാരതീയരുടെ മനം കവർന്നവയാണ്. 'ഏ മാലിക് തേരേ ബന്ദേ ഹം ഐസേ ഹോ ഹമാരേ കരം..' (ചിത്രം - 'ദോ ആംഖേം ബാരഹ് ഹാഥ്' - സംഗീതം - ബസന്ത് ദേശായി), 'ഈശ്വർ അല്ലാ തേരാ നാം സബ്കോ സന്മതി ദേ ഭഗവാൻ..' (നയാ രാസ്താ...' എൻ ദത്ത), 'അല്ല തേരേ നാം ഈശ്വർ തേരേ നാം..' ('ഹം ദോനോം'- ജയ്‌ദേവ്), 'ബ്രിന്ദാവൻ കാ കൃഷ്ണ് കന്നൈയ്യാ സബ്കീ ആംഖോ കാ താരാ...' (മിസ് മേരി - ഹേമന്ത്കുമാർ) തുടങ്ങി ധാരാളം ഭക്തിഗാനങ്ങൾ ലത പാടിയിട്ടുണ്ടെങ്കിലും അനശ്വരമെന്ന് വിശേഷിപ്പിക്കാവുന്ന ഗാനമാണ് 'ഏ മേരേ വതൻ കേ ലോഗോം തും ഖൂബ് ലഗാ ലോ നാരാ...'. ചൈനീസ് ആക്രമണസമയത്ത് ദൽഹിയിൽ സംഘടിപ്പിച്ച ഒരു പരിപാടിയിൽ പാടാൻ കവി പ്രദീപ് എഴുതി സി. രാമചന്ദ്ര ഈണമിട്ട ഈ ഗാനം ലത പാടിയപ്പോൾ വേദിയിലുണ്ടായിരുന്ന ജവഹൽലാൽ നെഹ്റു കരഞ്ഞുപോയി.

സിനിമയിൽ ലത ആലാപനരംഗത്ത് മാത്രം ഒതുങ്ങിയില്ല. ഒമ്പത് ചിത്രങ്ങളിൽ അഭിനയിച്ചു. അഞ്ച് ചിത്രങ്ങൾക്ക് സംഗീതം നൽകി. മൂന്ന് ചിത്രങ്ങൾ നിർമ്മിച്ചു. 1990ൽ പൂന സർവ്വകലാശാല ഡോക്ടറേറ്റ് നൽകി ലതയെ ആദരിച്ചു. 1999ൽ രാജ്യസഭാംഗമായി നാമനിർദ്ദേശം ചെയ്യപ്പെട്ടു. 1969ൽ പദ്മഭൂഷണും 1999ൽ പത്മവിഭൂഷണും 1989ൽ ദാദാ സാഹേബ് ഫാൽകേ പുരസ്കാരവും 2001ൽ പരമോന്നത ബഹുമതിയായ ഭാരതരത്നവും നല്കി ഈ ഗായികയെ രാഷ്ട്രം ആദരിച്ചു.

ലതയുടെ ശബ്ദത്തിലൂടെ മലയാളഗാനം കേൾക്കാനുള്ള സൗഭാഗ്യം മലയാളികൾക്കുണ്ടായി. 'നെല്ല്' എന്ന ചിത്രത്തിലെ 'കദളീ

കൺകദളീ ചെങ്കദളീ പൂവേണോ' എന്ന ഗാനം ലതയെക്കൊണ്ട് പാടിച്ചത് സലിൽ ചൗധരിയാണ്.

ലത പിന്നണി പാടിയ അവസാന ചിത്രമാണ് 'രംഗ് ദേ ബസന്തി' (2006). ഏ.ആർ. റഹ്മാൻ സംഗീതം നൽകിയ 'ലുകാ ഛിപീ...'യാണ് ലതയുടെ അവസാനഗാനം.

'ക്വീൻ ഓഫ് മെലഡി', 'നെഗിംഗേൽ ഓഫ് ഇന്ത്യ', 'വോയ്സ് ഓഫ് ദി മില്ലേനിയം' എന്നീ വിശേഷണങ്ങളാൽ അലംകൃതയായ ലത 2012 ഫെബ്രുവരി 6ന് മണ്ണിനോട് വിടപറഞ്ഞു.

പ്രധാനപ്പെട്ട പത്ത് ഗാനങ്ങൾ

1. ആയേഗാ ആയേഗാ ആയേഗാ ആനേവാലാ...
   (മഹൽ - 1949)
2. ഉഠായേഗാ ഉൻകേ സിതം
   (അന്ദാസ് - 1949)
3. യേ സിന്ദഗീ ഉസീ കീ ഗേ ജോ കിസീകാ
   (അനാർക്കലി - 1953)
4. മൻഡോലേ മേരാ തൻ ഡോലേ
   (നാഗിൻ - 1954)
5. രസിക് ബൽമാ...
   (ചോരീ ചോരീ - 1956)
6. ഏ മാലിക് തേരേ ബന്ദേ ഹം ഐസേ ഹോ ഹമാരേ കരം
   (ദോ ആംഖേം ബാരഹ് ഹാഥ് - 1957)
7. ആജാ രേ പരദേശീ മൈതോ കബ്സേ ഖഡീ ഇസ് പാർ
   (മധുമതി - 1958)
8. പ്യാർ കിയാ തോ ഡർനാ ക്യാ...
   (മുഗൾ-ഏ-അസം - 1960)
9. നൈനാ ബർസീ
   (വോ കോൻ ഥീ - 1964)
10. ഏ മേരേ വതൻ കേ ലോഗോം തു ഖൂബ് ലഗാ ലോ നാരാ
    (ചലച്ചിത്രേതരഗാനം)

ആശാ ഭോൺസ്ലെ

ആശാ ഭോൺസ്ലെയ്ക്ക് വേണ്ടി ലതാമങ്കേഷ്കർ പിന്നണി പാടുക! കൗതുകകരമായ കാര്യമാണ്. ആശയുടെ ചലച്ചിത്രരംഗത്തേക്കുള്ള അരങ്ങേറ്റം കുറിച്ച 'ബഡീമാം' (1945) എന്ന ചിത്രത്തിൽ ബാലനടികളായിരുന്നു. ആശയും സഹോദരി ലതയും. ഈ ചിത്രത്തിലാണ് ആശയ്ക്കുവേണ്ടി ലത പിന്നണി പാടിയത്. സംഗീതസംവിധായകൻ ഹൻസ് രാജ് ബഹലാണ് ആശയെക്കൊണ്ട് ആദ്യമായി പാടിച്ചത് – 'ചുൻരിയാ' (1948) എന്ന ചിത്രത്തിൽ ഒരു കോറസ്സിൽ. 'രാത് കീ രാണി' (1949) എന്ന ചിത്രത്തിലൂടെ ആശയെ സ്വതന്ത്രമായി മൈക്കിനു മുമ്പിൽ ആദ്യമായി കൊണ്ടുവന്നതും ഹൻസ് രാജ് തന്നെ. ഇതോടെ ആശ എന്ന ഗായികയെ ജനം അറിഞ്ഞു. ലതാമങ്കേഷ്കർ ഒന്നാം സ്ഥാനത്ത് നിൽക്കുമ്പോൾ സെക്കന്റ് 'ബെസ്റ്റി'നുവേണ്ടിയായിരുന്നു മറ്റ് ഗായികമാർ തമ്മിൽ മത്സരം. ശംശാദ്ബേഗവും ഗീതാദത്തുമായിരുന്നു ആദ്യം ഈ സ്ഥാനത്തുണ്ടായിരുന്നത്. ആശ അനായാസം ആ സ്ഥാനം കയ്യടക്കി. ഒരു ഘട്ടത്തിൽ ഒന്നാം സ്ഥാനക്കാരിയായ ലതയെപ്പോലും അല്പകാലത്തേക്ക് പിറകോട്ടു തള്ളാൻ ആശയ്ക്ക് കഴിഞ്ഞു. 'ദം മർദം...' (ചിത്രം – ഹരേ രാമ ഹരേ കൃഷ്ണ) എന്ന ഗാനത്തോടെ.

അമ്പതുകളിലും അറുപതുകളിലും ആശ പാടിയ പാട്ടുകളും പിന്നീട്

എഴുപതുകളിലും അതിനുശേഷവും പാടിയ പാട്ടുകളും താരതമ്യം ചെയ്യുമ്പോൾ ഒരു കാര്യം വ്യക്തമാകും. ആശയുടെ ശബ്ദത്തിൽ മാറ്റം വന്നിരിക്കുന്നു. വൈവിധ്യം പുലർത്തുന്നവയാണ് പിൽക്കാലശബ്ദങ്ങൾ. 'ജാദൂഗർ സാം വരിയാ...'യും 'ജായിയേ ആപ് കഹാം..'യും കേട്ടാൽ ശ്രോതാക്കൾക്ക് ഈ വ്യത്യാസം മനസ്സിലാകും. കുറച്ചുകൂടി വിശദമാക്കിയാൽ ആദ്യഘട്ടത്തിലെ 'പിയാ പിയാ പിയാ...' (ചിത്രം - ഫാഗൂൻ) രണ്ടാംഘട്ടത്തിലെ 'ഹൗലേ ഹൗലേ...'യും 'ഓ ഹുസൂർ തുംകോ'യിലെ 'ചൈൻ സേ ഹം കോ കഭീ...'യും ആശയിലെ രണ്ട് ആശമാരെ കാട്ടിത്തരുന്നു.

ആശയിൽ മാത്രം വിശ്വാസം പുലർത്തിയ ആദ്യത്തെ സംഗീത സംവിധായകനാണ് ഒ.പി. നയ്യാർ. അദ്ദേഹത്തിന്റെ കീഴിലാണ് ആശയ്ക്ക് ഗായിക എന്ന നിലയിൽ ആത്മവിശ്വാസത്തോടെ പാടാൻ കഴിഞ്ഞത്. ലതയെക്കൊണ്ട് പാടിക്കാതിരുന്ന നയ്യാർ ആശയിലൂടെ ലതയ്ക്കെതിരെ ഒരു എതിരാളിയെ സൃഷ്ടിക്കാൻ ശ്രമിച്ചു. ആശ - നയ്യാർ കൂട്ടുകെട്ട് സംഭാവന ചെയ്ത അവിസ്മരണീയ ഗാനങ്ങളാണ് 'ജാദൂഗർ സാംവരിയാ...' (ചിത്രം - ധാക്കേ കീ മൽമൽ), 'പിയാ പിയാ ന ലാദേ മോരാ ജിയാ...' (ഫാഗുൻ), 'ഛോട്ടാ സാ ബൽമാ....' (രാഗിണി), 'പൂഛോനാ ഹമേം ഹം ഹമേ...' (മിട്ടി മേം സോനാ), 'വോ ഹസ് കേ മിലേ ഹം സേ..' (ബഹാരേം ഫിർ ഭീ ആയേഗി), 'മൈ ശായദ് തുമാരേലിയേ അജ്നബീ ഹൂം...' (യേ രാത് ഫിർ ന ആയേഗി), 'തും ഏക് മുസാഫിർ ഹോ...' (ഏക് മുസാഫിർ ഏക് ഹസീന), 'ബേക്സീ ഹദ് സേ ജബ് ഗുസർ ഗയേ...' (കല്പന), 'ആഖോംസേ ജോ ഉതരീ ഹേ ദിൽ മേം...' (ഫിർ വഹീ ദിൽ ലായാ ഹും), 'യേ ഹേ രേശ് മീ ജുൽഫോം കാ അന്ധേരാ..' (മേരേ സനം), 'ഇശാരോം ഇശാരോം മേം ദിൽ ലേനേവാലേ..' (കാശ്മീർ കി കലി), ആജ് കോയീ പ്യാർ സേ...' (സാവൻ കീ ഘടാ), 'അകേലി ഹും മൈ പിയാ...' (സംബന്ധ്), 'ചൈൻ സേ ഹം കോ കഭീ...' (പ്രാൺ ജായേ പർവചൻ ന ജായേ). പിന്നീട് നയ്യാർതന്നെ കുത്തകയാക്കുന്നു എന്ന് മനസ്സിലാക്കിയ ആശ അദ്ദേഹത്തോട് വിടപറഞ്ഞു.

ആശയുടെ സ്ഥാനം ഉറപ്പിച്ചുനിർത്തുന്നതിൽ രവിയുടെ സംഭവനയും ചെറുതൊന്നുമല്ല. 'ദിൽ ലഗാകർ ഹംനേ ജാനാ സിന്ദഗീ ക്യാ ചീസ് ഹേ...' (സിന്ദഗീ ഔർ മൗത്), 'സിന്ദഗീ ഇത്തഫാക് ഹേ...' (ആദ്മീ ഓർ ഇൻസാൻ), 'ചെഹരേ പേ ഖുശീ ഛാ ജാതീ ഹേ...' (വക്ത്), 'ആഗേ ഭീ ജാനേ ന തൂ പീഛേ ഭീ..' (വക്ത്) ആശയുടെ ഏറ്റവും

നല്ല ഗാനങ്ങളുടെ പട്ടികയിൽ വരുന്ന ഈ ഗാനങ്ങൾ രവിയുടേതാണ്.

മറ്റു സംഗീതസംവിധായകരുടെ കീഴിൽ ആശ പാടിയ ഹിറ്റ് ഗാനങ്ങളാണ് 'അശ്കോം സേ തേരീ ഹംനേ തസ്വീർ ബനായി ഹേ' (മദൻ മോഹൻ - ദേഖ് കബീലാ രോയാ), 'ദിൽ ശാം സേ ജുബാ രഹ്താ ഹേ' (അനിൽ ബിശ്വാസ് - സംസ്കാർ), 'ഏക് ബാത് കഹൂം മേരേ പിയാ സുൻലേ അഗർ തൂ...' (നൗശാദ് - അമർ), 'തേരേ ജഹാം സേ ചൽ ദിയേ...' (സജ്ജദ് - രുക്സാനാ), 'സോജാരേ ചന്ദാ സോജാ...' (സി രാമചന്ദ്ര് - ആശാ), 'തസ്വീർ ബൻതി ഹേ തക്ദീർ ബൻതീ ഹേ..' (എസ്.ഡി. ബർമ്മൻ - ജീവൻ ജ്യോതി), ദീപക് സേ ദിപൻ കൽഗയേ...' (ജയദേവ് - അഞ്ജലി), 'ബാഗ് മേം കലീ ഖിലീ...' (സലിൽ ചൗധരി - ചാന്ദ് ഔർ സൂരജ്), 'പർദേ മേം രഹ്നേ ദോ പർദാന ഉഠാവോ...' (ശങ്കർ-ജയ്കിഷൻ - 'ശികാർ'), 'മാൻ ജായിയേ മാൻ ജായേ ബാത് മേരേ ദിൽ കീ...' (ലക്ഷ്മികാന്ത് പ്യാരേലാൽ - 'ഹിമ്മത്), സാരേ ജഹാംസ് അച്ഛാ...', 'ഓ സാഥീ രേ തേരേ ബിനാ ഭീ ക്യാ ജീനാ...' (കല്യാൺജി - ആനന്ദ്ജി - 'മുക്കദ്ദർ കാ സിക്കന്ദർ').

സംഗീതത്തിന്റെ ലഹരിയുടെ ലയഭംഗി നൽകാൻ സംഗീതസംവിധായകരുടെ ചോയ്സ് ആശയായിരുന്നു. 'ഹരേ രാമ ഹരേ കൃഷ്ണാ' എന്ന പാട്ടിലൂടെ ആർ.ഡി.ബി. തരംഗം ഹിന്ദിയിൽ ആധിപത്യം ഉറപ്പിച്ചു. ആർ.ഡി.ബി.ക്കുവേണ്ടി ആശ പാടിയ മറ്റു ശ്രദ്ധേയമായ ഗാനങ്ങളാണ്, 'പിയാ തൂ അബ് തു ആജാ...' (കാരവൻ - കൂടെ പാടിയത് ആർ.ഡി.ബി.), 'തേരീ ഹേ ജമീൻ തേരാ ആസ്മാൻ' (ബേണിങ് ട്രെയിൻ) എന്നിവ. ഈ കൂട്ടുകെട്ടിന്റെ മറ്റു ചിത്രങ്ങളാണ് 'പഡോസൻ', 'തീസ്രി മംജിൽ', 'യാദോം കീ ബാരാത്' (ആശയുടെ രണ്ടാം ഭർത്താവാണ് ആർ.ഡി. ബർമ്മൻ).

ക്ലാസിക്കൽ മ്യൂസിക് പഠിച്ചതുകൊണ്ട് അത്തരം ഗാനങ്ങൾ പാടാൻ ആശയ്ക്ക് പ്രത്യേകതാല്പര്യമായിരുന്നു. സഹോദരൻ ഹൃദയനാഥ് മങ്കേഷ്കർ ഈണം നൽകിയ പ്രാർത്ഥനാഗാനമായ, 'ഓ ബൻവരി ജായേഗീ തോ കൈസേ പിയാ ദ്വാരേ', വസന്ത് ദേശായിയുടെ മേഘാ ബർഖനേ ലഗീഹായ് ആജ് കീ രാത്', രവിയുടെ 'തേരാ മൻ ദർപൺ കഹലായേ', ഗോവിന്ദ നരേഷിന്റെ 'ഛലക് രഹീ ബുന്ദേം...', സർദാർ മല്ലികിന്റെ 'ചലീ രേ ചലീ രേ മൈ തോ ദേസ് പിയാകീ', അജിത് വർമന്റെ 'മൻ ആനന്ദ് ആനന്ദ് ഛായാ...' എന്നിവ രാഗങ്ങളുടെ മർമ്മമറിഞ്ഞ് പാടിയവയാണ്.

ആശയ്ക്ക് വീണ്ടുമൊരു ഉയിർത്തെഴുന്നേൽപ് ലഭിച്ചത് 'ഉമറാവു

ജാനി'ൽ രേഖയ്ക്കുവേണ്ടി പാടിയ 'ദിൽ ചീസ് ക്യാ ഹേ...', 'ഇൻ ആംഖോം കീ മസ്തീ...', 'ജൂസ്തു ജൂ ജിസ് കീ ഥീ...', 'യേ ക്യാ ജഗഹ് ഹേ ദോസ്തോം...' എന്നീ ഗാനങ്ങളിലൂടെയാണ്. ഹിന്ദി സിനിമ ഡിസ്കോ ജ്വരത്തിൽ അകപ്പെട്ടുപോയ 1981ലാണ് ഇത്. ഈ ജ്വരത്തിൽനിന്ന് തന്റെ സ്വരത്തെ 'ഉമറാവു ജാനി'ലൂടെ വ്യത്യസ്തപ്പെടുത്തിയതിന് ആശ ഖയ്യാമിനോട് കടപ്പെട്ടിരിക്കുന്നു.

ഡിസ്കോ ഗാനങ്ങളിൽ നിന്ന് ആശ ഒഴിഞ്ഞുനിന്നു എന്ന് മുകളിൽപ്പറഞ്ഞതിന് അർത്ഥമില്ല. ബപ്പി ലാഹരിക്കുവേണ്ടി 'ഡിസ്കോ സ്റ്റേഷൻ, ഹോ ഛോഡോ ഛോഡോ മേരീ രാഹേ...' (ചിത്രം - ഹഥ്കഡി) പാടിയ ആശ ഒഴുക്കിനനുസരിച്ച് നീന്തി.

'ഇജാജത്' എന്ന ചിത്രത്തിലെ 'മേരാ കുഛ് സാമാൻ തുമാരേ പാസ് പഡാ ഹേ..' എന്ന ഗാനത്തിന് ഏറ്റവും നല്ല ഗായികയ്ക്കുള്ള ദേശീയ പുരസ്കാരം നേടിയ ആശയ്ക്ക് സ്വന്തം ഗാനങ്ങളിൽ ഇഷ്ടപ്പെട്ടത് ആത്മാംശം അടങ്ങിയതെന്ന് പറയാവുന്ന 'ഗീത് കിതനേ ഗാചുകീ ഹും ഇസ് സുഖീജഗ് കേലിയേ ആജ് രോനേ ഭീ മുഝെപൽ ഏക് അപ്നേ ഭീലിയേ....' ആണ്. കവ്വാലിയിൽ രോഷനുവേണ്ടി പാടിയ 'നിഗാ ഹേം മിലാനേ കോ...' (ചിത്രം - ദിൽ ഹീ തോ ഹേ)യും ആശയ്ക്ക് ഇഷ്ടപ്പെട്ടതത്രേ.

കവ്വാലിയായാലും കാബറെ ഗാനമായാലും കഥാപാത്രത്തെ മനസ്സിൽ ഉൾക്കൊണ്ട് പാടണമെന്ന് വിശ്വസിക്കുന്ന ആശയ്ക്ക് പിൽക്കാലത്ത് അല്പം മങ്ങലേറ്റിരുന്നു. എന്നാൽ പുതിയ ഗായികമാരെ അതിശയിപ്പിച്ചുകൊണ്ട് 'ഇഡലീ ഡൂ...' (ഖേൽ - 1992) എന്ന ഗാനത്തോടെ ആശ തിരിച്ചുവന്നിരിക്കുന്നു. പുതിയ തലമുറയുമായി ഒത്തുപോകാൻ ആശയ്ക്കു ക്ലേശിക്കേണ്ടിവന്നില്ല. കാരണം അവരുടെ ശബ്ദം തന്നെ യൗവനം നിറഞ്ഞതാണ്. അതുകൊണ്ടുന്നെ പഴയതലമുറയിൽപ്പെട്ട റഫിയോടും (മൈ തുംസേ മിൽനേ ആയി മന്ദിർ ജാനേ കേ ബഹാനേ, ചിത്രം - ഹീരാ), കിശോർകുമാറിനോടും (ഹോയാർ ദിൽദാർ തുഝേ കൈസാ ചാഹിയേ, ചിത്ര ഛൈലാബാബു), മഹേന്ദ്രകപൂറിനോടും (ആധാ ഹേ ചന്ദ്രമാ രാത് ആധീ - നവരംഗ്), യേശുദാസിനോടും (ഓ ജാനേമൻ ജാനേമൻ തേരേ ദോനയൻ - ഛോട്ടീ സീ ബാത്), അൻവറിനോടും (നസർ സേ ഫൂൽ ചുൻതീ ഹേ... - ആഹിസ്താ), ഒപ്പം പാടിയ ആശയ്ക്ക് അടുത്ത തലമുറയിലെ കുമാർസാനുവിനോടൊത്ത് ഏക് തമന്നാ ജീവൻ കീ... (ആഖോം - ബപ്പിലാഹരി), എസ്.പി. ബാലസുബ്രഹ്മണ്യവുമായി 'തുംസെ മിൽകേ ഹംഹംദം...'

(ലവ്ലെറ്റർ - രാം ലക്ഷ്മൺ), മൻഹർ ഉധാസിനോടൊപ്പം 'മുഝ്കോ മാഫ് കരോ..' (തും കരോ വാദാ - ആർ.ഡി.ബി.) തുടങ്ങിയ ഗാന ങ്ങൾ കൗമാരപ്രായക്കാരായ പുതിയ നായികമാർക്ക് വേണ്ടി പാടാൻ കഴിയുന്നത്. പിൽക്കാലത്ത് 'ആയീനാ' എന്ന ചിത്രത്തിൽ സാസേം ബഹകീ...' എന്ന പോപ്പുഗാനം പാടിയതും ആശയാണല്ലോ.

'തക്ഷക്' (2000) എന്ന ചിത്രത്തിലെ 'മുഝെ രംഗ് ദേ...' എന്ന ഗാനത്തിന് സീ ഗോൾഡ് ബോളിവുഡ് അവാർഡും 'ലഗാൻ' (2002)ലെ 'രാധാ കൈസേ ന ജലേ...' എന്ന ഗാനത്തിന് സീ സിനി അവാർഡും സൻസുയി മൂവി അവാർഡും ലഭിച്ച ആൾ 2011ൽ ഗിന്നസ് ബുക്ക് ഓഫ് വേൾഡ് റെക്കോർഡ്സിൽ ഇടം കണ്ടെത്തി, സംഗീതത്തിന്റെ ചരിത്ര ത്തിൽ ഏറ്റവും കൂടുതൽ റിക്കാർഡ് ചെയ്യപ്പെട്ട വ്യക്തി എന്ന നില യിൽ.

പ്രധാനപ്പെട്ട പത്ത് ഗാനങ്ങൾ

1. ഇശാരോം ഇശാരോം മേം ദിൽ ലേനേവാലാ
(കശ്മീർ കീ കലി - 1964)
2. ദിൽ ലഗാകർ ഹംനെ സമഝാ സിന്ദഗീ ക്യാ ചീസ് ഹെ
(സിന്ദഗീ ഔർ മൗത് - 1965)
3. ആഗേ ഭീ ജാനേ ന തൂ പീഛേ ഭി
(വക്ത് - 1965)
4. പർദേ മേം രഹ്നേ ദോ പർദാ ന ഉഠാവോ
(ശികാർ - 1968)
5. ദം മർദം.. മിട് ജായേ ഗം
(ഹരേ രാമ ഹരേ കൃഷ്ണ - 1971)
6. ഓ സാഥീ രേ തേരേ ബിനാ ക്യാ ജീനാ
(മുകദ്ദർ കാ സികന്ദർ - 1978)
7. ഇൻ ആഖോം കീ മസ്തീ
(ഉമ റാവ്ജാൻ - 1981)
8. മുഝെ രംഗ് ദേ...
(തക്ഷക് - 2000)
9. രാധാ കൈസേ ന ജലേ
(ലഗാൻ - 2002)
10. മേരാ കുഛ് സാമാൻ തുമാരേ പാസ് പഡാ ഹേ
(ഇജാജത് - 2005)

ഗീതാദത്ത്

1946ലെ ഒരു സുപ്രഭാതം. ഒരു കെട്ടിടത്തിന്റെ മുകൾനിലയിൽനിന്ന് ഒരു പെൺകുട്ടിയുടെ പാട്ട് ഒഴുകിവരുന്നു. താഴെ റോഡിലൂടെ കടന്നുപോയിരുന്ന, അക്കാലത്തെ പ്രശസ്ത സംഗീതസംവിധായകൻ ഹനുമാൻ പ്രസാദ് പാട്ടുകേട്ട് അല്പനേരം നിന്നു. കോണിപ്പടികൾ കയറി അദ്ദേഹം മുകളിൽ ചെന്നു. കറുത്തുമെലിഞ്ഞ ഒരു പെൺകുട്ടി എല്ലാംമറന്ന് പാടുന്നതാണ് അദ്ദേഹം കണ്ടത്. ഒരാൾ തന്റെ അരികിൽ വന്നതോ തന്റെ പാട്ടുകേൾക്കുന്നതോ ഒന്നും അവൾ അറിഞ്ഞില്ല. മന്ത്രമുഗ്ധമായ ആ നാദം ലോകം മുഴുവൻ കേൾപ്പിക്കാനുള്ള തന്റെ ആഗ്രഹം ഹനുമാൻ പ്രസാദ് ആ പെൺകുട്ടിയുടെ അച്ഛനോട് പറഞ്ഞു. 'ഭക്തപ്രഹ്ലാദ്' എന്ന ചിത്രത്തിന് ഹനുമാൻ പ്രസാദ് സംഗീതം ഒരുക്കുന്ന സമയമായിരുന്നു അത്. ആ ചിത്രത്തിൽ ഒരു പെൺകുട്ടിയുടെ പാട്ട് മുകളിൽപ്പറഞ്ഞ പെൺകുട്ടിയെക്കൊണ്ട് പാടിച്ച് ഹിന്ദി സിനിമയ്ക്ക് പുതിയ ഗായികയെ നൽകി. ആ ഗായികയുടെ പേരാണ് ഗീതാറായി. പിന്നീട് ഇതേ ശബ്ദം തന്നെയാണ് ഗീതാദത്ത് എന്ന പേരിൽ മൂന്ന് ദശാബ്ദത്തോളം സംഗീതപ്രേമികളുടെ ഹൃദയം ഭരിച്ചത്. ഇന്നും ഗീതാദത്തിനെ സംഗീതലോകം മറന്നിട്ടില്ല.

1946ൽത്തന്നെ ഗീതാറോയി മറ്റൊരു ചിത്രമായ 'സർക്കസ് കിംഗി'ൽ

ഒരു പാട്ടുപാടി. ഗീതയുടെ ആദ്യഗാനങ്ങൾ പ്രത്യേകം ശ്രദ്ധിക്കപ്പെട്ടില്ല. ഗീതയുടെ ശബ്ദത്തിൽ വിജയത്തിന്റെ സ്പന്ദനം തിരിച്ചറിഞ്ഞത് സംഗീതസംവിധായകൻ സച്ചിൻ ദേവ് ബർമ്മനാണ്. ഗീതയുടെ ശബ്ദം കേട്ടപ്പോൾത്തന്നെ ബർമ്മൻ ഒരു കാര്യം ഉറപ്പിച്ചു. പതിനഞ്ച്, പതിനാറ് വയസ്സുള്ള ഈ പെൺകുട്ടി തന്റെ ഗാനങ്ങൾ ആലപിച്ചാൽ തീർച്ചയായും ഹിറ്റാവും. അക്കാലത്തെ പ്രശസ്ത ഗായികമാരെ ഒഴിവാക്കി. 'ദോ ഭായി' എന്ന ചിത്രത്തിൽ ഗീതയെക്കൊണ്ട് പാടിക്കാനുള്ള അനുമതിക്കായി നിർമ്മാണക്കമ്പനിയായ ഫിലിമിസ്താന്റെ ഉടമ റായി ബഹാദുർ ചുന്നീലാലിനോട് ആവശ്യപ്പെട്ടു. ബർമ്മന്റെ വിശ്വാസം അല്പംപോലും തെറ്റിയില്ല. 1947ൽ 'ദോഭായി'യിൽ കാമിനി കൗശലിനുവേണ്ടി പാടിയ 'മേരാ സുന്ദർ സപ്നാ ബീത് ഗയാ..' എന്ന ഗാനം ഗീതയുടെയും മകൾ ഒരു നല്ല ഗായികയാകണമെന്നാഗ്രഹിച്ച പിതാവിന്റെയും 'സപ്ന' (സ്വപ്നം) സാക്ഷാത്കരിച്ചു. ബർമ്മൻദായുടെ കൂടി സ്വപ്നസാക്ഷാത്ക്കാരമായിരുന്നു ഈ ഗാനം. ശോകഭരിതമായ ഗീതയുടെ ഈ ഗാനം ഭാരതം മുഴുവൻ ഏറ്റുവാങ്ങി. ഈ ചിത്രത്തിൽ ഗീത പാടിയ 'ഏ ദിൽ ഹം കോ യാദ് കരോഗെ...', 'ഹമേം ഛോഡ് പിയാ കിസ് ദേസ് ഗയേ...' എന്നീ ഗാനങ്ങളും വളരെ പ്രശസ്തമായി. 'ദോ ഭായി'ക്കുശേഷം ഗീതയ്ക്ക് തിരക്കേറി. ഗീതയുടെ ശബ്ദം താരതമ്യേന 'ഘന'മേറിയതായിരുന്നു. എന്നിട്ടും ഭാവാത്മകമായ അവതരണത്തിലൂടെ ഗീത പാടിയ പാട്ടുകൾ പോപ്പുലറായി. 1947ൽ ശ്യാം സുന്ദറിന്റെ സംഗീതത്തിൽ ഗീത ശംശാദ് ബീഗത്തോടൊപ്പം പാടിയ സുന്ദരമായ ഗാനമാണ് 'ആംഖോം ആഖോം മേം ദിൽ സേ ദിൽകീ ബാതേം കഹ് ഗയേ...' അടുത്ത വർഷം ഗുലാം ഹൈദറിന്റെ സംഗീതസംവിധാനത്തിൽ ഗീതയുടെ ശബ്ദം രണ്ട് ചിത്രങ്ങളിൽ ('ശഹീദ്', 'മജ്ബൂർ') കേട്ടു. 'മൈ ദോ ദിൻ കീ മെഹ്മാൻ പിയാ...' (ശഹീദ്) എന്ന ഗാനം തിരശ്ശീലയിൽ മൃത്യുശയ്യയിൽ കിടന്നു പാടുന്ന കാമിനി കൗശലിന് വേണ്ടി ഗീത പാടിയതായിരുന്നു. ആലാപനത്തിലെ ആർദ്രതയും അഭിനയത്തിലെ അകൃത്രിമതയും ഒന്നുചേർന്നപ്പോൾ പ്രസ്തുതരംഗം പ്രേക്ഷകഹൃദയത്തെ മഥിച്ചു. 1949ൽ പുറത്തിറങ്ങിയ 'നാച്' (സംഗീതം - ഹുസ്ന്ലാൽ - ഭഗത്രാം) എന്ന ചിത്രത്തിലെ 'ദൂർ സേ ഏക് പർദേസീ ആയാ...' എന്ന ഗാനവും ഹൃദയത്തെ സ്പർശിച്ചു. പിന്നീട് 'അമാനത്ത്', 'ലഡ്കീ', മഖീചൂസ്', 'പരിണീത', 'പ്യാർ', 'പ്യാർ കീ ബാതേം', 'ശ്രീമതി ജീ' തുടങ്ങി അനേകം ചിത്രങ്ങളിലും ഗീത പാടി.

1950ൽ ഖേംചന്ദ് പ്രകാശ് 'ജാൻ പഹചാൻ' എന്ന ചിത്രത്തിൽ

ഗീതയെക്കൊണ്ട് ആറ് ഗാനങ്ങൾ പാടിച്ചു. ഇവയിൽ തലത് മുഹമ്മദിനോടൊപ്പം പാടിയ 'അർമാൻ ഭരേ ദിൽ കീ ലഗൻ തേരേലിയേ...' സംഗീതപ്രേമികൾ ഇന്നും ഓർമ്മിക്കുന്നു.

ജീവിതനൈരാശ്യവും ദുഃഖവും വേദനയും നിറഞ്ഞുനിന്ന ഗീതയുടെ ഗാനങ്ങളായിരുന്നു അമ്പതുകളുടെ ആരംഭം വരെ നിറഞ്ഞുനിന്നിരുന്നത്. ഈ ശബ്ദത്തിന്റെ അതിര് ഇത്രമാത്രമേയുള്ളൂ? ദുഃഖഗാനങ്ങൾ ആലപിക്കാൻ മാത്രമുള്ള ഗായികയാണോ ഗീത? സംഗീതപ്രേമികളുടെ മനസ്സിലുദിച്ച സംശയങ്ങളാണിവ. അപ്പോഴാണ് ഗീതയും ഗീതയുടെ ശബ്ദവും അവരുടെ ആസ്വാദകരെ ഞെട്ടിച്ചുകൊണ്ട് 1951ൽ ഗുരുദത്ത് സംവിധാനം ചെയ്ത 'ബാസി' എന്ന ചിത്രം പുറത്തുവരുന്നത്. ഈ ചിത്രം ഗീതയുടെ വ്യക്തിജീവിതത്തിലും കലാജീവിതത്തിലും പുതിയ അദ്ധ്യായം കുറിച്ചു. ശോകഭാവങ്ങളുടെ ആലാപനത്തിനനുയോജ്യമായ ശബ്ദമാണ് ഗീതയുടേതെന്ന് കണ്ടെത്തി 'ദോഭായി'യിൽ ശോകഗാനങ്ങൾ പാടിച്ച സച്ചിൻദേവ് ബർമ്മൻതന്നെ ഗീതയുടെ ശബ്ദത്തിന്റെ മറുഭാഗം കണ്ടെത്തി. ഉല്ലാസഭരിതമായ ഗാനങ്ങളും പാടിച്ചു. 'ബാസി' എന്ന ചിത്രം ഉദാഹരണം. ഈ ചിത്രത്തിൽ സാഹിർ ലുധിയാൻവി എഴുതിയ 'തദ്ബീർ സേ ബിഗഡീ ഹുയീ തക്ദീർ ബനാ ലേ...' എന്ന ഗാനം പാശ്ചാത്യശൈലിയിൽ ഗീതയെക്കൊണ്ട് പാടിച്ച് ബർമ്മൻ ദാ കോളിളക്കം സൃഷ്ടിച്ചു. 'സുനോ ബജർ ക്യാ ഗയേ...' എന്ന ഗാനം ശ്രോതാക്കളിൽ ലഹരിപോലെ പടർന്നു. 'ബാസി'യിൽ ഗീത വിഭിന്നസ്വരങ്ങളിൽ പാടിയ മറ്റ് ഗാനങ്ങളാണ് 'യേ കോൻ ആയാ..', ആജ് കീ രാത് പിയാ..', 'ദേവ് കേ അഖേലി മോഹേ ബർഖാ സതായേ രേ..', 'ലാഖ് ജമാനേവാലേ..' എന്നിവ. 'ബാസി'യിലെ സംഗീതം നാഴികക്കല്ലായി. ഇതോടെ ഇത്തരം ഗാനങ്ങൾ ഗീതയെക്കൊണ്ട് പാടിക്കാനുള്ള മത്സരം തുടങ്ങി.

'ബാസി'യുടെ വിജയത്തോടൊപ്പം ഗീതാബായി ഗീതാദത്ത് ആയി. 1951ൽ ഗീതയും ഗുരുദത്തും വിവാഹിതരായി. കുടുംബപരമായ പ്രശ്നങ്ങൾക്കിടയിലും ഗുരുദത്തിന്റെ ഓരോ ചിത്രത്തിന്റേയും വിജയത്തിനുവേണ്ടി ഗീത തന്റേതായ സംഭാവനകൾ നൽകി. 1952ൽ ഗുരുദത്തിന്റെ 'ജാൽ' എന്ന ചിത്രത്തിൽ ഗീത കിശോർകുമാറുമൊത്ത് 'ദേഭീ ചുകേ ഹം ദിൽ നസരാനാ..' എന്ന രസകരമായ ഗാനം പാടി. ഈ ചിത്രത്തിൽ ഗീത നേതൃത്വം നൽകിയ 'സോർ ലഗാ കേ ഹൈയാ പൈർ ജമാ കേ ഹൈയാ...' സമൂഹഗാനവും പ്രേക്ഷകപ്രീതി നേടി. അടുത്തവർഷം ഗുരുദത്ത് - ഗീതാബായി ചിത്രമായ 'ബാജ്'ൽ ഗീതാദത്ത് വെല്ലുവിളി നിറഞ്ഞ സ്വരത്തിൽ പാടി. 'സരാ സാംനേ ആ സരാ

ആംഖ് മിലാ..'. പിന്നീട് 'ശർത്' എന്ന ചിത്രത്തിൽ ഗീതയും ഹേമന്ത്കുമാറും പാടിയ 'ന യേ ചാന്ദ് ഹോഗാ ന താരേ രഹേംഗേ...' എന്ന ഗാനം സംഗീതപ്രേമികളെ ഉന്മാദഭരിതരാക്കി. ഈ ഗാനം ഈ ജോഡിയുടെ മധുരമായ ഒരു പഴയ പ്രേമഗാനത്തെ ഓർമ്മിപ്പിച്ചു. 'ദോ നൈനാ തുമാരേ പ്യാരേ..' (ചിത്രം - ശ്രീമതിജി).

1950ൽ പുറത്തിറങ്ങിയ 'ജോഗൻ' എന്ന ചിത്രവും അതിലെ ഗാനങ്ങളും പ്രേക്ഷകർ മറന്നിട്ടുണ്ടാവില്ല. അനാസക്തയായ ഒരു യോഗിനിയും നാസ്തികനായ ഒരു യുവാവും തമ്മിലുള്ള പ്രേമബന്ധത്തിന്റെ കഥ പറയുന്ന ഈ ചിത്രത്തിൽ ബുലോ സി. റാണി ഈണം നൽകിയ ഗാനങ്ങളുടെ മാസ്മരികതയിൽ ഗീതയ്ക്കും പങ്കുണ്ട്. 'മൈ തോ ഗിരിധർ കേ ഘർ ജാഉം...', 'മത് ജാ മത് ജാ ജോഗീ..', 'ഘുംഘട്ട് കേ പാട് ഖോൽ..', 'ഏ രീ മൈതോ പ്രേം ദീവാനീ..' തുടങ്ങിയ ഗാനങ്ങൾ ഗീതയുടെ സ്വരത്തിൽ അലൗകികമായ തലത്തിലേക്കുയർന്നു. 'ജോഗൻ' എന്ന ചിത്രംപോലെ 'സംഗ്ദിൽ' എന്ന ചിത്രത്തിലെ ദേവദാസിയായ മധുബാലയുടെ ദാഹം ഗീതയുടെ കണ്ഠം തിരിച്ചറിഞ്ഞുകൊണ്ടുപാടി. 'ദർശൻ പ്യാസീ ആയീ ദാസീ ജഗ്മഗ് ദീപ് ജലായേ..' ആ കാലങ്ങളിൽ ഗീത പാടിയ ശ്രദ്ധേയഗാനങ്ങളാണ് 'ഹേ യേ ദുനിയാ കോൻ സീ ഏദിൽ മുഝെ ക്യാ ഹോ ഗയാ..' (ചിത്രം - സൈലാബ്). 'ഇസ് മഹഫിൽ മേം ആനാ ബാച് കേ..' (കാഫി ഹൗസ്), ഖയാലോം മേ കിസീ കേ ഇസ് തരഹ് ആയാ നഹി കർതേ..' (ബാവരേ നൈനാ മുകേശിനോടൊപ്പം), 'മേരാ ദിൽ തഡ്പാ കേ കഹാം ചലാ..' (ശബ്നം), 'കിസ്മത് മേം ബിഛഡ്നാ ഥാ ഹുയീ ക്യോം ഉൻസേ മുലാകാത് രേ..' (ശബ്നം മുകേശിനോടൊപ്പം), 'ഓ ജാനേ വഫാ..' (അനാർക്കലി), 'കൈസേ കോയീ ജിയേ ജഹർ ഹേ സിന്ദഗി..' (ബാദ്ബാൻ) എന്നിവ.

1956ൽ 'ആർപാർ' എന്ന ചിത്രത്തിലൂടെ സംഗീതസംവിധായകൻ ഓ.പി. നയ്യാർ ആണ് ഗീതയുടെ ശബ്ദത്തിന്റെ 'സെക്സ് അപ്പീൽ' പൂർണ്ണമായും ചൂഷണം ചെയ്തത്. ഗീതയുടെ ശബ്ദമാധുര്യം മുമ്പേ തിരിച്ചറിഞ്ഞിരുന്ന നയ്യാർ, 'ആർപാറി'നുമുമ്പ് തന്നെ 'ആസ്മാൻ' എന്ന ചിത്രത്തിൽ 'ജാദൂഭരേമോരേ നൈൻ...', 'ദിൽ ഹേ ദീവാനാ...' തുടങ്ങിയ മധുരഗാനങ്ങൾ പാടിച്ചിരുന്നു. ഗീതയുടെതന്നെ മറ്റൊരു ഗാനമായ 'പോം പോം പോം പോം ബാജാ ബോലേ..' എന്ന ഗാനം അക്കാലത്ത് 'ബിനാകാ ഗീത്മാല'യിൽ പ്രക്ഷേപണം ചെയ്തിരുന്നു. 'ആർപാറി'ൽ നയ്യാർ ഗീതയെക്കൊണ്ട് മാദകസ്വരത്തിൽ പാടിച്ച 'ബാബുജി ധീരേ ചൽനാ', 'ഏ ലോ മൈ ഹാരീ പിയാ...', 'ഹും അഭീ

മൈ ജവാം ഏ ദിൽ..', 'ജാ ജാ ജാ ബേവഫാ...' തുടങ്ങിയ ഗാനങ്ങൾ ദുഃഖഗാനങ്ങളുടെ പരിധിക്ക് പുറത്തും അവരുടെ കഴിവുകൾക്കുള്ള ഉദാഹരണങ്ങളാണ്. ഓ.പി. നയ്യാർ – ഗീതാദത്ത് കൂട്ടുകെട്ടിന്റെ മാജിക് സംഗീതപ്രേമികൾക്ക് ഒരിക്കൽക്കൂടി അനുഭവിക്കാൻ അവസരമൊരുക്കിയ ചിത്രമാണ് 'മിസ്റ്റർ ആന്റ് മിസിസ് 55' (1955). ഈ ചിത്രത്തിൽ ഗീത ഒറ്റക്ക് പാടിയ ഠണ്ടീ ഹവാ കാലീ ഘടാ...', 'പ്രീതം ആൻ മിലോ...', 'നീലേ ആസ്മാനീ..', റഫിയോടൊപ്പം പാടിയ നാല് പാട്ടുകൾ – ജാനേ കഹാം മേരാ ജിഗർ ഗയാജീ...', 'ഉധർ തും ഹസീ ഹോ..', 'ദിൽ പർ ഹുവാ ഐസാ ജാദൂ..', 'ചൽ ദിയേ ബന്ദാ നവാജ്..' – എല്ലാ ഗാനങ്ങളും ആസ്വാദകരെ ആകർഷിച്ചു.

നയ്യാരുടെ സംഗീതത്തിൽ ഗീതയുടെ സ്വരം ഒരിക്കൽക്കൂടി ശ്രദ്ധ നേടിയത് 1956ലെ 'ഛൂമന്തർ' എന്ന ചിത്രത്തിലൂടെയാണ്. റഫിയോടൊത്ത് പാടിയ 'ഗരീബ് ജാൻ കേ ഹംകോ ന മിടാ ദേനാ..' വളരെ പ്രശസ്തമായി. ഈ ചിത്രത്തിലെ മറ്റു ഗാനങ്ങളായ 'ജബ് ബാദൽ ലഹരായാ..', 'രാത് നശീലേ..' എന്നിവയും ശ്രോതാക്കളുടെ ചുണ്ടുകളിൽ ഇടംപിടിച്ചു. എന്നാൽ ഇവയോടൊപ്പംതന്നെ, 1956ൽ സൂപ്പർ ഹിറ്റായ ഗീതയുടെ ഗാനമാണ് 'ഏ ദിൽ മുഝേ ബതാ ദേ തൂ കിസ്പേ ആ ഗയാ ഹേ..' (ചിത്രം – ഭായീ ഭായീ).

1957ലാണ് ഗുരുദത്തിന്റെ ഏറ്റവുമധികം ചർച്ച ചെയ്യപ്പെട്ട, ജനപ്രിയ ചിത്രം 'പ്യാസ' പ്രദർശനത്തിനെത്തിയത്. ചിത്രത്തിന്റെ വിജയത്തിൽ ഗീതാദത്തിന്റെ മധുരശബ്ദത്തിന്റെ സംഭാവന ഏറെയാണ്. 'ജാനേ ക്യാ തുനെ കഹീ..', 'ആജ് സജൻ മോഹേ അംഗ് ലഗാ ലോ...', റഫിയോടൊപ്പം പാടിയ 'ഹം ആപ് കീ ആംഖോം മേം ഇസ് ദിൽ കോ ബസാ ദേം തോ..' എന്നീ ഗാനങ്ങൾ ബർമ്മൻദായുടെ സംഗീതത്തിന്റെയും ഗീതയുടെ ശബ്ദമാധുര്യത്തിന്റെയും സമന്വയത്തിന്റെ ഉത്കൃഷ്ട ഉദാഹരണമായി. ചിലപ്പോപോൾ അവിശ്വസനീയമായി തോന്നാം, ഇതേ ശബ്ദം തന്നെയാണോ ഒരു വർഷം മുമ്പ് 'സി.ഐ.ഡി.' എന്ന ചിത്രത്തിൽ 'ജാതാ കഹാം ഹേ ദീവാനേ...', 'ആംഖോം ഹീ ആംഖോം മേം ഇശാരാ ഹോ ഗയാ..', 'ഏ ദിൽ ഹേ മുശ്കിൽ ജീനാ യഹാം..' (രണ്ടു ഗാനങ്ങളും റഫിയോടൊപ്പം) പാടിയതെന്ന്.

ഗീതയുടെ ശബ്ദത്തിന്റെ വൈവിധ്യമാർന്ന ആകർഷകത്വം 1958ലും തുടർന്നു. ഈ വർഷം 'മേരാ നാം ചിൻ ചിൻ ചൂ...' (ഹൗറ ബ്രിഡ്ജ്) പാടിയ ഗീത തന്നെയാണ് വ്യാകുലമനസ്സുകൾക്ക് ഈശ്വരനിലേക്ക് വഴികാട്ടുന്ന 'തേരാ മൻവാ ക്യൂം ഖബരായേ..' (ചിത്രം – സാധന) പാടിയതും. ഈ വർഷം ചർച്ച ചെയ്യപ്പെട്ട ഗീതയുടെ രണ്ട് ഗാനങ്ങ

ളാണ് 'ആംഖ് മിലനേ കേലിയേ..' (ചന്ദൻ), 'ദോ ചമക്തീ ആംഖോം മേം..', (ഡിറ്റക്ടീവ്) എന്നിവ. 1958ൽ തന്നെയാണ് ഗുരുദത്ത് അഭിന യിച്ച 'ട്വൽവ് ഓ ക്ലോക്ക്' എന്ന ചിത്രത്തിൽ ഗീത പാടിയ 'അജീ ഓ സുനാ തോ നഹീ തുനേ..', 'കൈസാ ജാദൂ ബലം തുനേ ഡാരാ..' എന്നിവ പോപ്പുലർ ആയതും.

'പ്യാസ' പരമ്പരയിൽ ഗുരുദത്ത് 1959ൽ നിർമ്മിച്ച 'കാഗസ് കേ ഫൂൽ' ബോക്സോഫീസിൽ ദയനീയമായി പരാജപ്പെട്ടു. ജനങ്ങൾ ഈ ചിത്രത്തെ മറന്നെങ്കിലും ഗീത പാടിയ 'വക്ത്നേ കിയാ ക്യാ ഹസീ സിതം...' എന്ന ഗാനം ഇന്നും മറന്നിട്ടില്ല. ഇതേവർഷം ഗീത പാടി ആസ്വാദകർ ഹൃദയത്തിലേറ്റിയ ഗാനങ്ങളാണ് 'നഹീ കലീ സോനേ ചലീ..', 'ബച്പൻ കേ ദിൻ ഭീ ക്യാ ദിൻ ഥേ..', 'തും ജിയോ ഹസാരേം സാൽ..' (മൂന്ന് ഗാനങ്ങളും 'സുജാത'യിൽ), 'ലട്ഉൽഝീ ഹേ..' (ഇൻസാൻ ജാഗ് ഉഠാ) എന്നിവ.

ഗായിക എന്ന നിലയിൽ ഔന്നത്യത്തിൽ എത്തിയപ്പോൾതന്നെ ഗീതയുടെ ഇറക്കവും ആരംഭിച്ചിരുന്നു. 1960ൽ വഹീദാ റഹ്മാൻ ഗുരു ദത്തിന്റെ ജീവിതത്തിൽ 'ചൗദഹ്വീം കാ ചാന്ദ്' – പതിനാലാം രാവിലെ ചന്ദ്രൻ – ആയി തിളങ്ങാൻ തുടങ്ങിയതോടെ ഗീതയുടെ തിളങ്ങുന്ന നക്ഷത്രം കിതച്ചുകൊണ്ട് അസ്തമിക്കാൻ തുടങ്ങി. 'ചൗദഹ്വീം കാ ചാന്ദ്' ഗുരുദത്തിന്റെ ചിത്രമായിട്ടുകൂടി ഗീതയുടെ ശബ്ദം 'ബാലം സേ മിലൻ ഹോഗാ..' എന്ന കോറസിൽ ഒതുങ്ങി. എന്നാൽ ഗുരുദ ത്തിന്റെ അവസാനചിത്രമായ 'സാഹിബ് ബീവി ഔർ ഗുലാമി'നെ മീനാകുമാരിയോടൊപ്പം ഗീതാദത്താണ് അനശ്വരമാക്കിയത്. ഹേമ ന്ത്കുമാറിന്റെ സംഗീതത്തിൽ ഛോട്ടീ ബഹു(മീനാകുമാരി)വിന്റെ മൗന വേദനയ്ക്ക് ശബ്ദം നൽകിയത് ഗീതയാണ് – 'കോയീ ദൂർ സേ ആവാസ് ദേ ചലേ ആവോ..', 'പിയാ ഐസോ ജിയോ മേം സമായ് ഗയേ രേ...', 'ന ജാവോസൈയാ ഛുഡാ കേ ബൈയാ..' തുടങ്ങിയ ഗാനങ്ങൾ ഗീതയുടെ ശബ്ദത്തിന്റെ ആകർഷകത്വത്തിന് മങ്ങലേറ്റി ട്ടില്ല എന്ന് തെളിയിച്ചു.

ഇതിനുശേഷം ഗീതയുടെ ഗാനങ്ങൾ വല്ലപ്പോഴുമേ കേട്ടിരുന്നുള്ളൂ. ഭർത്താവിന്റെ വീട് ഗീത മുമ്പുതന്നെ ഉപേക്ഷിച്ചിരുന്നു. 1964ൽ ഗുരു ദത്ത് ആത്മഹത്യ ചെയ്തു. അതിനുശേഷം ഗീത പാടിയ ഗാനങ്ങ ളാണ് 'ആജ് കീ കാലീ ഘടാ..' (ഉസ്കീ കഹാനി), 'മേരാ ദിൽ ജോ മേരാ ഹോതാ..', 'മേരാ ജാം മുഝേ ജാം ന കഹോ..', 'കോയീ ചുപ്കേ സേ ആകേ..' (എല്ലാ ഗാനങ്ങളും 'അനുഭവ്') തുടങ്ങിയ ചില ഗാന ങ്ങൾ മാത്രം ശ്രദ്ധിക്കപ്പെട്ടു. ഏകദേശം അയ്യായിരത്തോളം ഗാനങ്ങൾ

ഗീത പാടിയിട്ടുണ്ട്. ആ ഗാനങ്ങളാൽ ശ്രദ്ധിക്കപ്പെട്ട ചിത്രങ്ങളാണ് 'ആബേ ഹയാത്', 'ഭൂൽ നാ ജാനാ', 'പുലീസ്', 'മുനിംജി', 'പാകേട്മാർ', 'മുസാഫിർ ഖാനാ', 'ദില്ലീ കാ ഠഗ്', 'ശ്രീമതി 420', 'ജാഗിർ', 'ഗസ്റ്റ് ഹൗസ്', 'ലാജവന്തി', 'മിലാപ്', 'സൺ ഓഫ് ഇന്ത്യ' തുടങ്ങിയവ. ഹേമന്ത് കുമാറിനോടൊപ്പം പാടിയ ഗീതാദത്തിന്റെ ഗാനങ്ങൾ ഏറെ ഇഷ്ടപ്പെട്ടവയാണ്. ബംഗാളി ചിത്രമായ 'വധൂവരൻ'ൽ ഗീത അഭിനയിച്ചിട്ടുണ്ട്. 'തേരാ സാഥ് ഹേ പ്യാരാ', 'അബ് കഹാം ജായേ ഹം' തുടങ്ങിയ ഹിന്ദിചിത്രങ്ങളിൽ ഗീത അഭിനയിച്ചെങ്കിലും ചിത്രങ്ങൾ പൂർത്തീകരിക്കപ്പെട്ടില്ല. ഗുരുദത്ത് 'ഗൗരി' എന്ന പേരിൽ ഗീതയെ നായികയാക്കി ചിത്രനിർമ്മാണം തുടങ്ങിയെങ്കിലും വഴിക്കുവെച്ച് ഉപേക്ഷിച്ചു.

രണ്ട് പ്രതിഭകൾ ഒരുമിച്ചുള്ള ദാമ്പത്യജീവിതം സ്വർഗ്ഗസമാനമായിരിക്കുമെന്ന ധാരണയ്ക്കു വിപരീതമായിരുന്നു ഗുരുദത്ത് - ഗീതാദത്ത് ബന്ധം. ഗീതയുടെ ജീവിതത്തിൽ മൂളിപ്പാടാൻ ദുഃഖാർദ്രമായ ചില വരികളാണ് ബാക്കിയുണ്ടായിരുന്നത്.

'മേരീ പ്രേം കഹാനീ ഖതം ഹുയീ
മേരേ ജിവൻ കാ സംഗീത് ഗയാ
മേരാ സുന്ദർ സപ്നാ ബീത്ഗയാ..'

നിരാശത നിറഞ്ഞ തന്റെ ജീവിതവീണയിലെ തന്ത്രികളെ 1972 ജൂലായ് 20ന് ഗീത തന്നെ പൊട്ടിച്ചു.

പ്രധാനപ്പെട്ട പത്ത് ഗാനങ്ങൾ

1. മേരാ സുന്ദർ സപ്നാ ബീത് ഗയാ..
(ദോ ഭായ് - 1947)
2. ജാനേ ക്യാ തൂനേ കഹാ
(പ്യാസാ - 1947)
3. ന യേ ചാന്ദ് ഹോഗാ ന താരേ രഹേംഗേ
(ശർത് - 1953)
4 ചന്ദാമാമാ ദൂർ കേ പുയേ പകായേ ബൂർ കേ
(വചൻ - 1955)
5. ഠണ്ഡീ ഹവാ കാലീ ഘട്ടാ
(മിസ്റ്റർ & മിസ്സിസ് 55 - 1955)
6. ജാനേ കഹാം മേരാ ജിഗർ ഗയാജീ
(മിസ്റ്റർ & മിസ്സിസ് 55 - 1955)

7. ബാബുജീ ധീരേ ചൽനാ പ്യാർ മേം സരാ സംഭൽനാ

(ആർപാർ - 1956)

8. യേ ലോ മൈ ഹാരീ പിയാ തേരീ ജീത്രേ

(ആർപാർ - 1956)

9. മേരാ നാം ചിൻചിൻ ചൂ, രാത് ചാന്ദ്നി മൈ ഔർ തും

(ഹൗറ ബ്രിഡ്ജ് - 1958)

10. വക്ത് നേ കിയാ ക്യാ ഹസീ സിതം

(കാഗസ് കേ ഫൂൽ - 1959)

മുബാറക് ബേഗം

ഇന്നത്തെ പ്ലാസ്റ്റിക് സംഗീതത്തിൽനിന്ന് തികച്ചും വ്യത്യസ്തമായ ശബ്ദത്തിനുടമയായിരുന്നു മുബാറക് ബേഗം. സിന്തസൈസറിൽനിന്ന് താൻപുരപോലെ വ്യത്യസ്തം. തനിക്ക് അർഹതപ്പെട്ട സ്ഥാനം ലഭിക്കുമെന്ന് അവസാനകാലംവരെ പ്രതീക്ഷയർപ്പിച്ച ഈ ഗായികയ്ക്ക് അവസരം നിഷേധിച്ചതും സംഗീതരംഗത്തെ ചില കോക്കസുകളായിരുന്നു.

കഭീ തൻഹായിയോം മേം യും ഹമാരീ യാദ് ആയേഗീ...' എന്ന മനോഹരഗാനത്തിലൂടെ ഇന്നും സംഗീതപ്രേമികൾ ഓർക്കുന്ന ഗായികയുടെ പേര് ഫിലിം ഇൻഡസ്ട്രി പുറത്തിറക്കിയ ഡയറക്ടറിയിൽനിന്ന് പോലും ഒഴിവാക്കപ്പെട്ടത് ഈ ഗായികയോട് ചെയ്ത തിരസ്കാരത്തിന്റെ ക്ലൈമാക്സാണ്.

കുട്ടിക്കാലം മുതൽ പാടാൻ താല്പര്യമുണ്ടായിരുന്ന മുബാറക് അന്നത്തെ പ്രശസ്ത ഗായിക സുരയ്യയുടെ ഗാനങ്ങൾ കേട്ട് ആ ശൈലി അനുകരിച്ചിരുന്നു. ഇത് കേട്ടവർ സിനിമയിൽ പാടണമെന്ന് പറഞ്ഞു. എന്നാൽ സിനിമയിൽ പാടുമെന്ന് മുബാറക് സ്വപ്നത്തിൽപോലും വിചാരിച്ചിരുന്നില്ല.

മുബാറകിന്റെ പാട്ടുകേട്ട സംഗീതസംവിധായകൻ ശ്യാം സുന്ദറാണ്

ആദ്യമായി പാടാൻ അവസരം നൽകിയത്. സന്തോഷം കൊണ്ട് തുള്ളി ച്ചാടിയ നിമിഷം. സ്റ്റുഡിയോയിലെത്തിയ മുബാറക് അവിടെക്കൂടിയ ആൾക്കാരെ കണ്ടപ്പോൾ പരിഭ്രമിച്ചു. ശബ്ദം എവിടെയോ നഷ്ടപ്പെട്ട പോലെ. ടേക്കുകൾ ആവർത്തിച്ചു. വിചാരിച്ച റിസൽട്ട് കിട്ടിയില്ല. ആദ്യം ലഭിച്ച അവസരം അങ്ങിനെ അവസാനിച്ചു.

ഭാഗ്യവശാൽ രണ്ടാമത്തെ അവസരം ലഭിച്ചു. നടൻ യാക്കൂബിന്റെ 'ആയിയേ' എന്ന ചിത്രത്തിൽ സംഗീതസംവിധായകൻ നശാദ് (നൗശാദ് അല്ല) മുബാറക്കിന് രണ്ട് ഗാനങ്ങൾ പാടാൻ അവസരം നൽകി. ഒരു സോളോയും ലതയോടൊപ്പം ഒരു യുഗ്മഗാനവും. ഇപ്രാവശ്യം 'അപ കടം' ഒന്നും വരുത്തിയില്ല. ഒറ്റയ്ക്ക് പാടിയ ഗാനമാണ് 'മോഹ് ആനേ ലഗീ അംഗഡായീ...'

'ആയിയേ' (1949)ക്കുശേഷം അവസരങ്ങൾ ലഭിക്കാൻ തുടങ്ങി. 'ശീശ' (1952) എന്ന ചിത്രത്തിൽ ഗുലാം മുഹമ്മദിന്റെ സംഗീതത്തിൽ 'ജൽ ജൽ കേ മരൂം, കുഛ് കഹ് ന സകൂം..' പാടി. സംഗീതസംവിധായകൻ ഹംസ്രാജ് ബഹലിനുവേണ്ടി 'ഫൂലോം കാ ഘർ' എന്ന ചിത്രത്തിൽ ഒരു ഗാനം റിക്കോർഡ് ചെയ്തു. പിന്നീട് കമൽ അംരോഹിയുടെ 'ദായര' (1953)യിൽ പാടിയപ്പോഴാണ് ശരിക്കും തിരിച്ചറിയപ്പെട്ടത്. ജമാൽസെ ന്നിന്റെ സംവിധാനത്തിൽ പാടിയ മുബാറക്കിന്റെ ഗാനങ്ങൾ വളരെ പോപ്പുലറായി. പ്രത്യേകിച്ച്, 'ദേവതാ തും ഹോ മേരാ സഹാരാ..'യിൽ മുബാറക്കിന്റെ ഹൃദയത്തിൽനിന്നുതിർന്ന ശബ്ദം ശ്രോതാക്കളിൽ മാസ്മരിക പ്രഭാവമുണ്ടാക്കി. ഈ ഗാനം സംഗീതാസ്വാദകർ ഇന്നും ഇഷ്ടപ്പെടുന്നു.

സിനിമയിൽ മുബാറക്കിന്റെ നാളുകളായിരുന്നു പിന്നീട്. 'ദേവദാസ്'ൽ 'വോ ന ആയേംഗേ പലട്കർ...', മധുമതി'യിൽ 'ഹം ഹാൽ – ഏ – ദിൽ സുനായേംഗെ...', 'സരസ്വതീചന്ദ്ര'യിൽ 'വാദാ കിയാ ഹംസേ, ദിൽ കിസ്കോ ദിയാ..', 'ചാന്ദ്നീ ചൗകി'ൽ മുബാറക് പാടിയ ഒരു പാട്ടി ലൂടെ അവർ ജനങ്ങളുടെ ആരാധനാപാത്രമായി. സംഗീതസംവിധായ കൻ സ്നേഹൽ ഭട്കർ ഈണം നൽകിയ ഒരു ഗാനമാണ് ശരിയായ അർത്ഥത്തിൽ മുബാറക്കിന് പ്രശസ്തി നേടിക്കൊടുത്തത്. ഇതാണ് ഗാനം – 'കഭീ തൻഹായിയോയും ഹമാരീ യാദ് ആയേഗീ...'

'ഹമാരി യാദ് ആയേഗി'യുടെ നിർമ്മാതാവ് കേദാർശർമ്മ, ഈ പാട്ടു പോലെത്തന്നെ ഹൃദയസ്പർശിയായ ഒരു സംഭവത്തെപ്പറ്റി പറഞ്ഞിട്ടു ണ്ട്. പാട്ടുപാടാൻ മുബാറക് സ്റ്റുഡിയോയിലെത്തി. അപ്പോൾ അവർ കേദാറിനോട് തന്നോടൊപ്പം അടുത്ത മുറിയിലേക്ക് വരാൻ പറഞ്ഞു. കേദാർ അവരോടൊപ്പം പോയി. ശർമ്മ പരിഭ്രമിച്ചിരുന്നു. എന്താണ് സംഭ

വിക്കാൻ പോകുന്നത്... മുബാറക് തുറന്നു പറഞ്ഞു - തനിക്ക് കഴിക്കാൻ എന്തെങ്കിലും വാങ്ങിത്തരാമോ? രാവിലെ മുതൽ വിശന്നിരിക്കയാണ്. ഇത് കേട്ടപ്പോൾ കേദാറിന്റെ കണ്ണുകൾ നിറഞ്ഞു.

'ഹമാരീ യാദ് ആയേഗീ' (1961) എന്ന ചിത്രം പ്രദർശനവിജയം നേടിയില്ലെങ്കിലും ശീർഷകഗാനം തരംഗമായി. മുബാറക് സ്റ്റേജ് പരിപാടികളിൽ പങ്കെടുത്താൽ ഈ ഗാനം ആലപിക്കാൻ ആസ്വാദകരുടെ ആവശ്യമുയരും. പിൽക്കാലത്ത് പാക്കിസ്ഥാനിൽ പോയപ്പോൾ ഈ ഗാനത്തോടുകൂടിയാണ് മുബാറക്കിനെ സ്വീകരിച്ചത്. ഈ ഗാനത്തിൽനിന്ന് പ്രചോദനം ലഭിച്ച് ഒരു നോവൽതന്നെ എഴുതപ്പെട്ടിട്ടുണ്ട്.

'ഹമാരീ യാദ് ആയേഗി'യിലൂടെ മുബാറക്കിന് സാമ്പത്തികനേട്ടമുണ്ടായില്ല. പാട്ടിന്റെ അവകാശം അവർക്ക് ലഭിച്ചിരുന്നില്ല. പാടിയ മറ്റു ഗാനങ്ങളിൽനിന്നും കൂടുതൽ പ്രതിഫലം ലഭിച്ചില്ല. ചെറിയ പ്രതിഫലത്തിലാണ് പലരും പാടിച്ചിരുന്നത്. ആ ഗാനങ്ങളാകട്ടെ ഏറെ ശ്രദ്ധിക്കപ്പെട്ടവയുമാണ്. 'യേ ദിൽ കിസ്കോ ദൂം' എന്ന ചിത്രത്തിലെ 'ഹമേം ദം ദേകേ സൗതൻ ഘർ ജാനാ...', 'നീന്ദ് ഹമാരീ ഖ്വാബ് തുമാരേ'യിലെ 'നീന്ദ് ഉഡ് ജായേ തേരീ ചൈൻ സേ സോനേവാലേ...', 'സുശീല'യിലെ 'ബേമുർവത് ബേവഫാ...' എന്നിവ ഉദാഹരണം. എന്നാൽ ശങ്കർ-ജയ്കിഷൻ ടീം സംഗീതം നൽകിയ 'ഹം രാഹി'യിലെ മുബാറക്കിന്റെ ഗാനം 'മുഝ്കോ അപ്നേ ഗലേ ലഗാ ലോ, ഏ മേരേ ഹംരാഹി' സംഗീതപ്രേമികൾ നെഞ്ചിലേറ്റി. ഈ പാട്ടിന്റെ പോപ്പുലാരിറ്റിക്കുശേഷം സംഗീതസംവിധായകരുടെയും നിർമ്മാതാക്കളുടെയും നീണ്ടനിര മുബാറകിനുമുന്നിൽ പ്രത്യക്ഷപ്പെടേണ്ടതായിരുന്നു. എന്നാൽ അങ്ങനെ സംഭവിച്ചില്ല.

മുബാറക്കിനെ 'ഒതുക്കാൻ' ആരൊക്കെയോ പിന്നിൽനിന്ന് കളിച്ചു എന്ന കാര്യം അവസാനകാലം വരെ അവരെ ദുഃഖിതയാക്കി. സിനിമാ സംഗീത മേഖലയിൽ പണ്ടും ചില 'രാഷ്ട്രീയ'കളികളുണ്ടായിരുന്നു. 'പ്രതിഭ'കളെ ഒതുക്കാൻ അവർ സമർത്ഥമായി കരുക്കൾ നീക്കി. എന്നാൽ ഇവരോട് ഏറ്റുമുട്ടാനുള്ള കഴിവ് 'മുബാറക്കിന് ഇല്ലാതെപോയി. മുബാറക് പാടിയ ഗാനം ചിത്രത്തിൽനിന്ന് അവസാനവേളയിൽ ഒഴിവാക്കിയ സന്ദർഭവുമുണ്ടായി. 'കാജൽ' എന്ന ചിത്രത്തിൽ മഹേന്ദ്രകപൂറിനോടൊപ്പം പാടിയ ഗാനം ഉദാഹരണം.

മുബാറക്കിനെ ഒഴിവാക്കാൻ 'എതിരാളികൾ' ചില അപവാദങ്ങളും പരത്തിയിരുന്നു - മുബാറക് രാജ്യം വിട്ടു, അവർ കരിയറിൽ അധികം ശ്രദ്ധ ചെലുത്തുന്നില്ല, പ്രശസ്തിയെ പ്ലേഗ് പോലെ പേടിക്കുന്നു... ഫലമോ അരികിലാക്കപ്പെട്ടു.

പ്രധാനപ്പെട്ട പത്ത് ഗാനങ്ങൾ

1. മോഹ് ആനേ ലഗീ അംഗഡായി
   (ആയിയേ - 1949)
2. ദേവതാ തും ഹോ മേരാ സഹാരാ
   (ദായരാ - 1953)
3. വോ ന ആയേംഗെ പലട്കർ
   (ദേവദാസ് - 1955)
4. ഹം ഹാൽ ഏ ദിൽ സുനായേംഗെ
   (മധുമതി - 1958)
5. കഭീ തൻഹായിയോ മേം യും ഹമാരീ യാദ് ആയേഗീ
   (ഹമാരി യാദ് ആയേഗീ - 1961)
6. മുഝ്കോ അപ്നേ ഗലേ ലഗാവോ ഏ മേരേ ഹം രാഹി
   (ഹംരാഹി - 1963)
7. ഹമേം ദം ദേകേ സൗതൻ ഘർ ജാനാ
   (യേ ദിൽ കിസ്കോ ദൂം - 1963)
8. നീന്ദ് ഉഡ്ജായേ തേരീ ചൈൻ സേ സോനേവാലേ..
   (നീന്ദ് ഹമാരി ഖാബ് തുമാരേ - 1966)
9. ഹമേം ദം ദയീകേ സൗതൻ ഘർ ജാനാ
   (നീന്ദ് ഹമാരി ഖാബ് തുമാരേ - 1966)
10. വാദാ കിയാ ഹംസേ ദിൽ കിസ്കോ ദിയാ
    (സരസ്വതിചന്ദ്ര് - 1968)

○○○

www.ingramcontent.com/pod-product-compliance
Lightning Source LLC
LaVergne TN
LVHW100302051026
849517LV00006B/2173
* 9 7 8 9 3 9 3 3 9 7 5 5 3 *